मराठी भाषा आणि शुद्धलेखन

- एक विचार मंथन -

सत्त्वशीला सामंत

संपादन : डॉ. मीरा घांडगे

डायमंड पब्लिकेशन्स

मराठी भाषा आणि शुद्धलेखन
सत्त्वशीला सामंत

Marathi Bhasha ani Shuddhalekhan
Satvashila Samant

प्रथम आवृत्ती : मे २०१४

ISBN 978-81-8483-560-1

अक्षरजुळणी
डायमंड पब्लिकेशन्स, पुणे

मुखपृष्ठ
शाम भालेकर

प्रकाशक
डायमंड पब्लिकेशन्स
२६४/३ शनिवार पेठ, ३०२ अनुग्रह अपार्टमेंट
ओंकारेश्वर मंदिराजवळ, पुणे-४११ ०३०
☎ ०२०-२४४५२३८७, २४४६६६४२

info@diamondbookspune.com
www.diamondbookspune.com

प्रमुख वितरक
डायमंड बुक डेपो
६६१ नारायण पेठ, अप्पा बळवंत चौक
पुणे-४११ ०३० ☎ ०२०-२४४८०६७७

संपादकाचे मनोगत

महाराष्ट्र सरकारच्या ‘भाषा संचालनालय’ या खात्यात प्रथमतः अनुवादक व नंतर साहाय्यक संचालक म्हणून वीस वर्षे सेवा केल्यानंतर १९८६ साली ‘भाषा उपसंचालक’ पदावरून स्वेच्छानिवृत्ति घेऊन स्मृतिशेष श्रीमती सत्त्वशीलाताई सामंत पुण्यात स्थायिक झाल्या.

‘मराठी शुद्धलेखन’ या जिव्हाळ्याच्या विषयावर त्या सातत्याने नियतकालिकांतून व वृत्तपत्रांतून स्फुट लेखन करीत असत. भाषाविषयक बौद्धिक उपक्रमात मग्न असणाऱ्या सत्त्वशीलाताई यांनी ‘शब्दानंद’ सारखा बृहत् कोश नेटाने पूर्ण केला. भाषेला व्याकरणाचे भक्कम अधिष्ठान न राहिल्यामुळे, मराठी लेखन व्यवहाराचा ढासळत चाललेला डोलारा अंशतः तरी थोपवावा या भावनेने ‘व्याकरणशुद्ध लेखनप्रणाली’ या पुस्तकाचे लेखन केले.

अत्यंत उत्साही, सतत भाषाविषयक विचारांचा ध्यास घेऊन, स्वतःच्या निश्चित मताचा पुरस्कार करून त्यासाठी सातत्याने तज्ज्ञांबरोबरच शासन दरबारी दाद मागणारे, असे व्यक्तिमत्त्व असलेल्या श्रीमती सत्त्वशीला सामंत १ मे १९९३ रोजी अचानक काळाच्या पडद्याआड गेल्या; आणि त्यांचे ‘नसणे’ सातत्याने जाणवू लागले.

त्यांचा आणि माझा परिचय त्या पुण्यात आल्यानंतरचा. या परिचयातून मैत्रीत, घरगुती संबंधात रूपांतर मी औरंगाबाद मधील डॉ. बाबासाहेब आंबेडकर मराठवाडा विद्यापीठामध्ये नोकरीसाठी हजर झाल्यानंतर झाले. प्रा. भगवंतराव देशमुख, न्या. नरेंद्र चपळगांवकर, मराठवाडा साहित्य परिषदेचे अध्यक्ष प्रा. कौतिकराव ठाले-पाटील यांच्याशी भाषाविषयक प्रश्नांसंदर्भात चर्चा करण्यासाठी वर्षातून एक-दोन वेळा त्या औरंगाबादमध्ये येत असत. मराठवाडा साहित्य परिषदेने भाषाविषयक घेतलेल्या चर्चासत्रात त्यांना निमंत्रित केले होते. परिषदेने त्यांच्या भाषा व शुद्धलेखनविषयक विचार व्यक्त करण्यासाठी श्रीमती सत्त्वशीला सामंतांची व्याख्यानमाला आयोजित केली होती. त्या ज्या वेळी औरंगाबाद येथे येत असत, त्या वेळी त्या माझ्याकडे रहात असत. त्यांच्या सहवासाबरोबरच त्यांनी तज्ज्ञांबरोबर केलेल्या चर्चेतील

विचार ऐकण्याचे भाग्य मला लाभलेले आहे. स्वच्छ, तत्त्वनिष्ठ विचारांची परखड व ठाम मांडणी करीत, समोरच्या व्यक्तीच्या विचारांचाही आदर करण्याची त्यांची शैली होती. पुण्यात त्यांच्या मध्ये आणि डॉ. गं. ना. जोगळेकर सरांमध्ये झालेल्या भाषाविषयक वाद नव्हे संवादाचीही मी साक्षीदार आहे.

श्रीमती सत्त्वशीला ताईंनी भाषा व शुद्धलेखनविषयक विचार अनेक चर्चासत्रांतून-नियतकालिकांमधून मांडले होते. हे चर्चासत्रातील निबंध व नियतकालिकांमधील लेख एकत्रितपणे तज्ज्ञांसह महाराष्ट्र शासनापर्यंत पोहोचवण्याची आज अत्यंत गरज आहे. वेगवेगळ्या समित्या नेमूनही मराठी भाषाविषयक कोणताच निर्णय न घेणाऱ्या या सर्वांनाच, या पुस्तकातून दिसणारी तळमळ, त्यांना मराठी भाषाविषयक विचार करण्यास भाग पाडतील असे वाटते.

याच उद्देशाने मी श्री. विठ्ठलराव सामंतांबरोबर या लेखांसंदर्भात चर्चा केली. त्यांनी श्रीमती सत्त्वशीला सामंतांनी लिहिलेले सर्वच लेख माझ्यासमोर ठेवले. त्यातील सत्त्वशीलाताईंचे नेमके विचार वाचकांपर्यंत पोहोचतील असेच लेख निवडले. सत्त्वशीला सामंतांच्या 'शब्दानंद' सारख्या कोशासह अनेक मौल्यवान संदर्भग्रंथ प्रकाशित करणाऱ्या डायमंड पब्लिकेशन्सच्या श्री. दत्तात्रेय पाष्टे यांच्याशी फोनवर संवाद साधला. त्यांनी हे पुस्तक प्रकाशित करण्यास मान्यता दिली. श्रीमती सत्त्वशीला सामंतांविषयी आदर व प्रेम यामुळेच केवळ दोन महिन्यांत दि. १ मे २०१४ रोजी त्यांच्या स्मृतिदिनी हे पुस्तक प्रकाशित करण्याची त्यांनी तयारी दाखविली. त्यांचे मनःपूर्वक आभार. श्री. विठ्ठलराव सामंत यांनी सर्व लेख उपलब्ध करून, मी निवडलेल्या लेखांची 'मुद्रणप्रत' (Xerox) तयार करून डायमंड पब्लिकेशन्सपर्यंत पोहोचवले. त्यांचेही मनःपूर्वक आभार. डायमंड पब्लिकेशन्समधील श्रीमती दया साळगांवकर, श्रीमती श्रद्धा मॅडम व इतर सर्व सहकारी यांनी या कामासाठी मदत केली. श्रीमती सत्त्वशीला ताईंच्या लेखांचे डी.टी.पी.चे काम करणारे श्री. शिगवण यांचेही विशेष आभार.

– डॉ. मीरा घांडगे

प्रस्तावना

'मराठी भाषा आणि शुद्धलेखन' हाच चिंतनाचा विषय असल्याने या संदर्भातील अभ्यासपूर्ण बैठक सत्त्वशीलाताईंच्या सर्वच लेखांतून दिसते. भाषेला वगळून कोणत्याही संस्कृतीचा परामर्श घेणे म्हणजे 'तेजोहीन सूर्या'ची कल्पना करण्यासारखी आहे. ज्ञानेश्वरी, तुकाराम गाथा यांना आधुनिक काळातील संगणकीय महाजालात बसवली तरी तिचे आकलन करणारा मराठी माणूस असणे आवश्यक आहे, असे त्यांना वाटते. म्हणूनच बालवयापासून इंग्रजी माध्यमात शिक्षण देण्याच्या अट्टाहासामुळे भाषाशिक्षणाचा दर्जा खालावला जाऊन इंग्रजी मराठीची खिचडी बोली जन्माला येत असल्याची खंत त्या व्यक्त करतात.

इंग्रजी माध्यमातून शिकून तयार झालेली पिढी वृत्तपत्रातून, नभोवाणी व चित्रवाणीतून पत्रकारिता व्यवसायात येतात, त्यामुळे अशुद्धलेखन व अशुद्ध उच्चार हे दोष सातत्याने दिसतात; म्हणून मराठी भाषा जगवायची असेल तर मराठी समाजातील विचारवंत, साहित्यिक इ. सारख्या समाजनेत्यांनी, बुद्धिवंतांनी प्रामाणिकपणे भाषाशिक्षणाला विधायक वळण द्यावे ही मराठी समाजाची अपेक्षा आहे. त्यासाठी वर्षातील एक दिवस 'मराठी दिन' साजरा करण्यापेक्षा प्रत्येक बालकाला प्राथमिक व माध्यमिक शिक्षण मातृभाषेतून मिळण्याचा त्यांचा हक्क असून, तोच खरा विकासाचा मार्ग आहे. त्यामुळे ती स्वभाषा, तीमधील साहित्य व आपली संस्कृती यांचा आस्वाद घेऊ शकतील. त्यामुळे प्रा. रामकृष्ण मोरे यांनी पहिलीपासून इंग्रजी शिक्षण सुरू करण्याला सत्त्वशीलाताईंनीही काहीसा विरोधी सूर लावला. पाळण्यापासून इंग्रजीचा हव्यास धरल्याने मुलांचे भावविश्व उद्ध्वस्त करून टाकले आहे. अंगाई गीते, आजीचे घड्याळ, बाहुला-बाहुलीचे लग्न, भातुकली इत्यादिंना ही लहान मुले पारखी झाली तर ती आपल्या माय मराठी पासून दुरावतील; अशी भीती त्या व्यक्त करतात.

अव्वल इंग्रजी काळापासून मराठीचे व्याकरण लिहिण्याचे प्रयत्न चालू होते. मराठी भाषेच्या लेखनात एकसूत्रीपणा यावा यासाठी पुण्याच्या मराठीचा स्वीकार केला गेला. व्याकरणाच्या संदर्भात दादोबा पांडुरंग तर्खडकर, मोरो केशव दामले, रा. भि. गुंजीकर, न. चिं. केळकर, ना. गो. चापेकर, रा. भि. जोशी इ. मान्यवरांनी

केलेले लेखन, मराठी भाषेच्या शुद्धिकरणासाठी स्वा. सावरकर, माधव ज्यूलियन, श्री. कृ. कोल्हटकर इत्यादिंनी केलेल्या स्तुत्य प्रयत्नांनी पारतंत्रातही स्वभाषाभिमानविषयक स्फुल्लिंग चेतवले, पण आजच्या जागतिकीकरणाच्या जमान्यात मराठी समाज पुन्हा इंग्रजीच्या आहारी जाऊन मराठी शाळा ओस पडत आहेत. नवसुधारणावादी मराठी लेखनपद्धतीवरील निर्बंधहि हटवण्याचा प्रयत्न करताना दिसतात. काळानुसार झालेली ही स्थित्यंतरे सामंतबाईंना अस्वस्थ करतात. बालभारतीच्या मराठी भाषाविषयाच्या पाठ्यपुस्तकातील शुद्धलेखनाच्या चुका व मुद्रणदोष यावर त्या पोटतिडकीने आवाज उठवतात. बालभारतीचे 'तोडाक्षराचे शुद्धलेखन' त्यांना मान्य नाही. मराठी लेखनाच्या दुरवस्थेवर इलाज करण्यासाठी अंतर्मुख होऊन आत्मपरीक्षण करण्याची गरज आहे, हे जाणून घेऊन त्यावर जालीम उपाय त्या सुचवतात.

शुद्धलेखनाचा संबंध भाषेच्या शुद्धाशुद्धतेशी न जोडता, शुद्धलेखन म्हणजे 'प्रमाण वर्णलेखन' होय. असे असताना विद्यमान शुद्धलेखन-नियम बरे वाईट, चूक-बरोबर कसेही असले तरी त्यानुसार शुद्धलेखन लिहिले जात नाही. या संदर्भात 'रुची' मासिकामधून डॉ. गं. ना. जोगळेकर आणि सत्त्वशीला सामंत यांच्यामधील वाद-संवाद 'लेखनशुद्धता सांभाळणारे कोण? तुम्ही-आम्हीच ना!' या लेखातून स्पष्ट होतात. शुद्धलेखनातील अराजक दुरुस्त व्हावे यासाठी आग्रह धरीत असतानाच शुद्धलेखनाच्या ढासळत चाललेल्या डोलाऱ्यावर चिडून 'शुद्धलेखन : सविनय कायदेभंग करा', '(अ) शुद्धलेखनाचा शुद्धिसमारंभ करा' असे सांगतात व शेवटी मराठी शुद्धलेखनापुरते बोलायचे तर आपले गाढव तर गेलेच व ब्रह्मचर्यहि गेलेले आहे आता निदान आपण व्यवस्थित भाषा (कुटुंब?) नियोजन करून पुढील संसार सुखासमाधानाने करावा, अशी अपेक्षा व्यक्त करतात.

बालभारतीच्या बाळबोध-तोडाक्षर पद्धति संदर्भात त्यांनी वाद-प्रतिवाद घातले पण तरीहि शासनाने त्याकडे दुर्लक्ष, शिक्षण विभागाची निष्क्रियता व मराठी भाषा विभागाची अकार्यक्षमता निदर्शनास आणून देतात. व्याकरण हे प्रमाण भाषेच्या मौखिक व लेखनिक शिष्टमान्य आविष्कारातून घडते आणि प्रमाणभाषेचे शुद्धोच्चारण व शुद्धलेखनही व्याकरणावर आधारित असतात. असा हा परस्परसंबंध असताना सवंग लोकप्रियतेच्या आहारी जाऊन राज्य सरकारचे 'भाषा सल्लागार मंडळ' आणि 'साहित्य महामंडळ' यांनी शुद्धलेखन व व्याकरणाची फारकत केली. जुनी व्याकरणे कालबाह्य झाली परंतु नव्या मराठीचे आधार व संयुक्तिक व्याकरण सांगणारा एकहि ग्रंथ निर्माण झाला नाही म्हणून मराठी शिक्षणाची नव्याने पायाभरणी करून, तो मजबूत केला

पाहिजे. लेखनव्यवस्था क्रमाक्रमाने कशी अंमलात आणता येईल याची आखणी केली पाहिजे असे त्या सुचवतात.

'धुरिण' की 'धुरीण?', बोलका पत्थर, ज्ञान आणि Knowledge या लेखांमधून एखाद्या शब्दाच्या निर्मिती संदर्भात केलेले समग्र संशोधन व खोलवर विचार दिसून येतात. भाषांतर कौशल्यासाठी भाषांतरकाराला मूळ भाषेचे उत्तम आकलन व लक्ष्य भाषेचे प्रभुत्व असणे आवश्यक असते. या दृष्टिकोनातून भाषांतर विद्या आणि कोशवाङ्मय, भाषांतरांचे मूल्यांकन, कायद्याच्या अनुवादातील अडचणी या लेखांतून सविस्तर चर्चा केली आहे.

आकाशवाणी व चित्रवाणी ही प्रामुख्याने श्रव्य माध्यमे असल्याने, शुद्धलेखनाप्रमाणेच शुद्धोच्चारणाचीही अपेक्षा असते. उच्चारणाचे शिष्टमान्य संकेत आहेत. अशा वेळी उच्चारानुसारी लेखनाऐवजी 'शुद्धलेखनानुसार उच्चार' असे तत्त्व प्रस्थापित केल्यास शब्दोच्चार शुद्ध स्वरूपात ऐकायला मिळतील असे योग्य मत त्या व्यक्त करतात.

माझी शब्दानंद यात्रा, 'अनाहत' सिनेमाच्या निमित्ताने लिहिलेले लेख प्रासंगिक असले तरी अभ्यासकांना मार्गदर्शकच ठरतील. राज्यशासनाचे सर्व कायदे मराठीत, असे कलम सरकारने अमलात आणले तरी, मूळ कायदा मराठीत तयार होऊन त्याच्या इंग्रजी अनुवादाला अधिकृत म्हणून मान्यता मिळेल ते खरे न्यायालयीन प्रक्रियेचे मराठीकरण होईल, ही भूमिका मुळातूनच स्तुत्य आहे.

'असावे घरकुल अपुले छान!' या लेखातील 'घर' या संकल्पेनचा ललित लेखनातून घेतलेला वेध आणि 'मला उत्तर हवंय्' या लेखातून उत्सवी साहित्य संमेलनाच्या गर्दीत आणि पुरस्कारांच्या कैफात अडकलेल्या साहित्यदिग्गजांचे लक्ष मराठी भाषेच्या प्रश्नांकडे वळवावे, असा उद्देश लक्षात घेता हे लेख मुळातून वाचावे असेच आहेत.

शुद्धलेखनाची प्रक्रिया सकसतेने विद्यार्थ्यांपर्यंत पोहोचवण्यासाठी मराठी माध्यमांच्या शाळांमध्येही मराठी विषयाचे दोन स्तर करून ज्या विद्यार्थ्यांना सकस शिक्षण घ्यावयाचे असेल त्यांना उच्चस्तरीय मराठी शिकवावे व या स्तरांतून चांगल्या प्रकारे उत्तीर्ण झालेल्या विद्यार्थ्यांनाच मराठी अध्यापन क्षेत्रात प्रवेश द्यावा. मराठी माध्यमातील मराठी विषयाच्या परीक्षेत अशुद्धलेखनाबद्दल गुणांक कापावेत. या सत्त्वशीलाताईंच्या तत्त्वानुसार मराठीचे शिक्षण दिल्यास आज मराठी भाषेच्या आणि शुद्धलेखनाच्या ढासळत चाललेल्या डोलाऱ्याला लहानसा टेकू मिळेल, असे वाटते.

अस्पष्टोच्चारित (अनुच्चारित) अनुस्वार लेखनातून काढून टाकले पाहिजेत अशा आग्रहामुळे, नव्या कवींच्या कवितेतून अर्थसूचक अनुस्वार हरवले व त्यांच्या कवितेला अधिक शब्दांची गरज भासू लागल्यामुळे ती गद्यप्राय व शब्दबंबाळ झाली. अतिरेकी दीर्घीकरणामुळें मराठीचा संस्कृत व हिंदी भाषांशी संपर्क तुटला हे आजचे खरे वास्तव आहे.

श्रीमती सत्त्वशीला सामंत यांचे या संदर्भातील भाषाविषयक विचार प्रत्यक्षात समजण्यासाठी प्रस्तुत पुस्तकातील लेखन त्यांच्या मूळ लेखनाप्रमाणे (ऱ्हस्व-दीर्घ अनुस्वारांसह यथामूल) मुद्रित करण्याचा प्रयत्न केला आहे.

मराठी भाषेच्या अभ्यासकांना आणि मराठी भाषा व शुद्धलेखन संदर्भात कार्य करु इच्छिणाऱ्यांना हे पुस्तक मार्गदर्शक ठरेल, याची खात्री आहे.

– डॉ. मीरा घांडगे

अनुक्रम

भाषाविषयक

शुद्धलेखन

शब्दसंकेत

भाषाविषयक

मराठी भाषा आणि संस्कृति

■ ■ ■

नुकतेच दि. १ व २ मे २००३ रोजी पुण्यात 'भाषांतरकारांचे संमेलन' पार पडले. शरद पवार हे त्या संमेलनाचे अध्वर्यू होते. याप्रसंगी त्यांनी 'भाषांतर' या विषयासंबंधी काही प्रकट चिंतन केले. मराठीतील उत्कृष्ट साहित्य राष्ट्रीय व आंतरराष्ट्रीयस्तरांवर पोहोचण्यासाठी भाषांतर प्रक्रिया जोमाने सुरू झाली पाहिजे. भाषांतरकारांना योग्य तो सन्मान मिळाला पाहिजे, अशा आशयाचे विचार त्यांनी बोलून दाखवले.

हे विचार जसे स्वागतार्ह आहेत तसेच ते विचारार्हही आहेत. भाषांतर पंथाची भलावण करणाऱ्या शरद पवारांसह सर्वांनीच यासंबंधी मूलगामी चिंतन करणे आवश्यक आहे. अस्सल वाणाचे साहित्य हे सर्वसाधारणपणे कोणाच्याही मायभाषेतच निर्माण होऊ शकते. कारण, तो त्या त्या साहित्यिकाच्या अंत:करणाचा उद्धार आणि हुंकार असतो. मातृभाषा ही ज्याच्या त्याच्या अंतर्मनाची व हृदयाची भाषा असते.

प्रतिभावंत साहित्यिक हा एखाददुसराच जन्माला येतो; पण त्याचबरोबर त्याच्या भोवतालचे कौटुंबिक व सामाजिक वातावरण आणि नैसर्गिक परिसर या सर्वांच्या एकत्रित प्रभावातून त्याचा साहित्यिक पिंड घडतो व याकामी मातृभाषेचा फार मोलाचा वाटा आहे. बालपणी ज्याप्रमाणे बालकाला आईच्या दुधाची जरुरी असते त्याचप्रमाणे मायबोलीचाही पुरेसा खुराक मिळणे आवश्यक असते. उत्कृष्ट साहित्य निर्मितीसाठी प्रतिभेचा परीसस्पर्श आणि भोवतालच्या कौटुंबिक व सामाजिक परिस्थितीतून लेखकाने कमावलेले भाषासंचित हेही घटक आवश्यक असतात. 'मला स्वप्नदेखील मराठीतच पडतात' असे पु. ल. देशपांडे म्हणत. तशी जडणघडण झाली तरच लेखकाची शब्दकला चहुअंगांनी फुलून, बहरून येते आणि थोर साहित्य जन्माला येते.

जुन्या काळी कै. श्री. म. माटे यांनी 'भाषाभिवृद्धीची सामाजिक दृष्टी' या निबंधात

वर्णिल्याप्रमाणे, भाषेतील कित्येक रूपके ही लोकव्यवहारांतून उद्भवतात. त्या निबंधात त्यांनी सामान्य कारागिरांच्या कामांच्या अनुषंगाने प्रचलित झालेल्या म्हणी व वाक्प्रचार यांची उदाहरणे दिली आहेत. उदा. इंगा दाखवणे (चांभार), ठिय्या देणे (सुतार), वरवंटा फिरवणे (वाटण), कान टोचणे, फुंकणे (सोनार) इ.

मायभाषेतील अभिजात साहित्य निर्मितीची पुढची पायरी म्हणजे भाषांतर. भाषांतरकर्त्यावर तर दुहेरी जबाबदारी असते. मूळ भाषेतील साहित्याचे यथार्थ आकलन करण्याची क्षमता आणि ज्या भाषेत ते रूपांतरित करावयाचे आहे त्या भाषेवर आवश्यक तेवढे प्रभुत्व असे दोन गुण त्याच्या अंगी असावे लागतात. थोडक्यात, ती व्यक्ती उभयभाषा प्रवीण असली पाहिजे. स्वभाषेशी द्रोह न करता इतर भाषांशी स्नेहबंध जोडण्याची कला आपल्याला अवगत झाली पाहिजे.

भाषेला वगळून कोणत्याही संस्कृतीचा परामर्श घेणे म्हणजे तेजोहीन सूर्याची कल्पना करण्यासारखे आहे. साक्षात ज्ञानेश्वरी आणि तुकारामगाथा संगणकीय महाजालात नेऊन बसवली तरी तिचे सार्थ आकलन करू शकणारा मराठी माणूसच शिल्लक राहिला नाही, तर त्याचा उपयोग काय, याचा विचार करावा, असे वाटते.

मराठीने देवनागरीऐवजी रोमन लिपीचा स्वीकार करावा, असा आग्रह धरणारे म. ना. गोगटे हे गेली कित्येक वर्षे एकांड्या शिलेदाराप्रमाणे चळवळ करीत होते. सुदैवाने त्यांना कोणी अनुयायीवर्ग मिळाला नाही; परंतु गणित व विज्ञान यासारख्या शास्त्र विषयांमध्ये अरबी किंवा रोमन आकडे वापरण्याची प्रथा आता रूढ झाली आहे व तिला विरोध करण्याचे प्रयोजन दिसत नाही. तसेच ई-मेलवरील व्यावहारिक मराठीपुरती रोमन लिपी वापरण्यासाठी हरकत नाही; पण याचा अर्थ असा नव्हे की, 'भटाला दिली ओसरी नि भट हातपाय पसरी' या म्हणीप्रमाणे रोमन लिपीने आमच्या साहित्य संस्कृतीलाही सर्वांगीण विळखा घालावा आणि आम्ही आमच्या सांस्कृतिक अस्मितेचा लोप करून त्या लिपित विलीन व्हावे. अलीकडेच, 'साहित्य अकादमी' ने प्रकाशित केलेले 'स्वातंत्र्योत्तर मराठी कविता (१९४५-६०)' (संपा. प्रा. वसंत पाटणकर) हे पुस्तक वाचनात आले. पुस्तक अतिशय देखणे व निर्दोष आहे; परंतु त्या मराठी पुस्तकात सर्वत्र कटाक्षाने इंग्रजी आकड्यांचा वापर केलेला आहे. अंगात शर्ट व कोट आणि कंबरेला सोवळ्याचा मुकटा; असा गंगाजमनी पोशाख जितका हास्यास्पद दिसेल तितकाच हा प्रकार हास्यास्पद आहे. अशा प्रसंगी संबंधित लेखकाने वा संपादकाने साहित्य अकादमीसारख्या संस्थांपुढे नमते न घेता, देवनागरी अंकांचा आग्रह धरला पाहिजे व त्यांचे औचित्य त्यांना पटवून दिले पाहिजे. ज्ञानेश्वरीवर उत्कृष्ट लेखन करणाऱ्या एका ज्येष्ठ साहित्यिकाने ज्ञानेश्वरीसकट सर्व मराठी ग्रंथांमध्ये इंग्रजी आकड्यांचा वापर करण्यास काय हरकत आहे. अशा आशयाचा विचार एका पत्रात मांडला होता. तेव्हा 'ब्रुटस, यु टू'

अशी माझी भावना झाली. (अर्थात, मी या विचारांशी असहमत असल्याचे त्यांना कळवले) याचा अर्थ असा की, या देशातून इंग्रज निघून गेल्याला कित्येक वर्षे लोटली असली, तरी इंग्रजीचे भूत मात्र आमच्या मानगुटीला चिकटले ते कायमचे.

सध्या मराठी मंडळींचा बालवयापासून इंग्रजी माध्यम शिक्षणांसाठी जो अट्टाहास चालू आहे त्यापायी एकूणच भाषाशिक्षणाचा दर्जा खालावत चालला आहे. मुलांना धड कोणत्याही भाषेचे शिक्षण नीटसे मिळत नाही. त्याचप्रमाणे इंग्रजी भाषा येणे हे प्रतिष्ठेचे लक्षण समजले जाते; परंतु ती सफाईदारपणे बोलता येणे हे अवघड असते. त्यामुळे मराठी बोलताना वारंवार इंग्रजी शब्द पेरणे हा प्रकार चालू झाला असून, त्यातूनच 'इंग्राठी' किंवा 'मिंग्लिश' नावांची 'खिचडी बोली' जन्माला येत आहे. 'रेडिओ मिर्ची' सारखी प्रसारमाध्यमे तर या भाषाप्रदूषणाला सढळ हातभार लावीत आहेत. इंगजी माध्यमात शिकून तयार झालेली मध्यमवर्गीय मराठी तरुणांची पिढी आता वृत्तपत्रे, नभोवाणी व चित्रवाणी या प्रसारमाध्यमांतून सर्रास वावरू लागली आहे. सरकारमान्य मराठी (अ) शुद्धलेखनाचे बाळकडू मिळालेले तरुण पत्रकार वृत्तपत्रांतून ज्या प्रकारचे मराठी लिहितात ते जाणकार वयस्कांना पाहवत नाही, नभोवणी या श्राव्य माध्यमातील तरुण मराठी निवेदकांचे अशुद्ध उच्चार (उदा. 'स्राव' ऐवजी 'स्त्राव', 'उपचार' ऐवजी 'उपूचार' इ.) ऐकवत नाहीत आणि चित्रवाणी हे दृक्श्राव्य माध्यम असल्याने तेथे तर अशुद्ध लेखन व उच्चारण हे दोन्ही दोष एकवटलेले दिसतात; परंतु या परिस्थितीला आपणच जबाबदार असल्याबद्दल वयस्क पिढीला जाणीव असल्यामुळे त्यांचे तोंड बंद झाले असून, त्यांची स्थिती डोळ्यांवर, कानांवर आणि तोंडावर हात ठेवणाऱ्या तीन माकडांसारखी झाली आहे.

परंतु या प्रतिकूल काळातही एक आशादायक चित्र दिसत आहे. परदेशी न जाता महाराष्ट्रात सुस्थित झालेल्या मराठी तरुणांचे कित्येक गट नाटक, कविता वाचन, काव्यगायन, भावगीत-गायन, शास्त्रीय गायन इ. सारख्या सांस्कृतिक चळवळीत हौसेने सहभागी होत आहेत, कार्यक्रम बसवताहेत. दिवसेंदिवस त्यांची सांस्कृतिक भूक वाढत आहे; पण बहुतेकांचे शिक्षण इंग्रजी माध्यमात झाले असल्याने, त्यांनी मराठी साहित्यातील- विशेषत: जुन्या साहित्यातील सूक्ष्म अर्थच्छटांचे आकलन होत नाही व त्यांचे उच्चारणही चुकते. हे तरुण 'वार्धक्य' या अर्थाने 'जरा' ऐवजी 'जरा' व 'सहस्रक' ऐवजी 'सहस्त्रक' असे चुकीचे उच्चार करतात. 'पसायदान' म्हणताना, 'चला कल्पतरुंचे आरव' यातील 'चला' ऐवजी 'चला' आणि 'जो जो वांछील तो ते लाहो प्राणिजात' यातील 'प्राणिजात' ऐवजी 'प्राणिजात' अशा उच्चारणामुळे त्या गायनाला गालबोट लागते व हे फक्त जुन्या पिढीतील जाणकारांच्या लक्षात येते. बिनचूक उच्चार शिकवणारी मंडळीही दिवसेंदिवस दुर्मीळ होत चालली आहेत.

या सगळ्याचा मथितार्थ असा की, इंग्रजीच्या अतिहव्यासामुळे एकीकडे आपला ऐहिक उत्कर्ष होत असला तरी दुसरीकडे आपल्या समाजाचा सांस्कृतिक अपकर्ष होण्याची शक्यता आहे. संगणक क्रांतीमुळे एकविसाव्या शतकाची आव्हाने पेलण्यासाठी हिंदुस्थानच्या दृष्टीने इंग्रजीचे महत्त्व निर्विवाद आहे; पण म्हणून मराठी मुलांना बालपणापासून इंग्रजीच्या पाळण्यात घालणे शहाणपणाचे होईल का? त्यापेक्षा मराठी मुलांना मराठी शाळांत घालून, त्यांना पहिली - दुसरीपासून इंग्रजीची तोंडओळख करून दिली व पुढे सातवी-आठवीपासून केवळ गणित - विज्ञान यांसारखे विषय इंग्रजीतून शिकवले तर, मातृभाषा व आधुनिक ज्ञानभाषा या दोहोंचा समतोल साधला जाणार नाही का? कै. बा. भ. बोरकर म्हणतात त्याप्रमाणे शास्त्राचा अभ्यास हवा, परिमानव्याचा ध्यास हवा. आपल्या घराला इंग्रजीची खिडकी नव्हे प्रशस्त खिडकी हवी; पण घराच्या दारातून मात्र मायबोलीचे वारे वाहिले पाहिजेत.

ही भयावह परिस्थिती बदलण्याच्या दृष्टीने, मराठी समाजधुरीणांनी म्हणजे राजकीय नेते, उद्योजक, साहित्यिक, कलावंत, पत्रकार, साहित्य संस्थांचे पदाधिकारी व कार्यकर्ते या सर्वांनी अंतर्मुख होऊन व दुटप्पी नीति सोडून, आपल्या कुटुंबातील भावी पिढीला आवर्जून मराठी माध्यमातून शिकवण्याची प्रतिज्ञा केली, तरच मराठी समाजातील मध्यमवर्ग व तळागाळातील जनता न्यूनगंड झटकून त्यांचे अनुकरण करतील. भोवतालचा समाजप्रवाह ज्या दिशेने वाहत आहे त्याविरुद्ध जाऊन डॉ. अनिल अवचट या सामाजिक कार्यकर्त्याने आपल्या मुलींना नुसते मराठी माध्यमाच्याच नव्हे, तर महापालिकेच्या शाळेत घालूनही आपण त्यांना उत्तम प्रकारे घडवू शकतो, हे सिद्ध करून दाखवले आहे. जनात मराठीचा उदो-उदो करणाऱ्या वाचिवीरांपेक्षा 'बोले तैसा चाले' या उक्तीनुसार वागणारे डॉ. अवचट व साहित्य महामंडळाचे एक मान्यवर पदाधिकारी प्रा. कौतिकराव ठाले - पाटील यांच्यासारख्या कृतिशूर व ध्येयनिष्ठ व्यक्ती अधिकाधिक प्रमाणात पुढे यायला हव्यात अन्यथा पुढील २५-३० वर्षांत महाराष्ट्रीय समाजाचे मराठीपण लोप पावून, मराठी संस्कृती लयाला जाईल हे निश्चित. सध्या तरी असेच चित्र दिसत आहे. मराठी नसे आमुचे मायबोली, जरी आज ती राजभाषा असे!

मराठी भाषा जगवायची कशी ?

■ ■ ■

कै. नानासाहबे परुळेकर यांच्या जन्मशताब्दीनिमित्त 'दै. सकाळ' तर्फे 'मराठी भाषा जगवायची कशी ?' या गंभीर विषयावर दि. २६-२-१९९७ रोजी एक परिसंवाद आयोजित करण्यात आला होता. तथाकथित मृत्युशय्येवरील मराठी भाषेला तिच्या अंतकाळीं जीवदान देण्यासाठीं तिला जाणकार वैद्यमंडळींचा गराडा पडला होता व सर्वजण चिंताग्रस्त चेहऱ्यांनिशी तिचे रोगनिदान करून विविध उपाययोजना सुचवित होते. पण काही सन्मान्य अपवाद वगळता, बाकीच्या विद्वानांनी व समाजधुरीणांनी मराठी कुपोषणग्रस्त बनून तिला क्षयाची बाधा होण्यामध्ये आपला कितीसा वाटा आहे, याबाबत फारसे आत्मपरीक्षण केल्याचे दिसले नाही. त्यामुळे रोगनिदान चुकण्याची व परिणामीं उपाययोजनाही फसण्याची शक्यता आहे.

या सभेतील विद्वज्जनांचे नेतृत्व करणारे ख्यातनाम साहित्यिक प्रा. गंगाधर गाडगीळ हे तर व्यवहारचतुर मंडळींचे शिरोमणी ठरावेत. प्रा. गाडगिळांनीं मराठी साहित्याची भरपूर सेवा केली आहे व अजूनही ते करीत आहेत. तथापि, लौकिक जीवनात ते अर्थशास्त्राचे प्राध्यापक असल्याने, त्यांच्यातील धूर्त व्यवहारी मनुष्य सतत जागरूक राहिला. वस्तुत: गाडगीळ हे मावळत्या पिढीचे प्रतिनिधी व संगणक युग तर अलिकडेच अवतरले. पण गाडगिळांना त्यांच्या तरुणपणींच या भावी युगाची चाहूल लागण्याइतपत ते दूरदर्शी होते. कारण इतक्या जुन्या काळीं त्यांनी आपल्या मुलांना इंग्रजी माध्यमाच्या शाळेत घातले व व्यवहारवादाचा आदर्श घालून दिला. (त्याबद्दल त्यांनी आपल्या आत्मचरित्रात या गोष्टीच्या समर्थनार्थ दोन पाने खर्ची घातली आहेत. ती कारणे किती समर्थनीय आहेत हा प्रश्न आता येथे प्रस्तुत नाही.) पण त्यांनीं परिसंवादातील आपल्या भाषणात मराठीच्या दुर्दशेसंबंधी जी चिकित्सा केली ती मात्र तितकीशी पटणारी नाही.

कारण, एकतर मुंबई म्हणजे महाराष्ट्र नव्हे व मुंबईच्या आर्थिक नाड्या ज्यांच्या हातांत आहेत त्या शेअरबाजारांतील सटोडियांना कित्येकदा इंग्रजीचा गंधही नसतो हे सर्वांना ठाऊक आहे. पण जन्मभर काठावर उभे राहून अर्थशास्त्राची प्राध्यापकी तत्त्वचर्चा करणाऱ्या गाडगिळांनीं इतरांना फक्त उद्योजकतेचे डोस पाजले, पण स्वत:हून त्या अर्थकारणाच्या प्रवाहात कधी उडी घेतली नाही आणि म्हणूनच इंग्रजीचा व उद्योजकतेचा वा आर्थिक उलाढालींचा बादरायण संबंध त्यांनी जोडला. महाराष्ट्रात उद्योजकता वाढीस लागावी याबद्दल कोणाचे दुमत नाही. पण त्यामुळे मराठीची अभिवृद्धी कशी होणार हे कळत नाही. कारण ज्यांच्या महत्त्वाकांक्षांचे क्षितिज नेहमी विस्तारात जाते ते उद्योजक किंवा व्यापारी मायभाषेच्या प्रेमात गुंतून पडत नाहीत. व्यवहारवादाची कास धरणारे उद्योजक व व्यापारी फक्त नफा डोळ्यांसमोर ठेवून स्थानपरत्वे कोणत्याही स्थानिक भाषेशी जवळीक साधतात. त्यामुळे मराठी माणसांत उद्योजकता वा व्यापारी वृत्ती वाढली तर त्यामुळे त्यांची आर्थिक समृद्धी साधेल, पण त्यामुळे मराठी भाषेच्या समृद्धीला हातभार लागेल असे सांगता येत नाही.

विख्यात भाषाशास्त्रज्ञ डॉ. अशोक केळकर यांनी केलेले निदान मात्र वास्तवाला बरेचसे धरून होते. परंतु 'इंग्रजीचा सोस व दुस्वास, दोन्ही एकाच न्यूनगंडातून केला जातो' ह्या त्यांच्या विधानात अर्धसत्य आहे. आपण इंग्रजीत कमी पडतो व म्हणून लौकिक उत्कर्षाची दारे आपणांस बंद होतात या न्यूनगंडातून अलिकडे इंग्रजीचा हव्यास वाढला आहे हे खरे आणि म्हणूनच आजच्या जगात इंग्रजीचा दुस्वास करणारे कोणी मराठीभाषक असतील असे वाटत नाही. उलट, प्रत्येक पोटार्थी माणसाला आधुनिक युगात इंग्रजीचे किमान कामचलाऊ ज्ञान आपणांस असावयास हवे याची पूर्ण जाणीव आहे; पण अलिकडे 'पाळण्यापासून इंग्रजीचा हव्यास' वाढत चालला असून, मायबोली मराठीचा इतका अधिक्षेप खरोखरी आवश्यक आहे का अशी चिंता व्यक्त करणाऱ्या अल्पसंख्य व्यक्ती 'इंग्रजीचा दुस्वास' करतात असा उलटा कांगावा करण्यात येत आहे. मराठी शाळांतील इंग्रजी अध्यापनाचा व इंग्रजी शाळांमधील मराठी अध्यापनाचा दर्जा सुधारावा हा केळकरांचा सल्ला अतिशय योग्य असला तरी, जवळजवळ संपूर्ण मराठी समाजाने मराठी शाळा ओस पाडाव्यात काय, हा खरा कळीचा प्रश्न आहे. थोडक्यात, 'मराठी भाषा सध्या मृत्युशय्येवर नसून रुग्णय्येवर असल्याने तिला सलाईनची नव्हे तर टॉनिकची आवश्यकता आहे' ही केळकरांची चिकित्सा अधिक वास्तव आहे.

कविवर्य श्री. नारायण सुर्वे यांनी मुंबईपेक्षा महाराष्ट्राचे प्रश्न वेगळे आहेत याची जाणीव करून दिली. त्यांच्या मते, महाराष्ट्राच्या खेड्यापाड्यांतील जनतेसमोर मराठी की इंग्रजी हा प्रश्न नसून, त्यांची निरक्षरता कशी हटवायची हा खरा प्रश्न आहे व त्यासाठी मराठी भाषेचीच कास धरावी लागेल.

न्या. चंद्रशेखर धर्माधिकारी यांनी कायदा व न्यायव्यवहार लोकभाषेतच हवा असे ठासून सांगितले. याबाबतची वस्तुस्थिती अशी की, १९६५ सालीं महाराष्ट्र विधिमंडळाने 'राजभाषा अधिनियम' करून त्यातील कलम ५ अन्वये विशिष्ट तारखेपासून महाराष्ट्र राज्यातील कायद्याची अधिकृत भाषा मराठी होईल असे जाहीर केलें व मुळात मराठीतून कायदा करण्याच्या प्रक्रियेची पूर्वतयारी करता यावी म्हणून हे कलम तात्पुरते स्थगित ठेवले. कालांतराने पूर्वतयारी पूर्ण झाल्यावर, हे कलम अंमलात यावे अशी अपेक्षा होती. परंतु मराठीतून कायदा करण्याची जबाबदारी टाळण्यासाठी महाराष्ट्र सरकारच्या कायदा व न्याय खात्यातील मराठी वरिष्ठ अधिकाऱ्यांनी हे कलम सरकारला तब्बल तीस वर्षे नाना सबबी सांगून अमलात आणू दिले नाही.

दरम्यानच्या काळात अशी व्यवस्था होती की, राज्य विधिमंडळाचा प्रत्येक कायदा प्रथम इंग्रजीत तयार केला जाई व इंग्रजी पाठ हाच अधिकृत समजला जाई. मात्र जोडीला भाषा संचालनालय या खात्याकडून त्याचे मराठी व हिंदी अनुवाद तयार करून ते विधिमंडळापुढे ठेवण्यात येत होते व त्यांना 'यथार्थ अनुवाद' असा दर्जा होता. म्हणजे तीस वर्षांपर्यंत मराठी कायद्याला 'अधिकृत पाठा' चा दर्जा नव्हता. ही गोष्ट शिवसेना वगळता बहुसंख्य आमदारांच्या लक्षात आली नाही किंवा त्यांना त्याचे फारसे महत्त्व वाटले नसावे.

या काळात महाराष्ट्र शासनाने निकालपत्रांच्या भाषेबाबत धीमे धीमे का होईना काही प्रगती केली. पूर्वी अगदी खालच्या स्तरापासून न्यायालयीन कामकाज मराठीतून चालत असले तरी, निकालपत्रे मात्र इंग्रजीतून द्यावी लागत. पण जनमताच्या रेट्यामुळे महाराष्ट्र सरकारने दीर्घ कालांतरागणिक दोन अधिसूचना काढून (दि. २४ जाने. १९८९ व दि. २९ जाने. १९९३), त्यांद्वारे प्रथम बृहन्मुंबई वगळता, अन्य दुय्यम दिवाणी व फौजदारी न्यायालयांना आणि नंतर बृहन्मुंबईतील शहर दिवाणी न्यायालय व दुय्यम फौजदारी न्यायालये यांना निकालपत्रे मराठीतून जाहीर करण्याची मुभा दिली. तथापि, मराठी भाषेची सक्ती न करता, इंग्रजीचा पर्याय खुला ठेवला. परिणाम असा झाला की, ज्यांचा मराठीला मानसिक विरोध झाला होता त्या न्यायाधीशांनी इंग्रजीचा पर्याय कायम ठेवला व जे न्यायाधीश मराठीस अनुकूल होते त्यांना पुरेसे मराठी टंकलेखक व मराठी टंकलेखन यंत्रे सरकारने उपलब्ध करून न दिल्याने त्यांची कोंडी झाली. म्हणजे या आघाडीवर महाराष्ट्र सरकारकडून भरीव अशी कामगिरी अद्याप झालेली नाही. तथापि, अलिकडे जिल्हा पातळीवरील वकील संघटनांकडून मराठीच्या वापरासंबंधी वाढता दबाव असल्याने आशेला जागा आहे.

परंतु गंमत अशी की, निकालपत्रे ज्या कायद्यांवर आधारली जातात त्यांची अधिकृत भाषा मात्र अगदी अलिकडेपर्यंत इंग्रजीच होती. हा एका परीने 'आधी कळस मग पाया

रे' असाच काहीसा प्रकार होता. तरीही, १९९५ साली विरोधी पक्षातील शिवसेना - भाजपा युती सरकार सत्तारूढ झाल्यावर मात्र मुख्यत: शिवसेनेच्या मुख्यमंत्र्यांनी दि. १५ ऑगस्ट, १९९५ रोजी एक अधिसूचना काढून तीस वर्षांनंतर 'राजभाषा अधिनियमा' चे कलम ५ अमलात आणले व राज्य कायद्याची मूळ अधिकृत भाषा मराठी राहील असे जाहीर केले, ही गोष्ट अभिनंदनीय आहे. यापुढे इंग्रजी व हिंदी मसुद्यांना अनुवादाचा दुय्यम दर्जा राहणार आहे. म्हणजे सरकारदरबारीं मराठीला पट्टराणीचा बहुमान मिळाला हे खरे, तरीही यालाही एक 'पण' आडवा येत आहे.

वस्तुत:, यापुढे महाराष्ट्र सरकारच्या कायदा व न्याय विभागाने प्रत्येक कायदा मूलत: मराठीतून तयार करावा व मग त्याचा इंग्रजी व हिंदी अनुवाद करवून घ्यावा हे कायद्याने अपेक्षित आहे. तथापि, या खात्यातील अधिकाऱ्यांना मराठीचा सराव नाही या सबबीखाली अजूनही प्रत्यक्षात मूळ कायदा इंग्रजीत तयार केला जातो व भाषा संचालनालयाकडून त्याचा मराठी (व हिंदी) अनुवाद तयार करून घेतला जातो. ही वहिवाट तशीच अद्याप चालू आहे. फक्त मराठी मसुद्याखाली कायदा सचिवांची सही असते व त्याच्या योग्यायोग्यतेची जबाबदारी आता कायदा सचिवांवर असते ही त्यातल्यात्यात समाधानाची बाब होय. **म्हणजे कलम ५ तत्त्वत: अंमलात आले, पण त्याची प्रत्यक्षात अंमलबजावणी मात्र अजून झालेली नाही.**

डॉ. जनार्दन वाघमारे यांनी विद्यापीठीय पातळीवरील मराठी माध्यमातील शिक्षणाची दुरवस्था चांगल्या प्रकारे विशद केली. परंतु या शैक्षणिक प्रयोगातील नेमक्या त्रुटी काय होत्या हे विचारवंतांनी नीट समजून घेऊन प्रामाणिक प्रयत्न केले तर, या प्रयोगाला चांगले वळण लागेल 'विद्यापीठ ग्रंथनिर्मिति मंडळा' ने प्रत्येक ज्ञानशाखेतील तज्ज्ञांकडून त्या त्या विषयाची पाठ्यपुस्तके लिहून घेतली खरी. पण त्या ग्रंथांना भाषांतरी अवकळा होती. कारण संबंधित विषयांतील तज्ज्ञ हा मराठी भाषेचाही जाणकार असेलच असे नाही. ही सर्व पाठ्यपुस्तके मराठी भाषेच्या जाणकार विद्वानांकडून तपासून घ्यावयास हवी होती, म्हणजे ती मराठी स्वाभाविक व सहजसुंदर झाली असती. तसेच, पाठ्यपुस्तक मराठीतून असले तरी, अधुनमधून इंग्रजीतून आलेल्या संकल्पना स्पष्ट करतांना इंग्रजी प्रतिशब्दांचीही विद्यार्थ्यांना ओळख करून देणे अपेक्षित होते. म्हणजे ग्रामीण भागातील विद्यार्थ्यांना अशी पाठ्यपुस्तके आकलनसुलभ होऊन, ते विद्यार्थी व्यावहारिक इंग्रजीपासून वंचित राहिले नसते. वाघमारे यांनी मांडलेला आणखी एक मुद्दा महत्त्वाचा वाटतो. या क्रमिक पुस्तकांच्या जोडीला आवश्यक ते संदर्भवाङ्मय, कोशवाङ्मय इ. मौलिक साहित्य मराठीत भाषांतररूपाने नव्हे तर स्वतंत्र साहित्य म्हणून निर्माण करण्यास विद्यापीठांनीं उत्तेजन द्यावयास हवे होते, प्राध्यापकांनी अशा संदर्भसाहित्याचा मुक्त उपयोग करावयास हवा होता व विद्यार्थ्यांनाही तशी प्रेरणा द्यावयास हवी होती. ते झाले नाही. पण या पुढे

भविष्यात तरी ते व्हावे.

श्री. वि. वि. चिपळूणकर यांनी आपण सर्वजण कर्तव्यांची जबाबदारी सरकारवर ढकलून मोकळे होतो हे आपल्या खुसखुशीत शैलीत सांगितले व आमच्या नाकर्तेपणावर बोट ठेवले. सरकारने आपल्या मर्यादित साधनसंपत्तींच्या मर्यादेत कितीतरी महत्त्वाचे उपक्रम केले आहेत, पण समस्येची व्याप्ती प्रचंड असल्याने, ते प्रयत्न अपुरे पडतात हे त्यांचे म्हणणे खरेच आहे. पण याला आणखी एक पुस्ती जोडावयास हवी. एकंदरीतच, देशाचे राखीव जागांचे धोरण शिक्षणक्षेत्रातील दुरवस्थेला अंशत: तरी जबाबदार आहे. असे म्हणणे हे आजच्या जमान्यात धाष्ट्यांचे असले तरी, तसे विधान करणे भाग आहे. शिक्षणक्षेत्रात अध्यापन व अध्यापनेतर असे दोन कार्यविभाग आहेत. त्यांपैकी अध्यापनेतर कार्यक्षेत्रात राखीव जागांचे धोरण राबवावयास काही हरकत दिसत नाही. परंतु अध्यापनक्षेत्रातील व्यक्तींची निवड करतांना, केवळ गुणवत्ता हाच निकष ठरवण्यात आला असता तर, मागसवर्गीय व पुढारलेल्या अशा दोन्ही समाजांतील विद्यार्थ्यांना चांगले शिक्षक मिळाले असते व त्यांच्या शिकण्याचा दर्जा सुधारला असता. (याचा अर्थ असा नव्हे की, मागसवर्गीय समाजात चांगले शिक्षक मिळूच शकत नाहीत. तसे काही असतातही व पुढारलेल्या समाजात निकृष्ट दर्जाचे शिक्षकही असू शकतात. पण असे चांगले शिक्षक गुणवत्तेच्या आधारे पुढे येऊ शकले असते व निकृष्ट शिक्षक त्याच निकषावर स्पर्धेतून बाद झाले असते.)

शिक्षणाचा दर्जा खालावला आहे अशी तक्रार प्रत्यहीं केली जाते. इंग्रजी व मराठी या दोन्ही भाषांच्या बाबतीत हे खरे आहे. याचे कारण म्हणजे नवीन 'जेवढ्यास तेवढे' शिक्षणपद्धती होय. या पद्धतीत विद्यार्थ्यांची अभिव्यक्तिक्षमता पुरेशी विकसित होत नाही. परिणामीं, आपल्या दोन्ही भाषा बिघडत चालल्या आहेत. त्यामुळे 'पाळण्यापासून इंग्रजी' शिकवली तरी, त्यामुळे आपल्या इंग्रजीचा दर्जा सुधारणार नाही.

प्रा. अरुण साधु यांनी मराठी समाजाने जागतिक आव्हाने पेलण्यासाठी इंग्रजी व संस्कृतिरक्षणासाठी मराठी असा समतोल साधणे आवश्यक असल्याचे प्रतिपादन केले. शहरी समाज मराठीपासून दुरावला तरी, ग्रामीण समाजाची मात्र मराठीशीच जवळीक राहणार असल्याने, मराठी वृत्तपत्रांवर फार मोठी जबाबदारी आली आहे असे त्यांनी सांगितले. ग्रामीण समाजाचे मराठीतून उद्‌बोधन करतांना, मराठी पत्रकारांना इंग्रजीचाही सखोल अभ्यास करावा लागेल व ते ज्ञान मराठीच्या माध्यमातून ग्रामीण समाजापर्यंत पोचते करावे लागेल. त्यासाठी मराठी शुद्धलेखन, वाक्यसरणी, व्याकरणशुद्धता इ. बाबींकडे पत्रकारांनी व इतर प्रसारमाध्यमांनी लक्ष पुरवावयास हवे. कारण दूरदर्शन, नभोवाणी व वृत्तपत्रें ही माध्यमे जनतेची भाषा घडवू शकतात वा बिघडवूही शकतात. म्हणून त्यांनी अधिक जबाबदारीने वागावयास हवे.

डॉ. जयंत नारळीकर या आंतरराष्ट्रीय ख्यातीच्या वैज्ञानिकाने मराठीच्या समृद्धीबाबत कोरडा उपदेश न करता, स्वत:देखील वैज्ञानिक साहित्य निर्माण करून मातृभाषेच्या विकासाला हातभार लावला आहे. 'विज्ञान ग्रंथाली' या प्रकाशनसंस्थेनेही विज्ञानविषयातील कित्येक मराठी लेखकांना पुढे आणले आहे. पण मराठीची शोकात्मिका अशी की, इंग्रजी माध्यमाच्या सोसापायी या वैचारिक व वैज्ञानिक लेखनाला पुरेसा वाचकवर्ग नाही. यापुढे मराठीची शोकांतिका होऊ नये असे वाटत असेल तर, 'मराठी विज्ञान परिषदे' सारख्या संस्थांनी 'पाठ्यपुस्तकनिर्मिति मंडळा'शी आपला सांधा जोडावयास हवा. अलिकडेच डॉ. शाम अष्टेकर यांनी 'महाराष्ट्र टाइम्स' मध्ये वैज्ञानिक पाठ्यपुस्तकांतील अनघड व अवघड मराठी परिभाषेविषयी एक उद्‌बोधक लेख लिहिला होता. त्यावरून असे दिसते की, मराठीत स्वतंत्रपणे वैज्ञानिक लेखन करणाऱ्या प्रतिभावंत लेखकांच्या देखरेखीशिवाय ही क्रमिक पुस्तके लिहिली जात असावीत. मुलांना पचेल व रुचेल अशी सोपी व तरीही अर्थवाही परिभाषा नसल्याने, मराठी माध्यमातील मुलांना विज्ञानाची गोडी लागत नाही, उलट त्याविषयी तिटकाराच निर्माण होण्याचा संभव अधिक. त्यासाठी 'पाठ्यपुस्तक निर्मिति मंडळा' ने 'मराठी विज्ञान परिषदे'चे साह्य घेणे इष्ट ठरेल.

'राज्य मराठी विकास संस्थे'च्या संचालिका डॉ. सरोजिनी वैद्य यांनी म्हटल्याप्रमाणे भाषा हे संस्कृतीचे व्यवच्छेदक लक्षण व अविभाज्य अंग आहे. शासनाचे भाषाविषयक धोरण व शैक्षणिक धोरण यांच्यांत समन्वय घडवून आणण्याच्या दृष्टीने त्यांनी आपल्या संस्थेतर्फे अनेक उपक्रमांना चालना दिली आहे. पण त्यांची शक्ती अपुरी पडते आहे. मराठी समाजातील बुद्धिवंत माणसे कृतिविन्मुख आहेत या सरोजिनीबाईंच्या आरोपात बरेच तथ्य आहे. सध्या वास्तवात ज्यांनी मराठीला सोडचिठ्ठी दिली आहे, तेच लोक मराठीविषयी अधिक चिंतातुर असल्याचे भासवतात हा विरोधाभास प्रा. अरुण साधु यांनीही आपल्या भाषणात नजरेत आणून दिला.

थोडक्यात सांगायचे तर, मराठी भाषा जगवण्यासाठी समाजधुरीणांची गरज नाही. महाराष्ट्रात फार मोठा वर्ग निरक्षर व दरिद्री अवस्थेत असेतोपर्यंत मराठी भाषेला मरण नाही! पण तिला दीर्घ आयुरारोग्य प्राप्त करून देण्याची खरी तळमळ असेल तर, मराठी समाजातील विचारवंतांनी, साहित्यिक इ. सारख्या समाजनेत्यांनी 'जनांत मराठीचा उदो उदो, व खासगीत मराठीची उपेक्षा' ही दुटप्पी नीती सोडून द्यावी. 'मराठी भाषा लक्तरे लेवून मंत्रालयाच्या दारात उभी आहे' हे कुसुमाग्रजांचे विधान आता गुळगुळीत होऊन, कालबाह्य झाले आहे. हितसंबंधित लोकांनी आपल्या इंग्रजीप्रेमाच्या लटक्या समर्थनार्थ शासनाविरुद्ध चालवलेला हा अपप्रचार आहे. तेच तेच विधान उगाळून आपल्यावरची जबाबदारी शासनावर ढकलून मोकळे होऊ नये. मराठी भाषा आता मंत्रालयाच्या सहाव्या

मजल्यावर चढली असून, तिच्या अंगावर बऱ्यापैकी वस्त्राप्रावरणे आली आहेत. (ती थोडी अधिक झुळझुळीत असावयास हवी एवढे मात्र खरे.) आता इंग्रजी येत नाही म्हणून सरकारदरबारचे दरवाजे सामान्य माणसाला बंद राहिलेले नाहीत. तो केव्हाही मराठीतून दाद मागू शकतो. (अर्थात्, त्याच्या मार्गात भ्रष्टाचाराचा अडथळा येऊ शकेल, पण इंग्रजीचा अडसर राहिलेला नाही.)

प्रत्येक बालकाला प्राथमिक व माध्यमिक शिक्षण मातृभाषेतून मिळण्याचा मूलभूत हक्क आहे व तोच त्याच्या खऱ्या विकासाचा राजमार्ग होय हे आतापर्यंत सर्व शिक्षणतज्ज्ञांनी मान्य केले आहे. असे असूनही, आज आपण ऐहिक परमोत्कर्षासाठी मुलांवर अजाण वयात परभाषेचे ओझे लादतो व त्यांचे बालपण हिरावून घेतो. मायबोलीतून बालगीते, बडबडगीते गाऊन निर्व्याज आनंदात न्हाऊ पाहणाऱ्या निरागस मुलांचा मेंदू अल्पवयात दोन-दोन, तीन-तीन भाषा शिकण्यासाठी शिणवला जातो व या भाषिक गोंधळातच त्यांची शक्ती खर्ची पडते. त्यांची भाषा धेडगुजरी बनते व स्वभाषा, तीमधील साहित्य व आपली संस्कृती यांचा ती निर्वेधपणे आस्वाद घेऊ शकत नाहीत.

"(मुलांना इंग्रजी माध्यमाच्या शाळेत पाठवण्याबाबत) मी जो निर्णय घेतला तो बरोबर होता असं नंतरच्या घडामोडींवरून स्पष्ट झालं आहे. अधिकाधिक पालक, अगदी झोपडपट्टीत राहणारी माणसंदेखील आपल्या मुलांना इंग्रजी माध्यमाच्या शाळेत पाठवत आहेत." ('एका मुंगीचे महाभारत') प्रा. गंगाधर गाडगिळांसारख्या समाजधुरीणांचा व्यवहारवाद हा समान्यजनांना मार्गदर्शक ठरला असला तरी, तो त्यांच्या पथ्यावर पडला असे झाले नाही. सामान्य जन नेहमीच सारासार विचार न करता महाजनांचे अंधानुकरण करतात. सुविद्य कौटुंबिक पार्श्वभूमी असलेल्या मुलांनी चांगल्या दर्जाच्या इंग्रजी शाळेत जाणे व शैक्षणिकदृष्ट्या मागसलेल्यांनी आपल्या मुलांना गल्लोगल्ली इंग्रजी मीडियमची दुकाने थाटणाऱ्या निकृष्ट शाळांत घालणे यांत महदंतर आहे. 'श्रीमंताने घातली सरी, म्हणून गरिबाने बांधली दोरी', तर त्याला फास लागण्याचाच संभव अधिक! म्हणून समाजधुरीण म्हणवणाऱ्यांवर अज्ञानी जनांचा बुद्धिभेद होईल असे वर्तन न करण्याची जबाबदारी येते. अन्यथा त्यांनी समाजाचे नेतृत्व करू नये व सार्वजनिक व्यासपीठावरून, 'मराठी जगवायची कशी ?' याचे धडे देऊ नयेत. श्री. ना.पेंडसे व प्रा. गंगाधर गाडगीळ यांनी इंग्रजी माध्यमाची जी भलामण सुरू केली आहे ती म्हणजे आपल्या खाजगी आचरणाचे समर्थन करण्याचा एक प्रयत्न होय. त्यांच्या शिफारशीनुसार यच्चयावत् मराठी विद्यार्थी इंग्रजी शाळांत जाऊ लागले तर, भावी पिढीत त्यांच्या 'गारंबीचा बापू' व 'दुर्दम्य' सारख्या कादंबऱ्यांना औषधापुरताही वाचक राहणार नाही.

स्वातंत्र्यपूर्व काळात इंग्रजीची सक्ती होऊन देशी भाषांची जी गळचेपी होत होती तिच्यावर मात करण्यासाठी, अनेक देशभक्त नेत्यांनी देशी शाळा काढल्या व त्यांमध्ये

इंग्रजीचे उत्कृष्ट शिक्षण व जोडीला मराठीचेही दर्जेदार अध्यापन असा समतोल राखला. एवढेच नव्हे तर, मराठी भाषेची संपन्नता वाढवण्यासाठी केतकर, राजवाडे, चिपळूणकर, परांजपे इ. नी मराठीत स्वतंत्र व सकस ग्रंथरचना केली. (केतकरांचा 'ज्ञानकोश', वि. गाडगिळांचे 'ग्यानबाचे अर्थशास्त्र', आ. जावडेकरांचे 'आधुनिक भारत', टिळकांचे 'गीतारहस्य' इ.) ही विद्वान मंडळी भुकटीच्या दुधावर नव्हे, तर प्रथम आईच्या दुधावर व नंतर वाघिणीच्या दुधावर पोसलेली होती. साधनांची सर्वस्वी कमतरता असताना, प्रतिकूल काळात व परिस्थितीत त्यांनी स्वार्थत्याग करून, मायमराठीचे पांग फेडले व अटकेपार झेंडे फडकावले.

स्वातंत्र्योत्तर काळात प्रादेशिक भाषांना महत्त्व आले व स्वदेशी शिक्षणपद्धती अमलात आली. या पद्धतीत सर्वसाधारणपणे १९७० सालापर्यंत शहरांमध्ये प्राथमिक व दुय्यम (शालेय) स्तरावर मातृभाषेतून व कॉलेजमध्ये इंग्रजीतून शिक्षणव्यवहार होत होता. म्हणजे एका परीने दोन्ही भाषांचा समतोल राखला जात होता. पण १९७० नंतरच्या दशकात महाराष्ट्रातील शिक्षणपद्धतीचे एकंदर चित्र पालटले. ऑब्जेक्टिव्ह (वस्तुनिष्ठ ?) शिक्षणपद्धतीचे फॅड सुरू झाले व दोन्ही भाषांच्या शिक्षणाचा दर्जा खालावला. अध्यापन क्षेत्रातील 'राखीव जागा धोरण' ही याला बहुतांशी जबाबदार होते. मराठीचा दर्जा घसरल्यामुळे शहरी विद्यार्थ्यांचे फारसे काही बिघडले नाही, पण इंग्रजीचा दर्जा घसरल्याने मात्र त्यांच्या परदेशगमनात अडथळे आले. परिणामी, भल्याभल्यांना इंग्रजीच्या बाबतीत न्यूनगंडाची भावना आली. त्याचप्रमाणे, देशांतर्गत नोकऱ्या, वैद्यकीय, अभियांत्रिकी महाविद्यालये येथे सर्वत्र 'राखीव जागा धोरण' च आड येऊ लागल्याने सवर्ण समाजातील विद्यार्थ्यांमध्ये आपल्या कर्तृत्वाला यापुढे मायदेशात फारसा वाव मिळणार नाही अशी वैफल्याची भावना बळावली, व यापुढे परदेशात जाऊन आपला ऐहिक उत्कर्ष साधायचा तर इंग्रजी माध्यमाशिवाय तरणोपाय नाही अशा भावनेने इंग्रजी माध्यमाकडे त्यांचा ओढा वाढला. आता त्या न्यूनगंडाचे उच्चगंडात रूपांतर झाले आहे. सामान्य जनांचे यात काही चुकले असे म्हणता येत नाही. ते अगतिकच असतात. पण समाज ज्यांच्या नेतृत्वाकडे आशेने पाहतो, तेच विद्वान् व बुद्धिवंत परिस्थितीशरण झाले तर, जनतेने कोणाच्या तोंडाकडे पाहायचे ? साधनांची सर्व प्रकारे अनुकूलता असतांनाही, आमच्या प्राध्यापक मंडळींनी विविध विषयांवर स्वतंत्र ग्रंथनिर्मिती केली नाही. सरकारी पाठ्यपुस्तक निर्मिति मंडळाचे कार्य कसे चालू आहे, त्यात कोणत्या सुधारणा अपेक्षित आहेत इ. गोष्टींकडे मराठी साहित्य दिग्गजांनी साफ दुर्लक्ष केले. ते आपले साहित्य संमेलनांचे वार्षिक उरुस भरवण्यात दंग राहिले. प्राचीन काळीं ऋषिमुनी राजसत्तेवर अंकुश ठेवण्याचे काम करीत. आता विद्वान् मंडळी चुकीच्या सरकारी धोरणावर आसूड ओढण्याऐवजी त्याकडे तटस्थ वृत्तीने पाहात आहेत. मायबोली मराठीबद्दल खरोखरीच तळमळ असेल तर, विद्वज्जनांनी

मराठी, इंग्रजी व हिंदी या तिनही भाषांचा समतोल राखण्याबाबत उपयुक्त शिफारशी कराव्यात, प्रसंगी सरकारवर दडपणे आणावीत. नि:स्पृह विद्वानांना सरकार अजूनही वचकते. अजूनही विद्वानांचा दरारा आहे, पण त्यांचा वापर करण्याची इच्छाशक्ती त्यांच्याकडे नाही, असे दुर्दैवी चित्र आताशा दिसते.

तरीही अशा इंग्रजीभारित वातावरणात अजून काही अल्पसंख्य मराठीप्रेमी व्यक्ती वा संस्था आपला खारीचा वाटा उचलत आहेत. वसईकडील काही ख्रिस्ती शाळा मराठी माध्यमाच्या असूनही, तेथे मुलांना बालवयापासून इंग्रजीची जुजबी ओळख करून देण्यात येते. सातवीपर्यंत त्यांना परीक्षेचे ओझे न लादता, हसतखेळत इंग्रजी शिकवले जाते. हेतू हा की, त्यांच्यांत इंग्रजीबद्दल न्यूनगंड उत्पन्न होऊ नये. विज्ञान ग्रंथाली, मराठी विज्ञान परिषद, मराठी अर्थशास्त्र परिषद यांसारख्या खासगी संस्था व साहित्य संस्कृती मंडळ, विश्वकोश निर्मिति मंडळ, राज्य मराठी विकास संस्था यांसारख्या सरकारी यंत्रणा मराठीतून दर्जेदार शास्त्रीय ग्रंथनिर्मिती करीत आहेत. पण दुर्दैव असे की, त्यांना पुरेसा वाचकवर्ग मिळत नाही. कारण इंग्रजी माध्यमाचे खूळ. पण अशा मोजक्या प्रयत्नांचे बळ वाढवायचे असेल तर, मराठी समाजातील बुद्धिवंतांनी प्रामाणिकपणे कंबरा कसाव्यात व महाराष्ट्रातील भाषाशिक्षणाला विधायक वळण द्यावे ही मराठी समाजाची अपेक्षा आहे. वर्षाकाठी एक दिवस कुसुमाग्रजांच्या नावाने 'मराठी दिन' साजरा करून त्यांनी आपले बेगडी व दिखाऊ मराठीप्रेम दाखवण्यात धन्यता मानू नये.

मराठी नसे आमुची मायबोली!

एक-दोन वर्षांपूर्वी शिक्षणमंत्री रामकृष्ण मोरे यांनी 'पहिलीपासून इंग्रजी' सुरू करण्याचा निर्णय अंमलात आणला, तेव्हा नेहमीप्रमाणे काही शिक्षणतज्ज्ञांनी विरोधी सूर काढला होता. तो निर्णय अंशत: विवाद्य असला तरी त्याचा एक भाग तरी चांगला होता. अशा अर्थाने की, निदान मुलांवर इंग्रजी विषयाच्या परीक्षेचे ओझे लादलेले नव्हते.

१९५५-५६ सालापासून संयुक्त महाराष्ट्राचे स्वप्न साकार व्हावे म्हणून प्राणांची बाजी लावून ज्या मराठी जनतेने जिद्दीने अभूतपूर्व लढा दिला व १९६० साली मराठीभाषी राज्य स्थापन केले, तीच मराठी जनता आता दिवसेंदिवस इंग्रजीधार्जिणी होत चालली असून, महाराष्ट्र राज्यात मराठीच निर्वासित होण्याच्या मार्गावर असल्याचे दु:खद चित्र पाहावयास मिळत आहे. याची कारणमीमांसा करावयाची झाली, तर आपल्याला गेल्या ४० वर्षांमागील घटनाक्रम समजून घ्यावा लागेल.

१९६० साली महाराष्ट्र राज्य स्थापन झाल्यावर, मराठी ही राजभाषा बनली व संपूर्ण राज्यकारभार मराठीतून सुरू करण्याचा निर्णय झाला. त्याकाळी टंकलेखन यंत्र हे राज्यकारभाराचे मुख्य साधन होते. त्याचा वेग वाढवून जलदगतीने कारभार हाकण्याच्या प्रेरणेपोटी, मराठीची शुद्धलेखनप्रणाली सोपी करावी असा सत्ताधाऱ्यांकडून रेटा आला. दंडसत्तेच्या अलिखित दडपणापायी सुधारणावादी पक्षाचा विजय झाला आणि जुन्या व्याकरणशुद्ध लेखनप्रणालीऐवजी व्यवहारवादी लेखनप्रणालीचा अंगीकार करण्यात आला. याचा दुष्परिणाम असा झाला की, १९७० सालानंतर जन्मलेल्या पिढीला व्याकरण शुद्धलेखनाची ओळखच झाली नाही व एकंदरीतच मराठी भाषाशिक्षणाचा बट्ट्याबोळ झाला. त्याकाळी सोपीकरणाच्या निमित्ताने ज्या विषवल्लीचें बीजारोपण झाले, त्याची कटु फळे आज आपणांस प्रसारमाध्यमांतील मराठीच्या रूपाने चाखावयास मिळत आहेत.

याच तुलनेने इंग्रजी माध्यमातील शिक्षणाकडेही नजर टाकावयास हवी. वस्तुत:, लष्करी वा तत्सम नोकरीत असलेले मराठी चाकरमानी वा अधिकारी यांच्या देशभर बदल्या होत असल्यामुळे, त्यांच्या मुलांसाठी इंग्रजी माध्यमाचा पर्याय अपरिहार्य व क्रमप्राप्त असतो. त्याव्यतिरिक्त, मराठी समाजातील अतिश्रीमंत व संपन्न वर्गाला तर मराठी भाषा व संस्कृती यांच्याशी कधीच व काहीच देणे-घेणे नसते. त्यामुळे त्यांची मुले कायमच इंग्रजी माध्यमाच्या शाळांमधून जात असत व अजूनही जातात. मात्र, १९६० सालापर्यंत सर्वसाधारणपणे साहित्य क्षेत्रातील धुरिणांनी व मध्यमवर्गीयांनी मराठी भाषा व संस्कृती यांचा वसा आणि वारसा टिकवून ठेवला होता. इंग्रजी माध्यमाच्या खासगी शाळा त्यावेळच्या मध्यमवर्गाला आर्थिकदृष्ट्या परवडणाऱ्याही नव्हत्या. १९७० सालापर्यंत इंग्रजी माध्यमाकडे मध्यमवर्गीयांचा फारसा ओढा नव्हता.

तथापि, १९७० सालानंतर तथाकथित वस्तूनिष्ठ परीक्षा पद्धतीमुळे मराठी, इंग्रजी, संस्कृत, हिंदी या सर्वच भाषांच्या शिक्षणाला सोपीकरणाच्या नावाखाली सवंगपणाची अवकळा आली. याच काळात, सरकारची आरक्षणनीती अध्यापन क्षेत्रातही लागू करण्यात आल्यामुळे, शिक्षकांची निवड गुणवत्तेच्या आधारावर करण्याऐवजी जातीच्या आधारावर करण्यात येऊ लागली. (मागास जमातीत गुणवान शिक्षक असूच शकत नाहीत असा याचा अर्थ नव्हे, परंतु त्यांची निवड गुणवत्तेच्या आधारावर व्हावी, जातीच्या आधारावर नको एवढाच याचा मथितार्थ.) वस्तुत: शिक्षण क्षेत्रातील लिपीकवर्गीय पदांना जातवार आरक्षणाचे तत्त्व लागू करण्यास काहीच हरकत नव्हती; परंतु शिक्षकपदांच्या बाबतीत मात्र केवळ गुणवत्ता हा निकष योग्य ठरला असता.

१९८० नंतरच्या दशकात सुशिक्षित मध्यमवर्गातून व मराठी माध्यमातून उदयाला आलेली तरुण पिढी जेव्हा रोजगाराच्या शोधात बाहेर पडली, तेव्हा तिला एक गोष्ट कळून चुकली की, आता सर्व सरकारी व निमसरकारी नोकऱ्यांचे क्षेत्र बहुतांश आरक्षित झाले आहे व तेथे आपल्याला वाव नाही आणि इतर खासगी क्षेत्रात जावयाचे, तर इंग्रजीचे ज्ञान बेतासबात असल्यामुळे तेथे फारसा वाव नाही. त्यामुळे त्या पिढीची खूप कुतरओढ झाली. त्याचवेळी सामान्य मध्यमवर्गीय माणसाच्या एक गोष्ट लक्षात आली की, सार्वजनिक वा साहित्य संमेलनांच्या व्यासपीठावरून मराठीचा उदो उदो करणाऱ्या बहुसंख्य, ज्येष्ठ साहित्यिकांची भावीपिढी मात्र चुपके चुपके सर्रास इंग्रजी माध्यमात शिकू लागली आहे. तसेच त्यानंतरच्या काळात, आणखीही काही ज्येष्ठ - श्रेष्ठ मराठी सारस्वतांनी 'जनांत मराठीला नमस्कार आणि खाजगीत मराठीचा झिडकार व इंग्रजीचा पुरस्कार' अशी दुटप्पी नीती अवलंबून, आपल्या कुटुंबातील तरुण पिढी अमेरिकादि परदेशांत निर्यात करण्यास सुरुवात केली. मग, 'महाजनो येन गत: स पन्था:' या न्यायानुसार तमाम सुशिक्षित व सधन उच्च मध्यमवर्गाने या महाजनांचे अनुकरण केले, यात काहीच

नवल नाही. त्याचप्रमाणे रोजगाराच्या क्षेत्रात वैफल्यग्रस्त झालेल्या सामान्य मध्यमवर्गीयांनीही आपल्या भावी पिढीच्या शिक्षणासंबंधी इंग्रजी माध्यमाचा पर्याय निवडला हेही अगदी स्वाभाविक होते.

राहता राहिला तो आर्थिकदृष्ट्या काहीसा कमकुवत असा कनिष्ठ मध्यमवर्ग. आर्थिकदृष्ट्या परवडत नाही म्हणून केवळ खासगी मराठी शाळांत जाणारी मुले हाच उरल्यासुरल्या मराठी शाळांचा आधार. बघता बघता २० वे शतक सरले आणि संगणकयुग अवतरले. आता २१ व्या शतकाकडे धाव घ्यायची तर सर्वांनीच इंग्रजीच्या भन्नाट वेगाने धावले पाहिजे, अशा भावनेने चुरस सुरू झाली. पण या जीवघेण्या शर्यतीत मुक्कामावर पोचेपर्यंत काहींची दमछाक झाली, तर काही ठेचकाळत, रक्तबंबाळ होत होत मुक्कामावर पोचले, तर काहीजण रस्त्यातच भुईसपाट झाले. सर्वांना सारख्याच वेगाने धावता आले नाही याचे मुख्य कारण म्हणजे प्रत्येकाची वेगवेगळी कौटुंबिक पार्श्वभूमी. जात्याच हुशार आणि बुद्धिमान मुले ही सर्वसाधारणपणे कोणत्याच माध्यमात मागे पडत नाहीत. पण सुमार बुद्धिमत्तेच्या मुलांची बहुसंख्या असते व त्यांचे कौटुंबिक वातावरण हे बहुधा इंग्रजी माध्यमाला पोषक नसते.

मातृभाषेला पर्याय नाही, मातृभाषा हेच शिक्षणाचे आदर्श माध्यम होय, किमान शालेय शिक्षण तरी मातृभाषेतून व्हावयास हवे, असे आजवर सर्व शिक्षणतज्ज्ञ उच्चरवाने सांगत आले आहेत. तरीही त्यांचा उपदेश कोणीही मनावर घेत नाही. याचे खरे कारण म्हणजे 'लोका सांगे ब्रह्मज्ञान, आपण स्वत: कोरडे पाषाण' ही त्यांची ढोंगनीती. या शिक्षणतज्ज्ञांच्या कुटुंबात काय दृश्य दिसते? मावळतीला आलेल्या बहुसंख्य मराठी साहित्यिकांच्या घरातही 'मराठी ही फक्त पुरस्कारापुरती' उरलेली दिसते. 'माझी नातवंडं माझ्या कविता वाचत नाहीत' अशी खंत व्यक्त करणाऱ्या कै. वसंत बापटांना त्यांची कविता वाचण्यासाठी इतर मराठी माणसांनी मराठी टिकवून ठेवावी हे अभिप्रेत होते काय? मराठी बालकुमार विद्यार्थी फास्टर फेणेला सोडून हॅरी पॉटरच्या नादी लागले म्हणून खंत व्यक्त करणाऱ्या साहित्यिकांनी मराठी प्रकाशकांना दोष देण्याऐवजी मराठी कुटुंबाचा इंग्रजी माध्यमाकडे वाढता ओढा का, यासंबंधी सखोल चिंतन करण्याची वेळ आली आहे.

पुणे महापालिकेच्या शिक्षण मंडळाने या पालकांकडून त्यांच्या पाल्यांचे १० वी पर्यंतचे शिक्षण इंग्रजी माध्यमातूनच करण्याचे आश्वासन घेतलेले आहे व क्रमाक्रमाने एक-एक वरची इयत्ता सुरू करण्याचा त्यांचा इरादा आहे. परंतु भाषा शिक्षणाची व एकूणच शिक्षणाची सद्य:स्थिती पाहता अशा शाळांमधून गळतीचे प्रमाण अधिक राहण्याची शक्यता वाटते आणि गळतीचे प्रमाण वाढले तर महापालिकेला पुढच्या इयत्ता सुरू करणे कठीण होऊन बसणार. यापेक्षा या वर्गातील पालक व विद्यार्थी यांच्या मनातील

इंग्रजीविषयीचा न्यूनगंड काढून टाकण्यासाठी विद्यार्थ्यांना 'पहिलीपासून (विनापरीक्षा) इंग्रजी' ची ओळख करून देण्याचे धोरण अधिक हितावह ठरेल. अन्यथा शिक्षण मंडळाने सोडलेला इंग्रजी माध्यम शिक्षणाचा हा संकल्प लवकरच सोडून देण्याची पाळी येईल.

थोडक्यात, श्रीमंताने (गळ्यात) घातली सरी, म्हणून गरिबाने घातली दोरी, तर फासच बसणार. पिढ्यानुपिढ्या शिक्षणापासून वंचित राहिलेला हा समाजातील दलितातिदलितवर्ग नुकता कोठे शिक्षण मार्गाने वर येऊ पाहत आहे. असे असताना, वरिष्ठ वर्गांच्या केवळ अंधानुकरणामुळे या वर्गाच्या शिक्षणाचा बोजवारा उडाला, तर त्या संपूर्ण पिढीचे खच्चीकरण होईल; त्यांचा पाय अज्ञानगर्तेत अधिकच खोलवर रुतून बसेल व 'न घर का ना घाट का' अशी त्यांची स्थिती होईल.

पुणे महानगरपालिकेचा हा प्रयोग कितपत यशस्वी होतो याचा अंदाज येण्यास काहीसा अवधी लागेल; परंतु तोवर हे लोण संपूर्ण राज्यात पसरायला वेळ लागणार नाही. मराठी राज्यात मराठीच्या मुळावर येणाऱ्या या स्थानिक स्वराज्य संस्थांना केवळ गरीबवर्गाच्या मागणीनुसार पुरवठा करण्यासाठी मराठी राज्यात इंग्रजी भाषेला राजाश्रय देण्याचा नैतिक व कायदेशीर अधिकार आहे काय, असाही प्रश्न उपस्थित करावासा वाटतो. हा प्रश्न घेऊन, उरल्यासुरल्या मराठीप्रेमी लोकांना मराठीवरील अन्यायाच्या निवारणार्थ न्यायालयाकडेही धाव घेता येईल; परंतु त्याआधीच शासकीय स्तरावर दूरदृष्टीने या धोरणाचा फेरविचार झाला व इंग्रजी-मराठी भाषाविषयक सुज्ञपणाने व तारतम्याने मेळ घातला गेला, तर ते अधिक शहाणपणाचे व समंजसपणाचे ठरेल!

का दुरावतोय आपण ‘आई’ पासून?

■ ■ ■

‘पिकतं तिथं विकत नाही’ किंवा ‘अतिपरिचयाद् अवज्ञा’ म्हणतात तशी आजकाल मराठीची दुरवस्था झाली आहे. आधुनिक जगातील अद्ययावत ज्ञान प्राप्त करण्यासाठी आपणां सर्वांना इंग्रजीची कास धरणं आवश्यक आहे, याबद्दल माझ्या मनात तीळमात्र शंका नाही; पण त्यासाठी अगदी पाळण्यापासून आपण इंग्रजीचा पदर धरला पाहिजे असं थोडंच ? मध्यांतरीच्या काळात मराठी समाजातील विशेषत: - साहित्यक्षेत्रातील धुरिणांनी व्यासपीठावरून मराठीचा उदो उदो करीत असतानाच, दुसरीकडे आपल्या मुलाबाळांना इंग्रजी शाळांत पाठवून मोठ्या चलाखीने त्यांचा लौकिक उत्कर्ष साधून घेतला. परिणामी, ‘महाजनो येन गत: स पन्था:’ या न्यायाने सामान्य जनांनीही त्यांचे अनुकरण करण्यास सुरुवात केली आणि आता तर मराठी शाळाही मृत्युपंथाला लागलेल्या आहेत.

खरं तर पाळण्यापासून इंग्रजीचा हव्यास धरल्यापासून आपण लहान बालकांचं भावविश्वच उद्ध्वस्त करून टाकलं आहे. आतां बारशांचे पाळणे गेले, आईची अंगाईगीतं लोक पावत चालली, ‘आजीचं घड्याळ’ गहाळ झालं आणि तिच्या मांडीवर पडून तिच्या कहाण्या ऐकता ऐकता झोपी जाण्यातली मजाच सरली. ‘बाहुला-बाहुलीचं लग्न’ आणि ‘भातुकलीचा संसार’ यातली गोडी मुलांना लागलीच नाही. लहान मुलांना हे सारं पारखं झालं. मानवी व्यक्तित्व सुसंपन्न व्हायचं असेल तर, head, heart व hand या तिघांची उपासना व जोपसाना करावयास हवी व त्या तिघांमध्ये समतोल साधला पाहिजे. head म्हणजे बुद्धीचा विकास. हा ज्ञानोपासनेच्या मार्गाने होतो व त्यासाठी ज्ञानभाषेची आवश्यकता असते. हातांना कष्टाची सवय लावावी लागते, तर heart म्हणजे हृदय वा मन यांचीही मशागत होणे आवश्यक असल्यामुळे त्यासाठी मायबोलीची जरुरी भासते. ‘मला स्वप्नं मराठीतून पडतात’, असं पु. ल. देशपांडे म्हणत. आपण सर्व

मराठी बांधव एकमेकांशी मायबोलीतून बोललो तर त्याला ‘हृदयसंवाद’ म्हणतात.

पण अलीकडे इंग्रजीच्या अतिरेकी हव्यासापायी मराठीतल्या कित्येक चांगल्या गोष्टींना आपण मुकत चाललो आहोत. त्यामुळेच की काय, परदेशस्थ मराठी बांधवांना अलीकडे ‘माय (My) मराठी’ ची ओढ वाटू लागली आहे व त्यामुळेच ते परदेशांतही मराठी संमेलने भरवू लागले आहेत. मराठीपासून दुरावल्यामुळे आपण काय गमावून बसणार आहोत, त्याचा आता गांभीर्याने विचार करावयास हवा. मराठी साहित्याशी संबंध तुटत चालल्यामुळे मराठी समाजाच्या भावी पिढीतील रसिकही हरवत चालला आहे. इसवीसनाच्या ११ व्या शतकापूर्वी आपल्या समाजात संस्कृतचे प्राबल्य व वर्चस्व होते आणि तिला पंडिती प्रतिष्ठा होती. परंतु ‘संस्कृत वाणी देवें केली, प्राकृत काय चोरापासोनि झाली ?’’ असा रोखठोक प्रश्न विचारणाऱ्या बंडखोर एकनाथादी संतमंडळींनी ती प्रतिष्ठा मोडून काढली आणि मराठीत ग्रंथरचना केली. तेव्हापासून मराठीची साहित्यभूमी सुपीक होत गेलेली आहे. संस्कृतच्या तुलनेत मराठीची समृद्धी वर्णन करताना दासोपंत म्हणतात :

संस्कृतें घटु म्हणती।
आतां तया घटांचे भेद किती।.....॥१॥
हारा, डेरा, रांजणू। मुढा, पगडा, आनू।
सुगड, तौली सुजाणू...।....॥२॥
घडीं, घागरीं, घडौली।
... ऐसे प्रतिभाषे वेगळाले॥३॥
घट असती नामाथिले।
एके संस्कृतें सर्व कळे। ऐसें कैसेन ?॥४॥

मराठी शारदीय चंद्रकळेमाजीं मवाळ चित्ताने अमृतकण वेचता येतात, मराठीचे मेणाहून मऊ असे विष्णुदास आपल्या अभंगवाणीने वज्रभेदही करू शकतात; फारसी-मराठी संकर करून विनोदाचा शिडकावा करणारी ‘अर्जदास्त’ लिहिणारे संत एकनाथ ‘वारियाने कुंडल हाले, डोळे मोडीत राधा चाले’ सारखी अवखळ गवळण आणि ‘विंचू चावला’ सारखं मजेशीर आध्यात्मिक भारूड लिहितात, तेव्हा तर ‘बाहेरून तमाशा; आतून कीर्तन’ असाच प्रत्यय येतो. एका हाताने मदनमस्त व लावण्यवती शृंगारिक लावणी आणि दुसऱ्या हाताने श्रोत्यांचे बाहू फुरफुरायला लावणारे वीरश्रीयुक्त पोवाडे लिहिणारे शाहीरही त्याच परंपरेतले. मोगलाईच्या काळात महानुभावी व वारकरी संतकवींनी ज्याप्रमाणे मराठीचे सत्त्व आणि स्वत्व जपले, त्याप्रमाणे ब्रिटिश अमदानीतही मायमराठीचा जागर चालू ठेवणारे सर्व अर्वाचीन महाराष्ट्र सारस्वत यांनीही मराठीला सुमधुर भावगीतं,

कविता, संगीत आणि गद्य नाटकं, उत्तमोत्तम कथा कादंबऱ्या यांची अनमोल देणगी दिली आणि म्हणूनच मराठी भाषा फार खादाड आहे. (डोके खाणे, मार खाणे, इत्यादी वाक्यप्रचार) असे विनोदानं लिहिणाऱ्या फलटणच्या मॅक्सीन बर्नसनबाई, ज्येष्ठ हिंदी कवी गुलजार यासारखी कित्येक अमराठी मंडळी, मराठीच्या प्रेमात पडली आहेत आणि आपण मात्र आपल्या आईपासून दुरावत चाललो आहोत. लौकिक उत्कर्ष साधण्यात गैर काहीच नाही; पण त्या हव्यासापायी दमछाक होईपर्यंत धावण्याचा अतिरेक केला तर मराठी माणसाचा एक दिवस टॉलस्टॉयच्या कथानायकासारखा अंतच होईल. आवश्यक तेवढी भौतिक समृद्धी साधल्यानंतर फुरसतीच्या वेळात मराठी साहित्याचा रसिकतेने आस्वाद घेता यावा, यासाठी मराठी माणसाने अंगी ती आस्वादक्षमताही जोपासली पाहिजे तरच त्याला 'रातभर ऱ्हावा नि झुंझरक्याला जावं' या गदिमांच्या 'झुंझरकी' शब्दकळेचा गोडवा कळेल.

काही वर्षांपूर्वी आळंदीला झालेल्या मराठी साहित्यसंमेलनाच्या उद्घाटक स्वरसम्राज्ञी लता मंगेशकर म्हणाल्या होत्या - 'मराठी माणसाला आईचं दूध उपलब्ध असताना त्यानं दाईचं दूध का प्यावं?' मराठी युवकाला 'अमृताहुनी गोड' अशा मायमराठीच्या दुधाची गोडी कधी कळणार?

भाषाशुद्धीची वादभूमि-पुण्यनगरी

■ ■ ■

सध्या बोलीभाषांचा बराच बोलबाला चाललेला असला तरी, महत्त्वाच्या व्यावहारिक व वैचारिक क्षेत्रांत प्रमाण भाषेची गरज कोणी नाकारूं शकत नाही. अव्वल इंग्रजीच्या काळापासून म्हणजे १९ व्या शतकापासून मराठीचें व्याकरण लिहिण्याचे प्रयत्न चालू होते. पण त्यासाठीं महाराष्ट्राच्या विविध भागांत स्थलपरत्वें ज्या विविध बोली लोकमुखीं प्रचलित होत्या त्यांपैकीं कोणती बोली व्याकरणाचें अधिष्ठान म्हणून प्रमाण मानावी हा वैयाकरणांपुढें प्रश्न होता. अश्या वेळीं मराठीचे आद्य व्याकरणकार दादोबा पांडुरंग तर्खडकर यांनी तो प्रश्न आपल्या मतानुसार सोडवला. ('महाराष्ट्र भाषेचें मोठें व्याकरण', १८३६).

"अव्वल इंग्रजीच्या काळात मराठीत व्याकरणें लिहिली गेलीं तीं प्रमाण मराठी भाषा डोळ्यांसमोर ठेवून. मराठी भाषेच्या लेखनात एकसूत्रीपणा यावा म्हणून मुद्दाम पुण्याच्या मराठीचा स्वीकार आपण केला असल्याचें दादोबा पांडुरंगांनी आपल्या व्याकरणाच्या पहिल्या आवृत्तीत म्हटलें आहे." ('देवाचीं माणसं - पृ. १७ - ले. भीमराव कुलकर्णी) अशा प्रकारें मराठी लेखनाच्या शुद्धाशुद्धतेच्या चर्चेचा उगम पुण्यातच झाला.

तर्खडकर आदींच्या व्याकरणांव्यतिरिक्त, १८६२ सालीं श्री. रामचंद्र विनायक ओक यांनी मराठी शुद्धलेखनविषयक पहिलें पुस्तक ('मराठी शुद्ध लिहिण्याविषयीं अनुगम') लिहिलें. या काळात प्रचलित असलेल्या लेखनपद्धतीस 'जुने किंवा रूढ शुद्धलेखन' म्हणण्याचा प्रघात होता. तेव्हापासून मराठी शुद्धलेखन क्षेत्रातील वादचर्चा मुख्यत: दोन वादबिंदूंभोंवती फिरत राहिलेली दिसते - मराठीत संस्कृतच्या अनुषंगाने आलेले तत्सम तद्भव भेद व त्यांचें ऱ्हस्व-दीर्घ लेखन आणि प्राकृतच्या अनुषंगाने आलेले अस्पष्टोच्चारित

अनुस्वार व त्यांचें लेखन हे ते दोन बिंदू होत.

१९ व्या शतकाच्या आरंभापासून ऱ्हस्व-दीर्घ-लेखन चर्चेला सुरुवात झाली. १९११ सालीं मोरो केशव दामले यांचा 'शास्त्रीय मराठी व्याकरण' हा ग्रंथ प्रकाशित झाला. १९२५ सालीं प्रसिद्ध झालेल्या त्याच्या २ ऱ्या आवृत्तीत पृ. २९५ / २९६ वर एका वादाचा उल्लेख आहे. त्यानुसार, तत्सम ऱ्हस्वान्त शब्द (कवि, गुरु इ.) दोन्ही वचनांत दीर्घान्त लिहावेत असें **'प्राकृत मत'** होतें, तर ते दोन्ही वचनीं ऱ्हस्वान्तच लिहावेत असें दुसरें **'संस्कृत मत'** होतें. शिवाय, असे शब्द एकवचनात ऱ्हस्वान्त व अनेकवचनात दीर्घान्त लिहावेत असें एक **'तडजोडीचें मत'** होतें. खुद्द दामल्यांनी 'जें तडजोडीचे मत' त्याचाच मराठी भाषेच्या ओघास अनुसरून अंतीं विजय होईल असें दिसते." असा आशावाद प्रकट केला आहे. पण एकंदरींत ही चर्चा अनिर्णीत राहिलेली दिसते.

त्याचप्रमाणें, रूढ पद्धतीत अस्पष्टोच्चारित अनुस्वारांचें प्राबल्य होतें. त्यांपैकीं कांही अनुस्वार व्याकरणाची गरज म्हणून आलेले म्हणजे व्याकरणिक व कांही व्युत्पत्तिसिद्ध होते, तर कांही निव्वळ रूढि म्हणून पण निष्प्रयोजन व म्हणून निरर्थक असे होते. १८६९ च्या सुमारास रा. भि. गुंजीकर यांनी बंडाचें निशाण उभारून 'महाराष्ट्र भाषेची लेखनशुद्धि' अशी पुस्तिका लिहून व्याकरणेतर अस्पष्ट अनुस्वारांना विरोध केला. त्यापुढील काळात मराठी लेखन पद्धतीवरील संस्कृतचा पगडा झुगारून द्यावा असा विचारप्रवाह पुढें आला आणि साने-गोडबोले-हातवळणे या शिक्षण खात्यातील अधिकाऱ्यांनी १९०० सालीं 'मराठी भाषेची लेखनपद्धती' या नांवाचें पुस्तक प्रसिद्ध करून, अस्पष्टोच्चारित अनुस्वार गाळण्याचा पुरस्कार केला. तसेंच श्री. रा. भि. जोशी आदींनी 'मराठी भाषेची घटना' या पुस्तकात तत्सम शब्द दीर्घान्त करण्याकडे आपला कल व्यक्त केला. लो. टिळकांनी या वादात सरकारी हस्तक्षेप नसावा असें प्रतिपादन करून, समन्वयवादी भूमिका घेतली. तथापि, ओक-भाटवडेकर समितीने साने - हातवळणे संप्रदायास प्रखर विरोध केला आणि १९०५ सालीं तत्कालीन गव्हर्नररांनी ओक - भाटवडेकरांच्या बाजूने निकाल देऊन, 'जैसे थे' परिस्थिती कायम ठेवली.

त्यानंतर पुन्हा १९२५ च्या सुमारास 'अनुस्वारहटाव' वादी मंडळींनी डोकें वर काढलें व साहित्यसम्राट न. चिं. केळकर त्यांमध्यें अग्रभागीं होते. तथापि, १९२९ सालीं बेळगांवला भरलेल्या साहित्य संमेलनाने ना. गो. चापेकर यांच्या अध्यक्षतेखालीं एक 'शुद्धलेखन समिति' नेमली व त्या समितीने १९३० सालीं मडगांव साहित्य संमेलनास आपला अहवाल सादर केला व संमेलनाने त्यास मंजुरीहि दिली.

तरीही पुन्हा १९३२ सालीं कोल्हापूरला भरलेल्या साहित्य संमेलनात गोविंदराव पावशे यांच्या पुढाकाराने 'अनुस्वारविरोधी' पक्षाने बराच वादंग केला. त्यांचेच एक पक्षाभिमानी शिक्षक श्री. आचार्य यांनी "आम्ही कृष्णाकांठचे आहोंत. तिचें पाणी प्यालेलों

व तिच्या मातीत खेळलेलों आहोंत...'' अशी फुशारकी मारून, त्याच जोरावर ''मराठीतील अनुच्चारित अनुस्वार हे कोंकणस्थ चित्पावन ब्राह्मणांनी आणले. ते मूळचे मराठीत नव्हते, ते लाथ मारून उखडून टाकले पाहिजेत;'' असें साभिनय प्रतिपादन केलें. पण त्यांच्या पक्षाची सरशी होणार अशीं चिन्हें दिसत असतानाच, प्रा. कृ. पां. कुलकर्णी यांनी सभेचीं सूत्रें हातीं घेतलीं आणि इतिहासांतील अठरापगड जातींच्या संतांनी लिहिलेल्या साहित्यातील अनुच्चारित अनुस्वारांचीं उदाहरणें देऊन प्रा. कुलकर्णी यांनी हळूहळू पण ठामपणें विरोधी पक्षाचीं विधानें खोडून काढलीं. अखेरीस, ''आम्ही पण कृष्णाकांठचे आहोंत ... आम्हीहि तेथलें पाणी प्यालों आहोंत ... कृष्णाकांठच्या मातीचा अभिमान फक्त तुम्हांलाच का ? आम्हांला नाहीं का ? ...'' असें राणा भीमदेवी थाटात भाषण करून, कृ. पां. कुलकर्णी यांनी सभा जिंकली. तेव्हापासून कृ. पां. कुलकर्णी हे 'कृष्णाकांठची माती' म्हणून ओळखले जाऊ लागले. ह्या सभेचा वृत्तान्त त्यांच्या 'कृष्णाकांठची माती' ह्या आत्मवृत्तात अत्यंत बहारीने वर्णन केलेला आहे.

१९३० सालीं पुण्याच्या 'महाराष्ट्र साहित्य परिषदे' ने मान्य केलेल्या नियमावलीत पुढीलप्रमाणे अधिकृत निवेदन होतें-

''केवळ उच्चाराप्रमाणें शुद्धलेखन असावें हें तत्त्व या मंडळाला संमत नसून, परंपरा, वर्तमानकालीन प्रचार, व्युत्पत्ति, व्याकरण व उपयुक्तता यांचा शुद्धलेखन ठरवण्याच्या कामीं विचार करावा.''

('शुद्धलेखनविवेक' - डॉ. द. न. गोखले, १ ली आवृत्ति १९९३ - पृ. १०)

वस्तुतः हें निवेदन इतकें समतोल आहे कीं, तें मराठीला चिरकाळाकरतां मार्गदर्शक ठरावें.

मध्यंतरींच्या काळात मुंबई विद्यापीठ, विदर्भ साहित्य संघ, इ. संस्थांनी आपापल्या क्षेत्रांत वेगवेगळ्या नियमावली अंगीकृत केल्या. परंतु त्यांमध्यें एकवाक्यता नसल्यामुळें १९५२ सालच्या अंमळनेर येथील साहित्य-संमेलनात प्रा. कृ. पां. कुलकर्णी यांनी पुन्हा या विषयाला वाचा फोडली व त्या अनुषंगाने १९५३-५६ या काळात बरीच भवति न भवति होऊन, १९५८ साली १९३० सालचेच नियम कायम झाले. त्याच सुमारास महाराष्ट्रातील ४ प्रमुख संस्थांचें मिळून 'मराठी साहित्य महामंडळ' जन्माला आलें.

(संदर्भ : मराठी शुद्धलेखन प्रदीप : मो. रा. वाळंबे)

१९६० सालीं महाराष्ट्र राज्याची निर्मिति होऊन शासनाला भाषिक सल्ला देण्यासाठीं 'भाषा सल्लागार मंडळा'ची स्थापना झाली. आता यापुढें मराठीतून राज्यकारभार हाकावयाचा असा संकल्प करण्यात येऊन, तो कारभार शीघ्र गतीने चालावा यासाठी ऱ्हस्व-दीर्घाचें व अनुस्वारांचें जंजाळ कमी करण्याचा विचार पुढें आला. त्याला अनुसरून 'भाषा सल्लागार मंडळा' ने नवीन नियमावलीचा कच्चा आराखडा तयार करून तो 'साहित्य

महामंडळा ' च्या मान्यतेसाठीं पाठवला. दोन्ही मंडळांमध्यें सदर बदलाला विरोध करणारे बरेच विद्वान् असूनहि, कांही मोजक्या विद्वानांनी सुलभीकरणाचा मुद्दा यशस्वीपणें रेटला व काही साहित्यबाह्य कारणांस्तव या नव्या मसुद्याला (थोड्याफार फरकांनिशीं) मान्यता मिळाली व तो शासनाकडे मान्यतेसाठीं पाठवण्यात आला. पुन्हा महाराष्ट्रात प्रचंड गदारोळ झाला व ह्या बदलाला विरोध करण्यासाठी 'मराठी शुद्धलेखन संवर्धक मंडळ, पुणें' नांवाची समिति स्थापन झाली. परंतु त्यांच्या विरोधाला न जुमानतां, महाराष्ट्र शासनाने दंडसत्तेच्या जोरावर १९६२ सालीं अधिसूचनेद्वारें नवी नियमावली जारी केली व सदरच्या वादावर अखेर पडदा पडला. तेव्हापासून गेलीं ५० वर्षें आजतागायत सदर नियमावलीचा अंमल चालू आहे.

भाषाशुद्धीचें दुसरें अंग म्हणजे भाषासंकरास विरोध. जुन्या काळीं मोगली आक्रमणामुळें मराठीवर फारसी भाषेचा जो पगडा बसला होता ते हटवण्यासाठीं शिवाजी महाराजांनी पं. रघुनाथशास्त्री हणमंते यांजकडून 'राजकोश' अर्थात् राज्यव्यवहारकोश करवून घेतला व फारसीचें आक्रमण कांही अंशीं थोपविलें हा इतिहास सर्वज्ञात आहे. ब्रिटिशांच्या जमान्यात इंग्रजीच्या आक्रमणाने मराठीवर दुसरें संकट ओढवलें पण स्वा. सावरकर यांच्यासारख्या देशभक्ताची पहिलीं कांही वर्षें पारतंत्र्याविरुद्ध झगडण्यात खर्चीं पडलीं. तथापि, सावरकरांची अंदमानातून सुटका झाल्यावर त्यांच्यावर राजकीय निर्बंध आले म्हणून या विजनवासात असताना सावरकरांनी सामाजिक व भाषाशुद्धि चळवळीकडे आपलें लक्ष वळवलें. १९२५ सालीं सावरकरांनी दै. 'केसरी' मधून 'मराठी भाषेचें शुद्धीकरण' ही लेखमाला लिहिली. पुढें त्यांना माधवराव पटवर्धन ऊर्फ माधव जूलियन व श्रीपाद कृष्ण कोल्हटकर येऊन मिळाले. त्यांची ही चळवळ १९५० सालापर्यंत चालू होती. मात्र १९५१ सालीं सुप्रसिद्ध टीकाकार श्री. के. क्षीरसागर यांनी सावरकरांच्या तथाकथित 'सोंवळ्या अतिरेका' विरुद्ध तोफ डागली व 'जातिवंत मराठी'चा पुरस्कार केला. तेव्हा त्या दोघांत कांही काळ वादविवादहि झाला. पण पुढें सावरकर वयोवृद्ध व प्रकृतीने क्षीण झाले व हा वाद थंडावला.

मात्र १९८१ सालीं एक चमत्कार घडला. 'साहित्य संस्कृति मंडळा' ने सावरकरांच्या जुन्या 'भाषाशुद्धि' नामक पुस्तकाचें पुनर्मुद्रण आरंभिलें व त्याला श्री. के. क्षीं. ची प्रस्तावना घेतली. आश्चर्याची गोष्ट अशी कीं, ज्या श्री. के. क्षीं. नी पूर्वीं सावरकरांना 'भाषाशुद्धीचे खरे वैरी' म्हणून संबोधलें होतें त्यांनी या प्रस्तावनेत आपले मतभेद नोंदवूनहि, भाषा-चळवळीतील सावरकरांच्या योगदानाचा यथोचित गौरव केला. पारतंत्र्य-काळात स्वदेशी भाषांवर पराभूत मनोवृत्तीची जी राख जमली होती तीवर सावरकरांनी फुंकर मारून स्वभाषाभिमानाचा स्फुलिंग चेतवला व मराठीला 'बाटग्या अतिरेका' पासून वांचविलें व मराठीला अनेक सुघड शब्दांची देणगी दिली हें त्यांचें ऐतिहासिक कार्य होय.

आजच्या जागतिकीकरणाच्या जमान्यात एकविसाव्या शतकातील दुसऱ्या दशकात प्रवेश करताना मराठी भाषा एका अत्यंत अवघड वळणावर उभी आहे. एकीकडे मराठी समाज पुन्हा एकदा इंग्रजीच्या आहारीं जात असून, मराठी शाळा ओस पडत आहेत; तर दुसरीकडे मराठी लेखनपद्धतीवरील उरलेसुरले निर्बंधहि हटवण्याची मागणी करणारे नवसुधारणावादी आणि तरुणांना आकर्षित करण्यासाठीं 'मिंग्लिश' चा प्रसार करणारीं वृत्तपत्रादि माध्यमें या दोहोंच्या कात्रीत सांपडलेल्या मराठीची गळचेपी होत आहे. आणि आपलें महाराष्ट्र (दुः) शासन वरकरणीं मराठीचे ग्रंथोत्सव साजरे करण्याचा देखावा करीत असलें तरी, त्याची प्रत्यक्ष करणी ही मराठीच्या गळ्याला नख लावणारीच आहे. कुसुमाग्रजांच्या आत्म्याला किती क्लेश होत असतील!

भाषा - उच्चार, विचार व आचार

■ ■ ■

मराठी भाषा विषयाच्या पाठ्यपुस्तकांतील शुद्धलेखनाच्या असंख्य चुका व मुद्रणदोष यांमुळें 'बालभारती' चीं १३ लाख पुस्तकें वाया गेलीं. ही बातमी सध्या वृत्तपत्रांतून गाजत आहे. ही बातमी मराठी साहित्यिक विद्वानांना अंतर्मुख करायला लावणारी आहे. कारण या अनर्थाची तात्पुरती जबाबदारी 'बालभारती'च्या पदाधिकाऱ्यांवर टाकली तरी त्यामुळें हा प्रश्न सर्वार्थांनी सुटण्यासारखा नाही. मूलत:, ह्या अनर्थाचीं सर्व पाळेंमुळें गेल्या चार दशकांच्या पोटात दडलेलीं असून, गेल्या ४५ वर्षांतील संचित प्रमादांचा हा परिपाक आहे. 'भाषा' हा विषय आपण किती सवंगपणें हाताळला ही गोष्ट यावरून सिद्ध झाली आहे.

भाषा विषय बहुजनांना जास्तीत-जास्त सोपा व्हावा. या तथाकथित उदात्त व उदार भूमिकेतून १९६२ सालीं मराठी शुद्धलेखनाचे नियम शिथिल करण्यात आले. पण तसें करताना, 'उच्चारानुसार लेखन' नामक सोज्वळ तत्त्वाचा मुलामा देण्यात आला. नियम सोपे करण्यात आल्यामुळें आता सर्वांचें शुद्धलेखन सुधारेल अशी नियमकर्त्यांना प्रारंभीं आशा वाटली होती. मात्र १९६२ सालापासून आतापर्यंत मराठी शुद्धलेखनक्रमाचा आढावा घेतल्यास, एकंदरींत दिवसेंदिवस त्या क्षेत्रात घसरणच होत गेली आहे व सध्याच्या घडीला आपण अध:पाताच्या कड्यापर्यंत येऊन ठेपलों आहोंत असेंच आपणांस दिसून येईल. म्हणून आपणांस आतां 'भाषा' ह्या विषयाचा मूलगामी विचार करणें क्रमप्राप्त झालें आहे.

उच्चार

'भाषा' हा पुरातनकालापासून विचारवंतांच्या चिंतनाचा विषय बनून राहिलेला आहे. कोणतीहि भाषा प्रथमत: बोली (Parole) असतें हें निर्विवाद व सर्वमान्य आहे.

'भाष्' ह्या क्रियापदाचा अर्थ 'बोलणे' असा असून, त्यामुळेंच तिला 'भाषा' असें म्हणतात. 'उच्चार' (Utterance) हे भाषेचें प्राथमिक व प्रारंभिक रूप होय. अगदीं लहान मूल प्रथम नुसता उच्चार करूं लागतें. तेव्हा ते उच्चार अस्पष्ट व अस्फुट असतात आणि त्यांतून फारसा कांही बोध होत नाही. परंतु हळूहळू त्याच्या उच्चारांतून कांही ध्वनी स्पष्ट होऊं लागतात. त्याला 'स्पष्टोच्चारण' (Articulation) म्हणतात. त्या उच्चारणाला व्यक्तिविशिष्ट धाटणी प्राप्त होते तेव्हा तिला 'उच्चारणपद्धति' (Pronunciation) असें म्हणतात. मात्र सर्वांची उच्चारणपद्धति सारखी नसल्यामुळें, सर्वांच्या उच्चारणात एकवाक्यता राहत नाही. म्हणून प्रगत समाजामध्यें संकेताने एक शिष्टमान्य उच्चारणपद्धति (Received Pronunciation) उदयाला येते. ह्या पद्धतीचें शास्त्र बनतें तेंव्हा त्यांस 'शुद्धोच्चारणशास्त्र' (Orthoepy) असें म्हणतात. जसजसा संस्कृतीचा विकास होऊ लागला तसतसे साहित्यिक दर्जाचे 'वाङ्मय' वृद्धिंगत होऊं लागलें. तें विचारसंपन्न वा मनोरंजक असल्याने तें टिकवण्याची आवश्यकता भासूं लागली. म्हणून प्रारंभींच्या 'काळात' तें मुखोद्‌गत करण्याची परंपरा निर्माण झाली.

दोन माणसे जेव्हा एकमेकांसमक्ष परस्परांशी संभाषण करीत असतात. तेव्हा, शब्दोच्चारांच्या जोडीला स्वरांतील चढ-उतार व आंगिक हावभाव यांद्वारें तीं परिणामकारक संवाद साधू शकतात. आधुनिक काळात दूरध्वनीवरून संवाद करणारीं माणसें एकमेकांसमक्ष नसलीं तरी केवळ कंठस्वरातील फेरबदलांद्वारें आपापलें मनोगत व्यक्त करूं शकतात. हा झाला खाजगी व्यवहार. या व्यतिरिक्त, मानवी संस्कृतीच्या विकसित अवस्थेत संगीत-नाटकादि श्रव्य व दृश्य कला उदयाला आल्या. ह्या सर्वांमध्यें शुद्धोच्चारणाचें महत्त्व तर वादातीत आहे. सार्वजनिक व्यवहारात नभोवाणी व चित्रवाणी यांसारख्या श्रव्य प्रसारमाध्यमांचा संसार शुद्धोच्चारणावरच आधारित असणें अपेक्षित आहे. पण दुर्दैवाने आजच्या घडीला या माध्यमांतील व्यक्ती आपलें कार्य पुरेश्या जबाबादारीने पार पाडीत नाहीत असें दिसते. अध्यापन क्षेत्रात शिक्षक विद्यार्थ्यांना उच्चारणाद्वारेंच शिकवत असतो.

एखादी परभाषा शिकायची असेल तर, ती दोन अंगांनी शिकावी लागते. ती भाषा बोलता येणें व लिहिता येणें हीं दोन्ही कौशल्यें प्राप्त करावीं लागतात. सर्वसाधारणपणे कोणत्याहि भाषेचें उच्चारण व सामान्य लेखन या दोहोंमध्ये तंतोतंत एकवाक्यता नसते. इंग्रजी भाषा हे याचें ठळक उदाहरण आहे. स्पेलिंग सारखें पण उच्चार व अर्थ वेगवेगळे.

[उदा. lead (लीड) - नेतृत्व करणे, lead (लेड) - शिसे)], अथवा उच्चार सारखे पण स्पेलिंग व अर्थ वेगवेगळे [(उदा. write (लिहिणे), right (बरोबर, उजवा), rite (धर्मविधि)] - अश्या कित्येक शब्दजोड्या इंग्रजीत आहेत. याचा अर्थ असा कीं,

उच्चारण व व्यावहारिक लेखन या दोहोंत तफावत असणें अपरिहार्य आहे, दोहोंचे निकष वेगवेगळे आहेत.

परंतु जेव्हा एखाद्या माणसाला एखादी परभाषा बोलण्याचे कौशल्य अवगत करावयाचे असतें तेव्हा शक्यतों त्याने ती भाषा एखाद्या जाणकार निजभाषकाच्या सहवासात वा प्रत्यक्ष संपर्कात राहून शिकणें योग्य. तथापि, कांही अडचणींमुळें एखाद्याला दूर अंतरावर राहूनच ती बोलभाषा शिकावी लागणार असेल तर, अशा वेळीं त्या परभाषेचे नेमके उच्चार दर्शवणारी ध्वनिलिपीच (Phonetic script) कामीं येते.

इंग्रजीच्या सामान्य व्यावहारिक लेखनात 'd' म्हणजे ‘द्’ की ‘ड्’, 'sh' म्हणजे ‘श्’ की ‘ष्’ हे कळणें अवघड असतें. म्हणून 'd' = द् आणि ḍ = ड अथवा ṣ = स्, s′ = श् आणि ṣ = ष् अशांसारखीं चिन्हें ध्वनिलिपित निर्माण केलेलीं आहेत. म्हणजे परभाषेतील उच्चार दर्शवणें हे ध्वनिलिपिचे प्रयोजन होय. (अर्थात् तिच्या जोडीला ध्वनिफितीसारखें श्रव्य माध्यमहि आवश्यक आहे.) पण ही ध्वनिलिपि वृत्तपत्रीय वा अन्य दैनंदिन लेखनव्यवहारात वापरणें, व्यवहार्य ठरत नाही. मराठी भाषा मात्र या बाबतीत बरीच सुदैवी आहे. कारण, मराठीने अंगीकारलेली देवनागरी लिपि ही बहुतांशाने शास्त्रीय आहे. क्वचित् एखाददुसरा अपवाद वगळता (उदा. ज् / ज़्) देवनागरीतील प्रत्येक अक्षर हें एकेका वर्णोच्चाराचे द्योतक आहे. त्यामुळें मराठीची व्यावहारिक लिपि ही शास्त्रशुद्ध आहे.

विचार

काळाच्या ओघात, लोकसंख्येच्या वाढीबरोबरच समाजातील निरनिराळे घटक वर्ग पांगू लागले व एकमेकांपासून दूर जाऊ लागले. नेमक्या ह्याच टप्प्याला, एकमेकांपासून दुरावलेल्या ह्या घटकवर्गांना एकमेकांशीं संपर्क साधतां यावा म्हणून लेखनकलेचा जन्म झाला. एखादा माणूस जेव्हा दूरवरच्या एखाद्या व्यक्तीपर्यंत आपले मनोगत पोचवूं इच्छितो. तेव्हा ती लिपि-लेखनाद्वारें आपल्या उच्चारांचे नव्हे, तर विचारांचें संप्रेषण करूं पाहतो. म्हणूनच तो आपल्या मनातला अभिप्राय त्या व्यक्तीपर्यंत जास्तीत जास्त नेमकेपणाने व अचूकपणें पोचावा यासाठीं लेखनाच्या ओघात विशिष्ट सांकेतिक चिन्हांचें - उदा. विरामचिन्हांचें साहाय्य घेतो. विरामचिन्हें ही वस्तुत: अनुच्चारित असतात, पण तरीहि परिणामकारक संज्ञापन (Communication) होण्यासाठीं लेखनात आवश्यक असतात. त्यामुळें ‘उच्चारानुसार लेखन’ आणि ‘अनुच्चारितांची हकालपट्टी’ ही घोषणा फसवी ठरते. मराठी समाजाने नेमकी हीच चूक केली व तथाकथित अनुच्चारित अनुस्वार, इ. ना फाटा दिला. परिणामीं, आजची मराठी लेखनपद्धतीं ही सूक्ष्म विचारांचे वहन करण्यास अपुरी ठरली आहे.

मानवी समाज जसजसा प्रगत होऊं लागला तसतसा साहित्य-संस्कृतीचा विकास होऊं लागला आणि सार्वजनिक स्तरावरील संज्ञापनाचें महत्त्व वाढू लागलें. वृत्तपत्रादि प्रसारमाध्यमांद्वारें होणारें संज्ञापन वा संप्रेषण हें समकालीनांपुरतें मर्यादित असलें तरी, ग्रंथ, पुस्तकें, इ. मध्यें लेखनबद्ध होणारें साहित्य हें पुढील पिढ्यांसाठींहि अभिप्रेत असतें. म्हणजेच एकमेकांपासून अवकाशाच्या अंतराने दुरावलेले समकालीन आणि कालांतरामुळें दुरावलेले वेगवेगळ्या पिढ्यांचे लोक दोन्ही प्रकारें हा विचारव्यवहार होत असतो. तो व्यवहार निर्विघ्नपणें पार पडावा यासाठी दोघांमध्यें कोणतातरी समान दुवा असावा लागतो. समान लिपि व समान लेखनपद्धति हें साधन म्हणजेच तो दुवा असतो आणि तो दुवा जितका पक्का असेल तितक्या प्रमाणात विचारांचें संक्रमण परिणामकारक रीतीने होतें. समकालीनांना एकमेकांचे विचार बिनचूकपणाने कळले नाहीत तर, त्यांच्यामधील इतर व्यवहारदेखील ठप्प होतील. तसेंच, पूर्वज पिढ्यांचे विचार पुढील वंशज पिढ्यांना नीट आकलन झाले नाहीत तर जुनें साहित्य नवीन पिढ्यांना दुर्बोध व अगम्य होईल आणि भाषेचा इतिहासच पुसला जाईल. म्हणून विचारांचें बिनचूक संक्रमण हें आपलें अंतिम उद्दिष्ट असतें व असावयास हवें आणि तें साध्य करावयाचें असेल तर, त्यासाठीं आपण योग्य व परिणामकारक साधनाचा अवलंब करावयास हवा.

विशिष्ट भाषक समाजाच्या लोकांमध्यें परिणामकारक संवाद होण्यासाठीं समान लिपि व लेखनपद्धती आवश्यक असते. हे जरी खरें असलें तरी, प्रत्यक्ष व्यवहारात भाषा कायम अपरिवर्तनीय राहत नाही. ती परिवर्तनशीलच असते. मग सतत परिवर्तन पावणाऱ्या ह्या भाषेमुळें दोन पिढ्यांमधील संदेशव्यवहार कसा होतो व कसा होणार? त्यात विघड होऊं नये म्हणून आपणांस कोणतीं पथ्यें पाळावीं लागतील, साध्यसाधन विवेक कसा करावा लागेल इ. चा विचार करून आपणांस लेखनविषयक आचारसंहिता तयार करणें क्रमप्राप्त ठरतें.

आचार

नेमक्या विचार संक्रमणासाठीं उच्चारणाप्रमाणें लेखनाच्या क्षेत्रातहि कांही सर्वमान्य संकेत निर्माण केले जातात किंवा कांही संकेत सर्वमान्य होतात. त्यामुळेंच माणसा-माणसांमधील परस्पर संदेशव्यवहार सुकर व निर्विघ्न होतो. समाजातील शिष्ट अभिजन-वर्गीयांच्या लेखनातून हे संकेत निर्माण होतात व ते शिष्टमान्य होतात. त्यालाच orthography अर्थात् 'शुद्धलेखनशास्त्र' म्हणतात. त्यानुसार सर्वमान्य झालेल्या लेखनपद्धति ही प्रमाण (Standard) लेखनपद्धती होय.

सर्वसामान्यपणें भाषा नदीप्रमाणें प्रवाही असते. कबीर म्हणतो - भाषा बहता नीर, नदीचें पाणी सतत वाहत असतें व तरीहि नदीचें नदीपण टिकून राहतें. यालाच doctrine of flux अर्थात् 'प्रवाहसातत्याचें तत्त्व' असें म्हणतात. भाषेचेंहि तसेच आहे. ज्ञानेश्वरांपासून आजतागायत भाषा सतत बदलत आली आहे. पण तरीहि आपला तिला 'मराठी भाषा' म्हणूनच ओळखतों. ही किमया कशामुळें होते? याचा अर्थ असा कीं, भाषेचे कांही घटक सतत बदलत असले तरी तिच्यातील एक घटकसूत्र कायम किंवा स्थिर राहत असावें. माझ्या समजूतीप्रमाणें, भाषेतील 'उच्चारण' हा घटक सातत्याने बदलत असतों, पण 'लेखन' त्या मानाने स्थिर असतें.

Knowledge advances, wisdom lingers. असं एक वचन आहे. त्या धर्तीवर असं म्हणतां येईल -

Pronunciation advances, spelling lingers. लेखन पद्धतीतही बदल होतात, पण त्यांचा वेग अतिशय मंद असतो. तथापि, हे सर्व बदल जोंवर स्वाभाविकपणें होतात. तोंवर भाषेची प्रकृती कायम राहते; मात्र जेव्हा भाषेमध्यें कृत्रिमपणें अथवा जबरदस्तीने काहीं बदल घडवण्याचा प्रयत्न केला जातो तेव्हा, भाषेत विकृति निर्माण होते.

अनेक भाषक समाजांमध्ये 'उच्चारानुसार लेखन' की 'लेखनानुसार उच्चार' हा वाद असतो. 'उच्चारानुसार लेखन' हें तत्त्व मान्य करावयाचें ठरलें तर, उच्चार ज्या वेगाने बदलत जातील त्या वेगाने लेखनही बदलत जाईल व मग नवीन पिढ्यांना जुन्यांचें लेखन वाचतां येणार नाही. आजवर इंग्रजीच्या क्षेत्रात तरी 'उच्चारानुसार लेखन' ह्या तत्त्वाची सरशी झालेली नाही. तरीही तेथेंहि Phonetic Spelling चा आग्रह धरणाऱ्या Simplified Spelling Society सारख्या संस्था अधूनमधून डोकें वर काढतात. पण इंग्लिश समाजात आजवर त्यांना फारसा प्रतिसाद मिळालेला नाही. विख्यात कोशकार डॉ. सॅम्यूएल जॉन्सन याने आदर्श स्पेलिंगचे मुख्यत: दोन निकष मानले आहेत. ते म्हणजे - व्युत्पत्तिदर्शन व व्याकरणशुद्धता. उदा. know ह्या क्रियापदाचा जुना उच्चार 'क्नो' असाच होता. पण जसजशी उच्चारांची घसरण होत गेली, तसतसा 'k' हा वर्ण उच्चारातून लोप पावला. परंतु know ह्याचें संस्कृत 'ज्ञा' ह्या क्रियापदाशीं नातें असल्यामुळे इंग्रजीने 'k' हा वर्ण स्पेलिंगमध्यें टिकवून ठेवला आहे. कारण त्यामुळें व्युत्पत्तींचा बोध होतो. advice व advise किंवा practice व practise अशासारख्या शब्दजोड्यांमध्ये नाम व क्रियापद हा व्याकरणिक भेद स्पष्ट होण्यासाठीं ब्रिटिशांनी स्पेलिंगमधील भेद कायम ठेवला. मात्र आधुनिक अमेरिकन इंग्रजीने उच्चारसादृश्याच्या नांवाखालीं स्पेलिंगमधून तो भेद काढून टाकला.

मराठी भाषेने देखील याच चालीवर 'उच्चारानुसार लेखन' ह्या तथाकथित तत्त्वाची कास धरली. त्यानुसार तिने ह्रस्वान्त-दीर्घान्त भेद काढून टाकला आणि व्युत्पत्तिवाचक व लिंगवचनदर्शक व्याकरणिक अनुस्वारांना फाटा दिला. परिणामीं, मराठीचें सार्वजनिक लेखन ढिसाळ व सवंग झाले. महत्त्वाची गोष्ट म्हणजे हा प्रकार स्वाभाविक नव्हता. हे

सर्व बदल सरकारी दंडुकेशाहीने सक्ती करून अंमलात आणले गेले. त्यामुळें मराठी लेखनात अनेक विकृती निर्माण झाल्या. १९६२ सालीं भाषा सल्लागार मंडळ व साहित्य महामंडळ ह्यांनी जे नवे लेखनविषयक नियम तयार केले त्यामागील प्रेरणा ही साहित्यबाह्य होती. नियम सोपे करावेत हा शासकीय दंडसत्तेचा आग्रह होता. त्या दडपणाखालीं जे नियम तयार झाले ते घिसाडघाईने झाले व त्यांत तार्किक सुसंगति राहिली नाही. त्यामुळें प्रारंभीं हे नियम सोपे वाटले तरी, अंततः ह्या क्षेत्रात अराजक माजलें. १९७० सालापासून आपल्या अध:पाताला सुरुवात झाली. भावी शिक्षकांच्या तीन पिढ्यांना लेखनासंबंधीं सकस व सखोल ज्ञान मिळालेंच नाही. अर्थातच्, त्यांच्याकडून तें पुढील विद्यार्थ्यांना मिळण्याची एकंदरींत वानवाच आहे. आडातच नाही तर पोहऱ्यात कुठून येणार?

वरील विवेचनातून असा निष्कर्ष काढतां येईल की, शिष्टोच्चारण व शिष्टलेखन - दोहोंचे निकष वेगवेगळे आहेत व असावयास हवेत. त्या दोहोंत कांही समन्वय घडवून आणावयाचा असेल तर, शुद्ध वा अचूक लेखनाला प्राधान्य देणें उचित ठरेल आणि 'शुद्धलेखनानुसार उच्चार' हें तत्त्व प्रस्थापित करावें लागेल. त्यासाठीं मराठीच्या बाबतीत ह्स्वान्त-दीर्घान्त भेद आणि व्युत्पत्तिवाचक व व्याकरणशुद्ध अनुस्वार यांची पुन:स्थापना करणें हा या समस्येवरील तोडगा ठरूं शकेल.

परंतु गेल्या ४५ वर्षांतील आपली वाटचाल लक्षात घेतां, इतकें मागें जाणें शक्य व व्यवहार्य आहे काय याचाही विचार प्रस्तुत ठरतो. तथापि, एखादी गोष्ट अवघड असली तरी अशक्य असतेच असे नाही. मात्र त्यासाठीं इच्छाशक्ती हवी. १९६० सालापर्यंत मराठी लेखनसरणीचें प्रमाणीकरण झालें होतें. परंतु शासकीय दडपणापायीं विद्वज्जनांनी तें प्रमाणीकरण मोडून काढलें. सोपीकरणाच्या हव्यासापायीं आपण राजमार्ग सोडून आडवाटेला लागून भरकटत गेलों. आतां आपण एका कड्याच्या टोकाशीं येऊन ठेपलों आहोंत. आपली चूक कबूल करावयाची नाही या अट्टाहासापायी आपल्याला त्या चुका तशाच रेटायच्या असतील तर, आपला अध:पात ठरलेला अहे. पण चूक कबूल करून मागें जायचें ठरवल्यास, आपल्याला क्रमशः हळूहळू मागें जावें लागेल. त्यासाठीं आदर्श मराठी लेखन कोणतें हें ठरवून तें फक्त जिज्ञासु विद्यार्थ्यांनाच शिकवावें. सर्वसाधारणपणें ज्याप्रमाणें उच्चस्तर मराठी व निम्मस्तर मराठी असे दोन स्तर असतात, त्याप्रमाणें 'उच्चस्तर मराठी' या विषयाचेहि दोन भाग करावेत. ज्यांना मराठी अध्यापन क्षेत्रात जायचें आहे त्यांना 'उच्चस्तर मराठी' या विषयातील उच्चस्तरीय चोख शिक्षण द्यावे. परंतु ज्यांना पोटापुरतें जुजबी व व्यावहारिक मराठी शिकावायचें असेल, त्यांना कामचलाऊ मराठी शिकवावें. मात्र कोणत्याहि परिस्थितीत कोणत्याहि विषयांच्या मराठी पाठ्यपुस्तकातील प्रमाण मराठीचें शुद्धलेखन हें आदर्शच असावें. आदर्श मानदंडांची प्रतिष्ठा कायम राखणें आवश्यक आहे. तरच विद्यार्थ्यांसमोर तो आदर्श राहील व निदान कांही विद्यार्थी तरी त्या

आदर्शाप्रत जाण्याचा प्रयत्न करतील. त्याचप्रमाणें, मराठी विषय सोडून, इतर विषयांच्या उत्तरपत्रिकांमध्यें शुद्धलेखनाच्या बाबतीत सवलतीचें धोरण ठेवावें (म्हणजे इतर विषयांच्या उत्तरपत्रिकांमध्यें अशुद्धलेखन माफ करावें. त्याबद्दल गुण कापूं नयेत.)

स्वातंत्र्योत्तर काळात बहुजनसमाज फार मोठ्या संख्येने शिक्षणाच्या प्रवाहात आला. या पददलित व मागास समाजातील मुलांना शिक्षणाची कौटुंबिक पार्श्वभूमि नसल्यामुळें, त्यांना उच्च दर्जाची भाषिक कौशल्यें अल्पावधीत अवगत होणें एकंदरींत कठीणच. ही परिस्थिती लक्षात घेतां, सर्व थरांतील मुलांचें शुद्धलेखन उत्तम दर्जाचें होऊं शकेल, अशी अपेक्षा करणें चुकीचें आहे. म्हणून आदर्श मानदंड कायम ठेवून, फक्त त्यांच्या व्यावहारिक अंमलबजावणीत ढील देणें हेंच शहाणपणाचें ठरेल.

तसेंच, आदर्श शुद्धलेखन ही संकल्पना फक्त प्रमाण भाषेच्या बाबतीतच संभवते. प्रमाणभाषा आणि बोलीभाषा यांचे संबंध कसे असतात वा असावेत यासंबंधीं सामान्य लोकांमध्यें बरेच गैरसमज आहेत. तसेंच, समाजात दुही माजवावी यासाठीं प्रयत्नशील असणारे काहीं लोक प्रमाणभाषा व बोलीभाषा हें परस्परविरोधी द्वंद्व असल्याचा अपसमज पसरवतात. वस्तुत:, त्या दोहोंमध्यें परस्परविरोध नसून, तें परस्परपूरक द्वंद्व आहे. कोणतीही बोलीभाषा ही कोणाची ना कोणाची तरी मायबोली असते. प्रत्येकाला आपली मायबोली टिकवण्याचा, तिचें संवर्धन करण्याचा व तीमध्ये साहित्यनिर्मिति करण्याचा पूर्ण हक्क आहे. परंतु कोणाचीही मायबोली ही एखाद्या प्रदेशापुरती वा एखाद्या घटकसमाजापुरती मर्यादित असते. उदा. महाराष्ट्रात - अहिराणी, खानदेशी, वऱ्हाडी, कुडाळी, मालवणी, कोंकणी, कारवारी, गोमंतकी, राजापुरी, हेटकरी इ. सारख्या अनेक बोली अस्तित्वात आहेत. पण अखिल महाराष्ट्र पातळीवरील 'व्यवहार' सर्व महाराष्ट्रीयांना समजणें अपेक्षित असेल तेव्हा, प्रमाण मराठी भाषेचा आश्रय घ्यावा लागतो. तसेंच, मराठीला ज्ञानभाषा बनवायची असेल तर आधुनिक ज्ञानविज्ञानाची परिभाषा आणावी लागेल व त्यासाठीं कांहीशा संस्कृतप्रचुर प्रमाण मराठी भाषेचीच कास धरावी लागेल. बोलीभाषा ही बहुधा भावनिक व हृदयाची भाषा असते, तर प्रमाण भाषा ही बहुश: वैचारिक व बुद्धीची भाषा असते. दोहोंचा योग्य समन्वय झाला तरच कोणत्याहीं भाषेची सर्वांगांनी प्रगती होते. बोलीभाषांचे नाले, ओहळ, ओढे प्रमाण भाषा नदीला येऊन मिळाले कीं ती अधिकच सुजला होते. म्हणून कोणत्याही प्रकारचे अतिरेकी भावनेचे दुराग्रह वा दुरभिनिवेश न बाळगतां, सर्व मराठी भाषकांनी समतोल बुद्धीने आणि तटस्थ व अनाग्रही वृत्तीने भाषा विषयाची चिकित्सा केली तर मराठी भाषेचा सर्वांगीण विकास साधले व हा 'मऱ्हाटीचा बोलु अमृतातेंहि पैजा जिंकल्या'शिवाय राहणार नाही!

स्वा. सावरकरांचा भाषाशुद्धि विचार

■ ■ ■

आधुनिक युगात जग इतके जवळ आले आहे की, वेगवेगळ्या भाषांचा एकमेकींशी संपर्क घडून, परस्परांशी शब्दांची, शब्दप्रयोगांची वा वाक्प्रयोगांची देवाण-घेवाण होणे अगदी अपरिहार्य आहे. हे स्वा. सावरकरांनाही मान्य होते. एवढेच नव्हे तर, विशिष्ट मर्यादेपर्यंत या भाषा परस्परांच्या समृद्धीलाही कारणीभूत होतात हेही त्यांनी अमान्य केलेले नाही. परंतु जेव्हा दोन राष्ट्रे जित व जेता या नात्याने एकमेकांच्या संपर्कात येतात तेव्हा, दोन भाषांमधील व्यवहार स्वाभाविक नसतो, तो बहुधा बळजबरीचा असतो.

इतिहास काळात १७ व्या शतकात मोगली आक्रमणामुळे व सत्तेमुळे मराठीचे स्वरूप फार्सीमय झाले होते. शिवाजी महाराजांच्या राजवटीच्या आरंभी कार्यालयीन पत्रांची सुरुवात पुढीलप्रमाणे होत असे :

“अज रख्तखाने राजश्री शिवाजीराजे दामदौलत हु (बजानीबु कारकुनानी हाल व इस्तकबाल देशमुखानि पा। पुणे बिदानद)”... सावरकरांच्या भाषेत याला म्हणतात- ‘बाटगा अतिरेक.’ या अतिरेकाला पायबंद घालण्यासाठी शिवाजीमहाराजांनी भाषाशुद्धीचा पहिला प्रयत्न केला व पं. रघुनाथपंत हणमंते यांच्याकरवी ‘राज्य व्यवहारकोश’ करून घेतला.

नंतरच्या काळात भारतात ब्रिटिशांचे राज्य आले व पुन्हा इथल्या देशी भाषांवर इंग्रजीचे आक्रमण होऊ लागले. या भाषिक प्रदूषणास वेळीच आळा घातला नाही तर, शरणागत भाषेची स्थिती रत्नागिरी जिल्ह्यातल्या दालदी समाजाच्या भाषेसारखी होते. त्यांच्या भाषेत मराठी व उर्दू या भाषांचा विचित्र संकर झाला आहे.

सिंधीसारख्या भाषांच्या लिपीवरही गंडांतर येऊ लागले. तेव्हा आधुनिक हिंदुस्थानात ‘नागरी प्रचारिणी सभा’ यासारख्या संस्थांचा उदय होऊन, उत्तर प्रदेश व बंगाल येथे

भाषाशुद्धीची चळवळ सर्वप्रथम सुरू झाली.

भाषासंकराचा हा धोका मराठीच्या बाबतीतही सावरकरांना जाणवला. म्हणून त्यांनी दि. २१ एप्रिल ते १२ मे १९२५ या कालावधीत 'केसरी' मधून **मराठी भाषेचे शुद्धीकरण** या विषयावर लेखमाला लिहिली. (४ लेख) त्यावर बरीच वादावादी झाली. आक्षेपांचा परामर्श घेण्यासाठी सावरकरांनी दि. २२ सप्टेंबर ते १० नोव्हेंबर १९२५ या काळात 'केसरी' मध्ये पाच लेख लिहिले. आपल्या कवितांत भरमसाठ फारशी शब्द वापरणारे कवी माधव ज्युलियन हे सावरकरांच्या टीकेचे प्रमुख लक्ष्य होते. माधवराव पटवर्धनांनी त्यांना प्रत्युत्तर द्यावे म्हणून 'विविधज्ञानविस्तार' ने त्यांना लेख लिहिण्याची विनंती केली. पण झाले उलटेच. माधवरावांनी आत्मपरीक्षण केल्याने त्यांचे विचार परिवर्तन झाले व त्यांनी ऑक्टोबर १९२५ मध्ये 'मराठीवरील भयंकर संकट' या मथळ्याचा लेख लिहिला. परंतु माधवराव पटवर्धनांना मराठीत घुसलेल्या फारशी शब्दांपेक्षाही घुसखोर इंग्रजी शब्दच शत्रुवत् वाटू लागले. तेव्हापासून ते भाषाशुद्धीचे प्रचारक बनले. पुढे पुढे तर त्यांनी आपल्या फारशीयुक्त कवितांचेही शुद्धीकरण केले. तीच गोष्ट श्रीपाद कृष्ण कोल्हटकरांची. १९२७ साली पुण्यात पार पडलेल्या 'मराठी साहित्य संमेलना'च्या अध्यक्षीय भाषणात कोल्हटकरांनी इंग्रजीमुळे चाललेल्या 'मराठीच्या भ्रष्टीकरणा'ची चर्चा केली. परंतु मराठीत झालेल्या उर्दू-अरबी-फारसी शब्दांचा शिरकाव त्यांना फारसा खटकला नाही. म्हणून सावरकरांनी १६ जून १९२७ च्या 'श्रद्धानंद' साप्ताहिकात त्यांच्या खंडनार्थ लेख लिहिला.

दि. २१-११-१९२६ रोजी 'रणगर्जना' या नियतकालिकात सावरकरांनी 'कायदे कौन्सिलातील इलेक्शनच्या कँडिडेटांचे मॅनिफेस्टोज' या मथळ्याचा एक विनोदी लेख लिहिला. त्यावरून तत्कालीन भाषासंकराची आपल्याला कल्पना येते. इंग्रजी भाषेची मराठीवर कुरघोडी होऊ नये म्हणून न्यायमूर्ती रानडेंच्या 'चणेकुरमुरे मंडळा' सारख्या संस्था झटत होत्या. जो सदस्य आपल्या बोलण्यात अनावश्यक इंग्रजी शब्द वापरील त्याला त्या मंडळाच्या बैठकीत चणेकुरमुरे न खाता स्वस्थ बसावे लागेल असा त्यांचा नियम होता. सावरकर लंडनमध्ये असतानात यांच्या देखरेखीखाली चाललेल्या 'भारतीय भवना'त मराठीत किंवा हिंदीत कोणी इंग्रजी शब्द घुसडला की, तो अपराध समजून त्याला चहा-बिस्कुटास मुकावे लागे. अंदमानात सावरकरांनी आपल्या सहबंद्यांवर अशाच प्रकारचे निर्बंध घातले होते.

१९२६ साली सावरकरांनी 'मराठी भाषेचे शुद्धीकरण' या नावाची पुस्तिका लिहून आपली भूमिका सविस्तर मांडली. मध्यंतरीच्या काळात सावरकरांना रत्नागिरी येथे स्थानबद्धतेत राहावे लागेल. या काळात भाषाशुद्धीच्या चळवळीने चांगला जोर धरला. सुरुवातीला 'सावरकरी टांकसाळ' म्हणून ज्या शब्दांवलीचा उपहास करण्यात आला तिच्याच आधारे हळूहळू मराठीत कितीतरी सुगम व समर्पक स्वकीय शब्द रूढ झाले.

१९३७ साली सावरकरांची सुटका झाल्यानंतर मुंबईला येताना वाटेत ते कोल्हापूरला थांबले. तेथे 'हंस पिक्चर्स' या संस्थेला भेट देण्याचा योग आला. तेथील सर्व पाट्या इंग्रजीत असल्याचे पाहून सावरकरांनी नाराजी व्यक्त केली. तेव्हा चालकांनी सावरकरांना योग्य प्रतिशब्द सुचविण्याची विनंती केली. दोन-चार दिवसांतच चित्रपटसृष्टीत या विश्वामित्राने मराठी पर्यायांची अद्‌भूत प्रतिसृष्टी निर्माण केली व आज ती इतर भारतीय भाषांमध्येही पुरती रूळली आहे. पुढे जानेवारी १९५१ मध्ये बडोदे येथे झालेल्या ५१ व्या वाङ्‌मय परिषदेच्या अध्यक्षपदावरून बोलताना प्रा. श्री. के. क्षीरसागरांनी सावरकरांच्या भाषाशुद्धीबद्दलच्या 'सोवळ्या अतिरेका' विरुद्ध आपल्या टीकेची तोफ डागली व त्यांनी 'जातिवंत मराठी' चा पुरस्कार केला. त्याला प्रत्युत्तर म्हणून सावरकरांनी मार्च १९५१ मध्ये 'केसरी'तून दोन लेख लिहिले.

भाषावार प्रांतरचनेत १९६० साली महाराष्ट्र राज्य अस्त्वित आले. सर्व प्रादेशिक भाषांमध्ये नव्या युगाची परिभाषा निर्माण करण्याची गरज भासू लागली. सरकारी पातळीवर प्रयत्न सुरू झाले. दरम्यान भाषाशुद्धी चळवळीचा मुख्य भर ओसरला होता. टीका-प्रतिटीका यांनी उडविलेला धुरळा खाली बसली. पुढे पुढे सावरकर वयोवृद्ध व प्रकृतीनेही क्षीण झाले. त्यामुळे त्यांच्याकडून या विषयावर काही प्रकट चिंतन झाले नाही. १९८१ साली 'साहित्य संस्कृति मंडळा' ने 'भाषाशुद्धि' या पुस्तकाचे पुनर्मुद्रण केले. विलक्षण योगायोग असा की, ज्या श्री. के. क्षीं. नी सावरकर - पटवर्धनांना 'भाषाशुद्धीचे खरे वैरी' असे संबोधून त्यांची संभावना केली होती त्या श्री. के. क्षीं. नी या पुस्तकाला प्रस्तावना दिली व त्यात त्यांनी सावरकरांशी आपले मतभेद नोंदवूनही त्यांच्या कार्याचा यथोचित गौरवही केला आहे. एकेकाळी श्री. के. क्षीं. नी 'उच्चांक' सारख्या सावरकरी प्रतिशब्दांची खिल्ली उडविली होती. तो शब्द व त्यांसारखे इतर अनेक सोपे, सुटसुटीत अर्थवाही प्रतिशब्द-क्रमांक, दिनांक, लेखांक, इ. मराठीत यथास्थित रूढ झाले. त्याचबरोबर हेही खरे की, 'तारीख' हा फारसी शब्द हटविण्यासाठी सावरकरांनी 'दिनांक' आणला. तो रूळला असला तरी, 'तारीख' शब्द काही हटला नाही. कोर्टात अजूनही 'तारीख'च पडते. याचा अर्थ असा की, सत्य कोठेतरी दोन टोकांच्या मध्ये असते व त्यासाठी आपणांस तारतम्य बाळगावे लागते.

पारतंत्र्यकाळात स्वदेशी भाषांवर पराभूत मनोवृत्तीची जी राख जमली होती तीवर सावरकरांच्या भाषाशुद्धी चळवळीमुळे फुंकर मारली जाऊन, स्वभाषाभिमानाचा स्फुल्लिंग चेतवला गेला हे तिचे ऐतिहासिक कार्य होय. वर्तमानकाळाच्या संबंधात बोलायचे तर, माझ्या नोकरीच्या निमित्ताने सरकारी परिभाषा-निर्मितीशी माझा निकटचा संबंध आला. त्यावेळी जे अनुभव माझ्या पदरी पडले त्या त्या प्रसंगी सावरकरांच्या भाषाशुद्धीची मूलतत्त्वे कसोटीला लागली, त्यांची आजही किती गरज आहे ते पटले, कालमानानुसार

त्यांच्या मर्यादाही स्पष्ट झाल्या व कालमानानुरूप त्यांत कोणते बदल करावयास हवेत तेही समजले.

भाषाशुद्धीची मूलतत्त्वे -

१) ''गीर्वाण भाषेतील साराच्या सारा संस्कृत शब्दसंभार आणि संस्कृतनिष्ठ अशा तमिळ, तेलगु ते आसामी, काश्मिरी, गौड (गोंड?), भिल्ल बोलीपर्यंत ज्या आमच्या प्रांतिक भाषाभगिनी आहेत, त्या साऱ्यांतील मूळचे प्रांतिक शब्द हे सर्व आमच्या राष्ट्रभाषेच्या शब्दकोशाचे मूलधन, स्वकीय शब्दांचे भांडवल होय.''
हे पहिले तत्त्व सर्वमान्य होण्यासारखेच आहे.

२) दुसरे तत्त्व म्हणजे ह्या आपल्या शब्द भांडारात ज्या वस्तूंचे, विचारांचे वाचक शब्द होते वा आहेत वा निर्मिता येतात त्या अर्थाचे उर्दू, इंग्रजी प्रभृती परकीय शब्द वापरू नयेत. जर तसे परकीय शब्द आपल्या पूर्वीच्या ढिलाईमुळे आपल्यात घुसले असतील तर, त्यांना हुडकून काढून टाकावे.

नव्या जमान्यानुसार या तत्त्वात एवढाच बदल करावा लागेल की, उर्दू व इंग्रजी या भाषा आता आपल्याला तशा परकीय राहिलेल्या नाहीत. तसेच, भाषा-प्रदूषण हे सुरुवातीलाच रोखता येते. सावरकरांनी आपल्या परीने त्या काळात तसा प्रयत्न केला व तो बहुतांशी यशस्वीही झाला. परंतु श्री. के. क्षीं. नी म्हटल्याप्रमाणे भाषा ही नदीच्या प्रवाहाप्रमाणे स्वत:ची वाट कापत जाते. पाटवणाप्रमाणे कृत्रिम तटबंदीतून वाहत नाही. त्यामुळे मराठी भाषेने काळाच्या ओघात कित्येक फारसी-उर्दू व काही इंग्रजी शब्दही आत्मसात् केले. 'भाषाशुद्धी' या पुस्तिकेच्या अखेरीस सावरकरांनी सुचविलेल्या प्रतिशब्दांचा एक लघुकोश दिला आहे. त्याचे निरीक्षण केले असता असे लक्षात येते की, सावरकरांनी रूढ करण्याचा प्रयत्न केलेल्यांपैकी काही शब्द कधीच फारसे रूढ झाले नाहीत. उदा. 'वकील' ऐवजी 'विधिज्ञ', 'कायदा' ऐवजी 'विधि', 'महसूल' ऐवजी 'राजस्व', 'पोलीस' ऐवजी 'आरक्षी', इ. कायदा व महसूल क्षेत्रात बऱ्याच अंशी फारसी शब्द कायम राहिले. सावरकरांनी सुचवलेले उत्तमोत्तम प्रतिशब्द शिक्षण, मुद्रण, युद्धशास्त्र, चित्रपट यांसारख्या क्षेत्रांत चांगलेच रूळले. काही संकल्पनांच्या बाबतीत मात्र पूर्वाश्रमींचे परकीय शब्द व सावरकरांनी सुचविलेले स्वकीय शब्द दोन्ही टिकले. याचा एक फायदा असा झाला की, आधुनिक काळात इंग्रजीच्या संपर्काने मानवी जीवनाच्या निरनिराळ्या क्षेत्रांत ज्या समांतर संकल्पना अस्तित्वात आल्या. त्यांतील सूक्ष्म भेद व्यक्त करण्यासाठी दोन्ही प्रकारचे शब्द उपयोगी पडले. उदा. 'हवा' म्हणजे 'air', 'वायू' म्हणजे gas (जसा प्राणवायू), व मराठी 'गॅस' म्हणजे 'स्वयंपाकघरातले इंधनाचे साधन.' 'कायदेशीर-बेकायदेशीर' म्हणजे Lawful-unlawful आणि 'वैध-अवैध' म्हणजे 'Legal-illegal',

‘गुन्हा’ म्हणजे 'Crime' तर ‘अपराध’ म्हणजे 'Offence' करक्षेत्रात ‘वसुली’ म्हणजे 'Recovery' व ‘उगराणी’ म्हणजे 'Collection.' एक गंमतीशीर बाब अशी की, ‘जमीन-अस्मान’ याला पर्याय देण्यासाठी सावरकरांनी ‘आकाश-पातळ’ सुचविला. प्रत्यक्षात सावरकरांनी ‘आकाश-पाताळ’ एक केले तरी ‘जमीन-अस्माना’ इतका फरक कायम राहिला. तसेच काही तथाकथित परकीय शब्द उदा. ‘टेलिफोन’ / ‘फोन’ बोली भाषेत कायम राहिले व ‘दूरध्वनी’ सारखे स्वकीय शब्द लेखनात रूढ झाले. अलिकडच्या काळात मात्र हिंदीसारख्या भाषाभगिनीकडूनच मराठीला धोका संभवतो. हल्ली मराठीत ‘समारंभ साजरे’ न होता, ‘समारोह संपन्न’ होऊ लागले आहेत. आता मराठीत नुसते ‘यशवंतराव’, ‘वसंतराव’ पुरेसे होत नाही, तर त्याला ‘जी’ चे शेपूट जोडावे लागते. जुन्या काळी सावरकरांनी ‘राव’ ऐवजी ‘साहेबा’चा शिरकाव होण्यावर आरोप घेतला होता. ‘जी’ ची सवय तितकीच आक्षेपार्ह आहे.

सावरकरांच्या दुसऱ्या तत्त्वाला एक उपतत्त्व जोडले आहे. अद्यतन विज्ञानाची परिभाषा नवे नवे संस्कृत-प्राकृतोत्पन्न शब्द पाडून व्यक्तवली जावी. संस्कृत-प्राकृतोद्भव विविध शब्द शोधून विज्ञानाचीही अद्ययावत् परिभाषा बनविली जावी. यात आक्षेपार्ह असे काहीच नाही. प्रत्येक शास्त्राचे तात्त्विक व व्यावहारिक असे दोन भाग असतात. त्यांपैकी उच्च दर्जाच्या अभ्यासक्रमाचा जेथे संबंध येतो तेथे देशी भाषांना संस्कृतचा आश्रय घेतल्याशिवाय तरणोपाय नाही. उदा. कृषिक्षेत्रातील तज्ज्ञांची भाषा. मात्र ज्या व्यावहारिक ज्ञानाचा सामान्य शेतकऱ्यांशी संबंध येतो त्यामध्ये त्या निमतांत्रिक क्षेत्रात रूढ असलेलीच प्राकृतजनांची परिभाषा वापरावी लागेल.

सावरकरांचे ३ रे तत्त्व असे की - ज्या परदेशी वस्तू आपल्याकडे नव्हत्या, त्यामुळे ज्यांना आपले स्वकीय जुने शब्द सापडत नाहीत आणि ज्यांना त्यांच्या त्या परकीय शब्दांसारखे सुटसुटीत स्वकीय शब्द काढणे दुर्घट जाते असे परकीय शब्द मात्र आपल्याकडे जसेच्या तसे ठेवण्यास प्रत्यवाय नसावा; बूट, कोट, इ. स्वकीय नावे देऊन ती रूळवून दाखविली तर उत्तमच.

या तत्त्वानुसार ‘लिफ्ट’ या साधनाला ‘उद्वाहन’ सारखा बोजड प्रतिशब्द देण्याचा प्रयत्न केला, पण तो फसला खरा. याउलट ‘टेलिव्हिजन’ ला ‘दूरदर्शन’ या कृत्रिम भाषांतरापेक्षा ‘चित्रवाणी’ हा पर्याय अर्थवाही असून, तोही वापरला जातो.

सावरकरांचे चौथे तत्त्व असे की, जगातील कोणत्याही परकीय भाषेतील एखादी शैली वा प्रयोग सरस व चटकदार वाटली तर, तेही आत्मसात् करण्यास आडकाठी नसावी. काही तत्त्वात विवाद्य असे काही दिसत नाही.

स्वा. सावरकर यांनी ‘भाषाशुद्धि’ चळवळीच्या निमित्ताने जी नवशब्दनिर्मिती केली तीमुळे स्वराज्यातील भारतीय भाषांचा - विशेषत: मराठी भाषेचा मार्गक्रम सुगम झाला.

श्री. के. क्षीं. नी एका लेखात म्हटले आहे की, 'नवीन शब्द व प्रयोग तर्ककर्कश टांकसाळ्यांच्या हाती देऊन चालत नाही. ते भाषा-प्रचाराचा मक्ता न घेता, हृदयाचा ठाव घेण्याकरिता लिहिणाऱ्या प्रतिभावान् व नैसर्गिक लेखणीतून नकळत जन्मावे लागतात. 'सावरकरांचे वैशिष्ट्य हे की, ते तळमळीचे प्रचारक तर होतेच, पण शिवाय प्रतिभावंतही होते.' म्हणूनच नवशब्दनिर्मितीचे हे शिवधनुष्य त्यांच्या बलदंड प्रतिभेला पेलले. सावरकरांविषयी आंधळा अभिनिवेश न बाळगता, त्यांच्या तत्त्वांची यथायोग्य सांगड घातली तर, मराठी भाषेचे भवितव्य निश्चित उज्ज्वल राहील.

शुद्धलेखन

मराठी लेखनाची 'दुरवस्था'

■ ■ ■

मराठी लेखनाच्या आजच्या दुरवस्थेवर जालीम इलाज करावयाचा असेल तर, आपणांस अंतर्मुख होऊन आत्मपरीक्षण करावें लागेल आणि ह्या दुरवस्थेचें मूळ नेमकें कशात आहे तें शोधून काढावें लागेल. रोगाचें मूळ कारण शोधण्याची टाळाटाळ करून व जुजबी उपाय योजून, वरवरची मलमपट्टी करण्यात आपण समाधान मानल्यास, सदर रोगाचें तात्पुरतें शमन झाल्यासारखें वाटलें तरी, तो रोग पुन: पुन्हा डोकें वर काढणार व त्याचें निर्मूलन कधींच होणार नाही. वर्तमान मराठी लेखनपद्धतीचा डोलारा इतक्या भुसभुशीत पायावर आधारलेला आहे कीं, वरच्यावर तात्पुरती डागडुजी केली तरी तो सारखा कोसळत राहणार. म्हणून विद्यमान दुरवस्थेची माझी **कारणमीमांसा** अशी -

१९६० सालापर्यंत तत्कालीन मराठी लेखनपद्धतीचें प्रमाणीकरण पूर्ण झालें होतें, तथापि, १९६० सालीं महाराष्ट्र राज्याची स्थापना झाल्यावर, यापुढें मराठीतून राज्यकारभार हांकला जाणार म्हणून व तो शीघ्र गतीने व्हावा या सदूहेतूने लेखनपद्धतीचें सोपीकरण करण्याची कल्पना पुढें आली. टंकलेखन यंत्र हें तत्कालीन राज्यकारभाराचें मुख्य साधन होतें व त्यावर शासकीय पत्रव्यवहाराची मदार होती. यामुळें, किचकट ह्रस्व-दीर्घ आणि सानुस्वार-निरनुस्वार या भेदांचें जंजाळ कमी करावें व तसें केल्यास, कारभाराचा वेग वाढेल अश्या भूमिकेतून राज्यकर्त्यांनी विद्वज्जनांना तसा रेटा लावला व त्यांच्याकडे तसा आग्रह धरला. वस्तुत: ह्यामध्यें काहीच गैर नव्हतें. जुन्याकाळीं खाजगी व शासकीय पत्र व्यवहार मोडी लिपीतून होत असे आणि मोडी लिपीत ह्रस्व-दीर्घ भेद नसल्याने, तो पत्रव्यवहार जलद गतीने होत असे. अर्थातच, शासकीय व्यवहाराचें प्रयोजन लक्षात घेऊन मराठी लेखनपद्धतीचे कांटेकोर निर्बंध शिथिल करावेत असें शासनकर्त्यांकडून दडपण आलें. त्यासाठीं 'भाषा सल्लागार मंडळा' ची स्थापना झाली व त्यांनी सोप्या लेखननियमांचा एक कच्चा मसुदा तयार केला आणि तो 'अखिल भारतीय साहित्य

महामंडळा’कडे मान्यतेसाठीं पाठवला. बरेंच वादंग माजूनहि, सदर मसुदा, थोड्याफार फरकांनिशीं, महामंडळानें संमत करून तो पुन्हा ‘भाषा सल्लागार मंडळा’कडे पाठवला व त्यांनीं सरकारी ‘शुद्धलेखन नियमावली’ तयार करून प्रसिद्ध केली. (संदर्भ: शुद्धलेखन नियमावली, भाषा संचालनालय, महाराष्ट्र शासन-पुनमुर्द्रण १९९६ - उपोद्घात.) ह्या सर्व घटनाक्रमात अनेक प्रमाद घडून आले :-

१) १९६० सालापर्यंत शिष्टमान्य व दृढमूल झालेली लेखनपद्धति कायम ठेवून, शासकीय व्यवहारक्षेत्रापुरती ती शिथिल करतां आली असती. प्रत्यक्षात, शासकीय कारभारातील लेखनाच्या शिथिलीकरणाचें वारें साहित्य, शिक्षण व प्रसारमाध्यमें या क्षेत्रांतही घुसलें व त्याच वादळाने पुढील उत्पात घडवून आणला; थोडक्यात, व्यवहार क्षेत्र व सांस्कृतिक क्षेत्र या दोहोंची गल्लत करण्यात आली.

२) लेखनपद्धतीचे मूळ शिष्टमान्य आदर्श मानदंड कायम ठेवून, कांही व्यवहार क्षेत्रांत त्यांच्या कांटेकोर अंमलबजावणीचा आग्रह सोडतां आला असता. साहित्य व शिक्षणक्षेत्रांतहि अक्षम्य चुका व क्षम्य चुका अशी वर्गवारी करून, कांही चुका क्षम्य ठरवतां आल्या असत्या. प्रत्यक्षात याच्या एकदम उलट प्रकार घडला. महामंडळाने नवे नियम केले तेव्हा प्रारंभीं कै. म. म. द. वा. पोतदार यांनी ‘तथापि, शास्त्रपूत लेखन दंडार्ह मानू नये’ अशी टीप दिली होती. तथापि, पुढें ती टीप गाळण्यात आली व शास्त्रपूत लेखन हेंच दंडार्ह ठरवण्यात आलें. दंडसत्तेच्या जोरावर तत्कालीन आदर्शांची मान्यता एका रात्रीत काढून घेण्यात आली व त्यांना बहिष्कृत ठरवण्यात आलें आणि त्या जागीं बहुसंख्य जनांना सोपे वाटतील अशा लेखननियमांची प्रतिष्ठापना करण्यांत आली.

३) भाषा आणि तिची उच्चारपद्धति व लेखनपद्धति ही काळाच्या ओघात स्वाभाविकपणें व सतत बदलत असते. पण हे बदल जोंवर स्वाभाविक असतात तोंवर भाषेच्या प्रवाहीपणात कांही बिघाड होत नाही. पण असे बदल जेव्हा कृत्रिमपणें घडवून आणले जातात तेव्हा भाषेत विकृति निर्माण होण्याची शक्यता बळावते. १९६२ सालीं मराठीच्या लेखनपद्धतीत जें स्थित्यंतर घडून आलें तें स्वाभाविक नव्हतें, तर दंडसत्तेच्या जोरावर कृत्रिमपणें घडवून आणलेलें होतें व त्यामुळें त्याचे दूरगामी दुष्परिणाम झाले. उत्क्रांतीच्या ओघात वानराचें शेपूट स्वाभाविकपणें गळून पडलें कीं त्यापासून नर उत्क्रांत होतो. पण ते शेपूट कृत्रिमपणें कापून काढलें तर, त्यापासून लांडें माकड तयार होतं. मराठीच्या बाबतीत असाच दुर्दैवी प्रकार घडलेला आहे.

४) ‘उच्चारानुसार लेखन’ हें नवलेखनपद्धतीचें वैशिष्ट्य असल्याचे सांगितलें जातें. तेंहि तितकेंसें खरें नाही. हे तत्त्व पाळावयाचें झालें तर, मराठीतील बहुतेक शब्दांचे तुटक उच्चार दाखवण्यासाठीं जवळजवळ प्रत्येक शब्दाच्या अंत्याक्षराचा पाय मोडावा लागेल. (राम्, श्याम्, घर् इ.) वस्तुत:, ह्रस्व-दीर्घाची कटकट नको

म्हणून मराठीतील सर्व शब्द दीर्घान्त करण्यात आले. त्यांचा उच्चारदर्शनाशीं कांहीहि संबंध नव्हता. खरें पाहतां, जवळजवळ प्रत्येक भाषेतील उच्चारण व व्यावहारिक लेखन या दोहोंत कितीतरी तफावत असते. इंग्रजी भाषा हें याचें ठळक उदाहरण होय. प्रत्येक भाषेच्या शिष्टमान्य उच्चारणाचे व शिष्टमान्य लेखनाचे निकष वेगवेगळे असतात. तसेंच, परभाषा शिकणाऱ्याला अचूक उच्चारदर्शन व्हावें यासाठीं ध्वनिलिपीची (phonetic script) योजना केली जाते; याउलट, लेखनकर्त्याचे उच्चार नव्हे, तर विचार वाचकापर्यंत पोचवणें हें सामान्य व्यावहारिक लेखनाचें प्रयोजन असतें. कारण लेखन हें वाचकाच्या डोळ्यांसाठीं असून, लेखनातील शब्द डोळ्यांनी वाचल्यावर, वाचकाच्या मनात कांही अर्थप्रतिमा उमटतात व त्याआधारें त्याला लेखनकर्त्याचा अभिप्राय समजतो. शिवाय, मराठीने देवनागरी लिपि स्वीकारली असल्याने, मराठी या बाबतीत अधिकच सुदैवी आहे. मराठीत सर्वसाधारणपणें एकेक वर्णोच्चार दाखवण्यासाठीं एकेक स्वतंत्र अक्षराकृति उपलब्ध आहे. (अपवाद : च / च़, ज / ज़, इ.).

५) कोणत्याहि ज्ञानक्षेत्रातील आदर्श मानदंड नेहमींच अल्पसंख्य असतात. पण म्हणून बहुजनांच्या सोयीसाठीं कोणी त्या मानदंडांची प्रतिष्ठा काढून घेत नाही. उलट, बहुसंख्य जनांना ते मानदंड पूर्णांशाने आत्मसात् करतां आले नाहीत तरी, ते त्यांच्या डोळ्यांसमोर मार्गदर्शक दीपस्तंभाप्रमाणें राहतात व बहुजन मंडळी त्यांचें अनुकरण करण्याच्या प्रयत्नात असतात. १९६२ सालीं एकदम विपरीत प्रकार घडला, आदर्शांना बहिष्कृत करण्यात आलें व बहुजनांच्या अक्षम्य वा क्षम्य चुकांना प्रतिष्ठा देण्यात आली;

६) सर्वसाधारणपणें भाषेचे नियम हे तयार करावयाचे नसून, सद्य:कालीन शिष्टमान्य प्रचार पाहून नियम बांधावयाचे असतात. तथापि, 'भाषा सल्लागार मंडळ' व 'अखिल भारतीय साहित्य महामंडळ' या दोहोंमध्यें कांही सदस्य संस्कृतवादी होते तर कांही सदस्य मराठीवादी होते. दोघांच्या रस्सीखेचीत जे नियम तयार करण्यात आले त्यांमध्यें कोणतेहिं एक समान सूत्र राहिलें नाही व ह्या नियमांत पारस्परिक तर्कसंगति राहिली नाही. त्यामुळें प्रारंभीं हे नियम सोपे वाटले तरी, तर्कसंगतीअभावीं ते भल्याभल्यांना अधिकच अनाकलनीय वाटूं लागले व मराठी लेखनाला आजची अवकळा प्राप्त झाली. सोपीकरणाच्या हव्यासापायीं मराठी लेखन अधिकच अवघड होऊन बसलें. जुन्या काळीं बांधीव मराठी लेखनपद्धतीमुळें मराठी शुद्धलेखनपद्धतीतून आपोआपच हिंदी व संस्कृत या भाषांची ओळख होत असे. १९६० सालानंतर नवी सरकारी लेखनपद्धति आत्मसात् करण्यासाठीं संस्कृत भाषेचें ज्ञान असणें ही पूर्वअट होऊन बसली;

७) 'शुद्धलेखन' ह्या संकल्पनेशीं सोंवळ्याओंवळ्याच्या कल्पना जोडून, कांही

तत्कालीन विद्वज्जनांनी त्याला अकारण जातीय रंग दिला आणि अलिकडेहि विद्रोही साहित्यसंमेलनाच्या उद्गात्यांनी प्रमाणभाषा **विरुद्ध** बोलीभाषा अशा परस्परविरोधी द्वंद्वाची मांडणी करून बहुजनांची दिशाभूल केली. त्यामुळें भाषा व्यवहाराचें भावनिक क्षेत्र व वैचारिक क्षेत्र या दोहोंचीहि गल्लत झाली.

आतां ह्या दुरवस्थेवर इलाज करायचा झाला तर, गेलीं ४५ वर्षें चुकतमाकत का होईना सर्रास रूढ झालेली लेखनपद्धति दुरुस्त करण्यासाठीं इतकें मागें जाणें शक्य व व्यवहार्य आहे काय, हा पहिला प्रश्न आपणांपुढें उभा ठाकतो. तथापि, एखादी गोष्ट अवघड असली तरी अशक्य असतेच असें नाही. मात्र त्यासाठीं इच्छाशक्ति हवी.

१९६० सालापर्यंत मराठी लेखनसरणीचें प्रमाणीकरण झालेलें होतं. परंतु शासकीय दडपणापायीं विद्वज्जनांनी तें प्रमाणीकरण मोडून काढलें. सोपीकरणाच्या हव्यासापायीं आपण राजमार्ग सोडून आडवाटेला लागून भरकटत गेलों. आतां आपण एका कड्याच्या टोकाशीं येऊन ठेपलों आहोंत. आपल्या चुका कबूल करावयाच्या नाहीत या अट्टाहासापायीं आपल्याला त्या चुका तश्याच रेटायच्या असतील तर, आपला अध:पात ठरलेला आहे. 'विवेकभ्रष्टानां भवति विनिपात: शतमुख:।' पण चूक कबूल करून मागें जायचें ठरवल्यास, आपल्याला क्रमश: हळूहळू मागें जावें लागेल. या दिशेने करावयाची उपाययोजना कशी असावी तें माझ्या अल्पमतीनुसार पुढें मांडत आहें. 'शुद्धलेखन' ह्या विषयाबद्दल आस्था असणाऱ्यांनी माझ्या प्रस्तावावर गांभीर्याने विचार करावा व त्यांत कांही सुधारणा सुचवाव्याश्या वाटल्या तर, सुचवाव्यात -

१) प्रचलित लेखननियमांची तर्कसंगत व व्याकरणशुद्ध फेररचना करावी आणि राज्यकारभारासारख्या दैनंदिन व्यवहारक्षेत्रांपुरती कांही मर्यादेपर्यंत त्यांच्या अंमलबजावणीत सवलत द्यावी; मात्र साहित्य, शिक्षण व प्रसारमाध्यमें ह्या क्षेत्रांत लेखननियमांच्या कांटेकोर अंमलबजावणीचा आग्रह धरावा;

२) ज्या व्यवहारक्षेत्रांत सवलत द्यावयाची तेथेंहि अक्षम्य चुका व क्षम्य चुका अशी वर्गवारी करून, क्षम्य चुकांकडे डोळेझाक (Condonation) करावी; मात्र त्याचवेळीं आदर्श व निर्दोष लेखनाचे मानदंड पुन:स्थापित करावेत. असें निर्दोष लेखन करूं शकणाऱ्यांची संख्या अत्यल्प असली आणि वृत्तपत्रादि प्रसारमाध्यमांतून अशा लेखनाचा प्रसार त्वरित होणें अवघड असलें तरी, अशा लेखकांचें लेखन प्रसिद्ध करण्यास प्रसारमाध्यमांनी नकार देऊं नये व असें लेखन तश्याच पद्धतीने आवर्जून प्रसिद्ध करावें. म्हणजे हळूहळू तें लेखन सामान्य जनतेच्या डोळ्यांसमोर येईल, लोकांना त्याचा सराव होईल व अशा लेखनाची प्रतिष्ठा वाढेल.

३) १९६२ सालीं मराठीची लेखनपद्धति घिसाडघाईने व कृत्रिमपणें बदलल्यामुळें, तिच्यात ज्या विकृती निर्माण झाल्या त्या दुरुस्त करण्यासाठीं नाइलाजास्तव आपणांसहि आतां कृत्रिम उपायांचाच अवलंब करावा लागणार आहे; त्यासाठीं

आतां जर लेखननियमांची फेररचना केली तर, त्याबरहुकूम शालेय पाठ्यपुस्तकांचें शुद्धलेखन बदलावें लागेल. भाषेसकट सर्व विषयांच्या पाठ्यपुस्तकांमध्यें आदर्श शुद्धलेखनच असलें पाहिजे. म्हणजे विद्यार्थ्यांच्या समोर लेखनाचा आदर्श कायम राहील.

मात्र त्यांची अंमलबजावणी करताना वेगळें धोरण अनुसरतां येईल. इंग्रजी माध्यमाच्या व मराठी माध्यमाच्या शाळांमध्यें ज्याप्रमाणें 'उच्चस्तर मराठी' व 'निम्नस्तर मराठी' असे दोन प्रकार आहेत, त्याप्रमाणें मराठी माध्यमाच्या शाळांमध्येंहि मराठी विषयाचे दोन स्तर करावेत. ज्या विद्यार्थ्यांना मराठीचें सकस शिक्षण घ्यावयाचें असेल त्यांना 'उच्चस्तरीय मराठी' शिकवावें व या स्तरांतून चांगल्या प्रकारें उत्तीर्ण झालेल्या विद्यार्थ्यांनाच मराठी अध्यापन क्षेत्रात प्रवेश द्यावा. ज्या विद्यार्थ्यांना पोटापुरतें जुजबी मराठी शिकावयाचें असेल त्यांना निम्नस्तरीय मराठी शिकवावें. मात्र या स्तरांतून आलेल्या विद्यार्थ्यांना मराठीच्या अध्यापनक्षेत्रात प्रवेश देऊ नये.

तसेच, मराठी माध्यमातील मराठी विषयाच्या परीक्षेत अशुद्धलेखनाबद्दल गुणांक कापावेत, परंतु इतर विषयांच्या उत्तरपत्रिकांमध्यें अशुद्धलेखन माफ करावें;

४) जुन्या काळींदेखील 'उच्चारानुसार लेखन' वाद्यांचा वर्ग अधूनमधून डोकें वर काढीत असे. त्याला उत्तर म्हणून, १९३० सालीं 'महाराष्ट्र साहित्य परिषदे' ने मान्य केलेल्या लेखन नियमावलीत पुढीलप्रमाणें अधिकृत निवेदन होतें :-

"केवळ उच्चाराप्रमाणें शुद्धलेखन असावें हें तत्त्व या मंडळाला संमत नसून, परंपरा, वर्तमानकालीन प्रचार, व्युत्पत्ति, व्याकरण व उपयुक्तता यांचा शुद्धलेखन ठरवण्याच्या कामीं विचार करावा." ('शुद्धलेखनविवेक' - डॉ. द. न. गोखले, १ ली आ. १९९३ पृ. १०) ह्या निवेदनाचें स्मरण करून, विद्वज्जनांनी लेखननियमांची फेररचना करावी आणि 'शुद्धलेखनानुसार उच्चार' ह्या तत्त्वाची प्रतिष्ठापना करावी; जें जें अनुच्चारित वा अस्पष्टोच्चारित तें तें काढून टाकावें असें ठरवलें तर, लेखनातून विरामचिह्नांचीहि हकालपट्टी करावी लागेल.

५) भविष्यात, आदर्श मानदंड हे कितीहि अल्पसंख्य असले तरी बहुसंख्येच्या जोरावर त्यांची प्रतिष्ठा काढून घेऊं नये. कारण आदर्शांची संकल्पना ही मानवी संस्कृतीशीं निगडित असते व संस्कृति सांभाळणाऱ्या व्यक्ती ह्या नेहमींच अल्पसंख्य असतात;

६) लेखन-नियमांची फेररचना करताना, सोपेपणाचा निकष लावण्याऐवजीं 'तर्कसंगति' हा निकष लावण्यात यावा आणि त्यायोगें मराठीचें हिंदी व संस्कृत या भाषांशीं तुटलेलें नातें पुन्हा जोडावें. म्हणजे अखिल भारतीय पातळीवर आणि वैचारिक क्षेत्रांतहि आपले विद्यार्थी चमकूं शकतील. मराठीचा सवता सुभा मांडू नये.

७) प्रमाणभाषा व बोलीभाषा हें द्वंद्व परस्परविरोधी नसून, परस्परपूरक आहे ह्याची

सर्वांनी जाणीव बाळगावी. कोणतीहि बोलीभाषा ही कोणाची ना कोणाचीतरी मायबोली असते व त्या बोलीतून ती व्यक्ति आपल्या हृदयातील भावभावनांचें प्रकटीकरण उत्तमप्रकारें करूं शकते व म्हणूनच त्यातून ललित साहित्याची निर्मिति होते. ललित साहित्यामुळें भाषा भावनिक अंगाने समृद्ध होते व तशी ती जरूर व्हावयास हवी. पण त्याचबरोबर एकविसाव्या शतकातील नव्या ज्ञानविज्ञानाचीं आव्हानें पेलून मराठीला ज्ञानभाषा करण्याचें स्वप्न पहावयाचें असेल तर, त्यासाठीं आपणांस मराठीच्या वैचारिक व बौद्धिक समृद्धीची वाट चोखाळावी लागेल व त्या प्रवासात आपणांस कांटेकोर परिभाषा निर्माण करावी लागेल. अशी परिभाषा केवळ प्रमाण भाषेतच निर्माण होऊं शकते. (वेळप्रसंगीं बोलीभाषेतूनहि शब्द उपलब्ध झाले तर ते जरूर घ्यावेत) व त्यासाठीं आपल्याला संस्कृत भाषेचें साह्य घ्यावें लागणार आहे. म्हणूनच मराठी प्रमाणभाषेच्या शुद्धलेखनपद्धतीतूनच आपणांस संस्कृत भाषेची ओळख करून घेणें व ती टिकवणें क्रमप्राप्त आहे. त्याचप्रमाणें, आपण ह्या लेखनपद्धतीत ह्रस्व-दीर्घ वा ह्रस्वान्त-दीर्घान्त भेद आणि सानुस्वार - निरनुस्वार भेद टिकवले तर, आपणांस अधिकाधिक पारिभाषिक शब्द उपलब्ध होऊं शकतील. मराठीची ही शब्दशक्ति खच्ची करूं नये.

जुन्या काळातील प्रख्यात भाषाशास्त्रज्ञ कै. प्रा. अ. का. प्रियोळकर ह्यांच्या स्मृतिदिनानिमित्त आयोजित केलेल्या ह्या चर्चेत, त्यांच्याच कांही विचारांचें स्मरण करणें हें मी माझें कर्तव्य समजतें. 'ग्रांथिक मराठी भाषा आणि कोंकणी बोली' ह्या त्यांच्या ग्रंथात 'मराठी बोलींचें यथोच्चार लेखन' ह्या शीर्षकाचें त्यांचें एक व्याख्यान आहे. सामान्य व्यवहारातहि Phonetic Spelling किंवा ध्वनिलिपीनुसार लेखन आणल्यास, साऱ्या जुन्या ग्रंथभांडाराला व वाङ्मयाला नवीपिढी पारखी होईल. ही त्यांची मुख्य भीति आहे. ई. ए. फ्रीमन या विद्वानाने अश्या शुद्धलेखन सुधारणांना 'reckless wiping out of the whole history of the language' या शब्दांनी विरोध केल्याचेंहि प्रियोळकरांनी नमूद केलें आहे. अशा सुधारणांना ते 'अव्यापारेषु व्यापार' म्हणतात. लेखन-सुधारणेमागें मुद्रणसुलभता हेंहि एक कारण असल्याचें सांगून, ते पुढें म्हणतात -

"........ परंतु मुद्रण हें भाषेकरितां आहे; भाषा मुद्रणाकरितां नाही, हें विसरतां कामा नये ....

.... अनुस्वार गाळण्यांत टायपिंगमध्यें बचत होते हेंही एक कारण असल्याचें कानावर आलें. तसें असल्यास, नथीचा खर्च वाचविण्याकरितां नाक कापण्यासारखें तें शहाणपणाचें होईल!"

मराठी लेखनाची ‘दूरावस्था’

■ ■ ■

१९९६ साली ‘भाषा आणि जीवन’ मध्ये, ‘उच्चारणसंकेत आणि लेखनसंकेत यांचा ताळमेळ’ या शीर्षकाखाली माझा एक लेख प्रसिद्ध झाला होता. (वर्ष १४ : अंक २ : उन्हाळा १९९६). तसेच, अलिकडे १९९९ साली श्री. दिवाकर मोहनी यांनी ‘भाषा आणि जीवन’ मधून ‘समस्त भाषाप्रेमींना अनावृत पत्र’ लिहिले. (वर्ष १७ : अंक ३: पावसाळा १९९९). त्यानंतर ‘भाषा आणि जीवन’ च्या ताज्या अंकात (वर्ष १८ : अंक १ : हिवाळा २०००) प्रा. मा. ना. आचार्य यांनी माझ्या ‘व्याकरणशुद्ध लेखनप्रणाली’ या पुस्तकावर परीक्षणलेख लिहिलेला असून, त्याच अंकात (कै.) डॉ. द. न. गोखले यांनी श्री. मोहनी यांच्या उत्तरादाखल ‘प्रमाण मराठीच्या भवितव्याविषयी’ या मथळ्याखाली लिहिलेला प्रतिवादलेख प्रसिद्ध झालेला आहे. त्याचप्रमाणे, अगदी अलिकडे फेब्रु. ते मार्च २००० या काळात ‘दै. लोकसत्ता’ मधून ‘कैफियत अनुस्वारांची आम्हांला वगळा, गतप्रभ झणीं होतील काव्यांगणें’ या मथळ्याखाली माझे तीन लेखांक प्रसिद्ध झाले व त्यांमध्ये, जुन्या काव्यातील आणि आधुनिक काळातही आपल्या काव्यातून व्याकरणसिद्ध अनुस्वार प्राणपणाने जपणाऱ्या (ना. घ. देशपांडे, इंदिरा संत, आदिकरून) कवींच्या कवितांतील अनुस्वार वगळल्यास कसा अर्थविपर्यास होतो याची मी अनेक उदाहरणे दिली होती. त्यावर माझ्या विरोधात, डॉ. द. न. गोखले यांनी ‘अनुस्वारांचा कबुलीजबाब-आम्हाला वगळा, ती न पडती निस्तेज लेखांकने’ आणि ‘व्याकरणाचा रणगाडा कशाला?’, असे दोन लेखांक लिहिले व अखेरीस ‘कबुलीजबाब - अनुस्वारांचा की महामंडळाचा?’ हा माझा समारोपलेख प्रसिद्ध झाला. यावरून, एका बाजूला डॉ. गोखले, डॉ. आचार्य व (डॉ. गं. ना. जोगळेकर यांच्यासारखे) इतर बहुसंख्य अतिरथी - महारथी आणि विरुद्ध बाजूला श्री. दिवाकर मोहनी आणि मी स्वत: या

दोघांचा अल्पमतातला पक्ष असे चित्र उभे राहिलेले दिसते. आम्हां सर्वांच्या या सवाल-जबाबांच्या पार्श्वभूमीवर, डॉ. गोखले व डॉ. आचार्य या दोघांच्या लेखांच्या अनुषंगाने आमच्या पक्षाची निर्वाणीची भूमिका वाचकांसमोर एकदाच काय ती निर्णायकपणे मांडावी या हेतूने या लेखाचा प्रपंच केला आहे.

आमच्या पक्षाच्या भूमिकेचा सारांश असा की - आधी बोलभाषा व मग लेखन, आधी भाषा व मग व्याकरण हा निसर्गक्रम असला तरी, मानवी समाजाची लेखनकला वाढीला लागून त्याची संस्कृती जसजशी समृद्ध होऊं लागली तसतसे सार्वजनिक लेखनव्यवहाराचे प्रयोजन उपस्थित झाले. आधुनिक काळात, मानवी उच्चारण (articulation) हुबेहूब प्रतिबिंबित करण्यासाठी ध्वनिलिपीचा (phonetic script) आश्रय केला जातो व परभाषा शिकताना तश्या लेखनपद्धतीचा उपयोग केला जातो. परंतु समानभाषकांच्या आपसातील संवादव्यवहारासाठी ज्या लेखनपद्धतीचा अवलंब केला जातो ती ध्वनिलिपीहून काहीशी वेगळी असते व वेगळी असणे अपरिहार्य ठरते. कारण, उच्चारण व लेखन यांत शक्य तेथवर एकवाक्यता असणे अत्यंत श्रेयस्कर असले तरी, प्रत्यक्ष व्यवहारात उच्चारण हे व्यक्तीगणिक व प्रदेशागणिक बदलत असल्यामुळे कोणाचे उच्चारण प्रमाण मानावे हा प्रश्न उपस्थित होतो व म्हणून सार्वजनिक पातळीवर सर्वसाधारणपणे साहित्यक्षेत्रातील अभिजनांचे उच्चारण प्रमाण मानले जाते व त्यास 'शुद्धोच्चारण' किंवा 'शिष्टोच्चारण' (pronunciation) असे म्हणतात. असे असूनहि सर्वसामान्य सार्वजनिक लेखनात शिष्टसंमत उच्चारण तंतोतंत प्रतिबिंबित होतेच असे नाही. उदा. 'ममता' आणि 'कोयता' या शब्दांचे शुद्धोच्चारण अनुक्रमें 'ममता' आणि 'कोयूता' (कोयता नव्हे) असे असले तरी, प्रत्यक्षात हे दोन्ही शब्द सारखेच लिहिले जातात. याउलट, 'खानदेश' व 'संदेश' या दोहोंचा उच्चार सारखाच असला (म्हणजे 'खांदेश') तरी दोन्ही शब्द सारख्याच पद्धतीने लिहिले जात नाहीत. म्हणजेच, शुद्धोच्चारणशास्त्र (orthoepy) व शुद्धलेखनशास्त्र (orthography) हीं दोन वेगवेगळीं शास्त्रें आहेत. कोणत्याही भाषेचे शिष्टसंमत लेखन म्हणजे शुद्धलेखन कसे असावे ते ठरवताना शुद्धोच्चारण हा एकमेव निकष असू शकत नाही, तर तो अनेकांपैकी एक निकष असतो. मराठीने स्वीकारलेली देवनागरी लिपी तर उच्चारांशी बहुतांशाने प्रामाणिक असल्यामुळे 'उच्चार' या निकषाची पूर्तता होतेच. तथापि, लेखकाच्या उच्चारांचे प्रतिबिंब दाखवणे हे लेखनव्यवहाराचे मुख्य प्रयोजन नसून, लेखकापासून अवकाश किंवा काळ यांच्या अंतरामुळे दुरावलेल्या वाचकापर्यंत लेखकाचे **विचार** पोचवणे हे मुख्य प्रयोजन असल्यामुळे इतरही निकष लागू होतात. मग उच्चाराव्यतिरिक्त अन्य निकष कोणते?

याचे उत्तर १९३० साली 'महाराष्ट्र साहित्य परिषदे' ने संमत केलेल्या शुद्धलेखन नियमावलीतील अधिकृत निवेदनात दिलेले होते - ''केवळ उच्चाराप्रमाणे शुद्धलेखन

असावें हें तत्त्व या मंडळाला संमत नसून, परंपरा, वर्तमानकालीन प्रचार, व्युत्पत्ति, व्याकरण व उपयुक्तता यांचा शुद्धलेखन ठरवण्याच्या कामीं विचार करावा.'' - ('शुद्धलेखनविवेक' - डॉ. द. न. गोखले - १ ली आवृत्ति १९९३ - पृ. १०) (मराठीच्या संदर्भात काळाच्या ओघात एकेक निकष गळून पडला आणि उच्चार हा एकमेव निकष उरला असून तोही आता बाद होण्याच्या मार्गावर असून, यापुढे 'स्वेच्छा' हा एकमेव निकष राहण्याची चिन्हे दिसत आहेत!)

खुद्द व्याकरणाचार्य प्रा. मा. ना. आचार्य ह्यांनी व्याकरणाची तरफदारी करण्याऐवजी, व्याकरणाचा दुय्यम दर्जा आणि उच्चारणास प्राधान्य या आपल्या मुद्द्यांच्या समर्थनासाठी लो. टिळकांचा हवाला देऊन त्यांचे एक वाक्य मुळाबरहुकूम उद्धृत केले आहे. तथापि, टिळकांनी सदर वाक्यात 'उच्चार' या निकषाबरोबर इतरही काही निकषांचा उल्लेख केलेला असूनही ते दुर्लक्षून फक्त 'उच्चार' हा शब्द जाड ठशात छापलेला आहे, पण तो ठसा प्रा. आचार्यांचा आहे, टिळकांचा नाही. मुळात टिळकांनी लिहिलेला **'वैयाकरण'** हा बरोबर शब्दही **'वैय्याकरण'** असा दोनदा चुकीच्या प्रकारें उद्धृत केला गेला आहे! तसेंच, साने-गोडबोले-हातवळणे यांच्या पुस्तकावरील टिळकांच्या लेखमालेतील त्याच १ ल्या लेखात आणि इतर ३ लेखांत लो. टिळक काय म्हणतात याकडे प्रा. आचार्यांचे अनवधानाने दुर्लक्ष झालेले दिसते. लो. टिळक असेही म्हणतात -

'मराठी भाषेची लेखनपद्धति'

लेखांक १ ला

''........ तथापि, अशा आक्षेपांनी व्याकरणशास्त्राचें, किंबहुना कोणत्याहि शास्त्राचें महत्त्व व उपयोग कमी झाला किंवा होतो असें आढळण्यांत येत नाही. नियमित सत्ता असलेला राजा आणि प्रजा यांच्यामध्यें जो संबंध असतो तोच किंवा तशा प्रकारचा (संबंध) वैयाकरण आणि भाषेतील शब्द यांच्यामध्यें आहे...''

(यापुढील भागात लो. टिळक यांनी वैयाकरण आणि ती भाषा बोलणारी जनता यांनी परस्परांवर कसा अंकुश ठेवावा याचे चांगल्या प्रकारें विवेचन केलें आहे.)

लेखांक २ रा

''कोणत्याहि भाषेची लेखनपद्धति ठरवण्यास जीं साधनें आहेत त्यांपैकीं उच्चार हें जरी एक साधन असलें, तथापि केवळ उच्चाराकडे नजर देऊन लेखनपद्धति ठरविणें कितपत प्रशस्त आहे याचा इंग्रजी भाषेंतील उदाहरणें देऊन गेल्या अंकीं थोडासा विचार केला आहे. व्युत्पत्तीकडे लक्ष न देतां, केवळ उच्चारावरून लेखनपद्धति ठरवावयाची म्हटली तर लिहिण्याची भाषा दर पंचवीस-तीस वर्षांत पालटावी लागेल.

इतकेंच नव्हे तर, लिहिण्याच्या भाषेंत कांहीच कायमपणा राहावयाचा नाही. जिभेपेक्षा लेखणी जात्याच अधिक स्थिर असल्यामुळे, कोणत्याहि भाषेंतील लेखनपद्धतीस जितकें स्थैर्य असतें तितकें उच्चारपद्धतीस असत नाही; व म्हणूनच लेखनपद्धतीस हर एक भाषेंत महत्त्व देतात. लिहिणें किंवा [आणि] वाचणें यांत सारखा मेळ कधींच रहात नाहीं...''

लेखांक ३ रा

''उच्चाराप्रमाणे कोणत्याहि भाषेची लेखनपद्धति सर्वांशीं ठरविणें हें किती कठिण, किंबहुना अशक्य आहे याचा विचार गेल्या अंकीं केलाच आहे....''

(आधार : 'लो. टिळक यांचा भाषाविचार' : संपादक - श्री. य. शं. कानिटकर प्रकाशक - टिळक स्मारक ट्रस्ट, पुणे; १ ली आवृत्ति - ऑगस्ट २०००, पृष्ठ क्र. ४६, ५०, ५५)

स्वत: लो. टिळकांनी ज्या भाषेचा दाखला दिलेला आहे ती इंग्रजी भाषा आपणां सर्वांनाच 'शिरोधार्य' आहे आणि निम्म्याहून अधिक जगावर तिचे अधिराज्य चालू आहे. पण उच्चारणातून बाद झालेल्या कितीतरी वर्णांचे ओझे लेखनसरणीच्या शिरावर लादून स्पेलिंगच्या माध्यमातून ते ओझे वाहणारे इंग्रजीभाषक आमच्या मराठी विद्वानांच्या मते खरोखरी महामूर्खच म्हणावयाचे! पण तसे उघडपणे बोलून दाखवण्याची हिंमत आमच्या एका तरी विद्वानाकडे आहे काय? इंग्रजी साहित्यक्षेत्रातही इ. स. १२०० पासून असे वादविवादांचे सामने झडले आहेत; तेथेही Simplified Spelling Society यांसारख्या संस्थांनी चळवळी केल्या आहेत, पण अजून तरी त्यांची सरशी झालेली नाही. लँकॅस्टर विद्यापीठातील इंग्रजीचे प्राध्यापक व प्रख्यात भाषाभ्यासक मि. स्टॅन्ली हसे यांनी The English Language - Structure & Development (१९९५) या मथळ्याचे एक पुस्तक लिहिलेले असून, त्यातील ५ व्या प्रकरणात त्यांनी शुद्धोच्चारण व शुद्धलेखन यांचे परस्परांशी काय नाते आहे व असावे याची चर्चा केली आहे. शुद्धोच्चारण व शुद्धलेखन या दोहोंत एकवाक्यता असणे ही आदर्श परिस्थिती होय हे सर्वमान्य आहे. पण व्यवहारात अनेक कारणांमुळे तसे घडू शकत नाही. म्हणून इंग्रजी कोशकारांनी इंग्रजी कोशात प्रथम सार्वजनिक लेखन-व्यवहारातील रूढ स्पेलिंग व कंसात उच्चाराचे वर्णलेखन (उदा. Palm \ päm) देण्याची प्रथा सुरू केली. महंमद पर्वताकडे गेला नाही तर, पर्वत महंमदाकडे जातो या चालीवर उच्चाराने स्पेलिंगशी जुळवून घ्यावे की स्पेलिंगने उच्चाराशी जुळवून घ्यावे असा यक्षप्रश्न कोशकारांपुढे उभा राहिला होता. तेव्हा Critical Pronouncing Dictionary of the English Language (इ. स. १७९१) या कोशाचा लेखक मि. जॉन वॉकर यांच्यासारख्या वक्तृत्वकलेच्या पुरस्कर्त्यांनेही स्पेलिंगच्या बाजूने कौल दिला

असे प्रा. हसे म्हणतात, "He (John Walker) is too ready to ignore usage and revere spelling." त्यानंतर लगेचच त्यांनी वॉकरचे ('वॉल्कर' नव्हे!) एक अर्थगर्भ वाक्य उद्धृत केले आहे :-

".... for if we cannot bring the pronunciation to the spelling, it is looked upon as some improvement to bring the spelling to the pronunciation : a most pernicious practice in language." (पृ. ११८).

यापुढील भागात Spelling Reform या विषयाची चर्चा करताना, प्रा. हसे म्हणतात -

"......... Every once in a while today, a new proposal for reform is put forward. We must, though (however), decide whether spelling reform means the complete revision of our spelling on a more or less phonetic basis or whether it means the gradual elimination of a number of irregularities, such as silent letters, in the interests of a more logical spelling. The latter is rather like the American writing of <check> ('cheque'), <center>, <honor>, <dialog> and <theater>. This second solution would be better, but the reformers usually intend the first. American spelling, however, is not without its own ambiguities. The regular <license> and <practise> obscures the grammatical distinction which English maintains with <licence> for the noun and <license> for the noun and < license for the verb..." - (पृ. ११८).

या त्यांच्या विवेचनाचा मथितार्थ असा की, कोणत्याही भाषेची लेखनसरणी (व उच्चारसरणी देखील) अपरिवर्तनीय नसते, निसर्गक्रमानुसार ती बदलतच असते. पण काही निरर्थक व अनावश्यक गोष्टी काढून टाकावयाच्या झाल्यास, एकदम सर्वंकष क्रांती करून ते बदल घडवून आणावेत की उत्क्रांतीमार्गे हळूहळू (gradual) धीमेपणाने ते बदल घडवावेत हा वादाचा मुद्दा आहे. तथाकथित पुरोगामी सुधारणावाद्यांना बदल घडवून आणण्याची इतकी घाई झालेली असते की त्यामुळे ते मागचापुढचा विचार न करता, उतावळेपणाने बदल घडवण्याचा प्रयत्न करतात. पण उत्क्रांतीचा मार्ग अधिक श्रेयस्कर होय असे प्रा. हसे यांचे मत दिसते. अमेरिकन लोकांनीही इंग्रजी स्पेलिंगमध्ये जे बदल घडवले ते अत्यंत किरकोळ व निरुपद्रवी आहेत, पण काही बदलांमुळे अमेरिकन लोक शब्दांची सूक्ष्म अर्थभेदक शक्ती गमावून बसले आहेत. असाही अभिप्राय प्रा. हसे व्यक्त करतात. (अमेरिकन लोकांनीही अजून तरी palm मधील 'l' किंवा psyche मधील 'p' वर्ण उडवलेला नाही!)

मराठीच्या क्षेत्रात १९६२ साली जी अघटित क्रांती घडून आली तिच्यामागे तत्कालीन

सरकार ही खरी प्रेरकशक्ती होती व जनसामान्यांसाठी लेखनाचे 'सोपीकरण' ही खरी मूळ प्रेरणा होती. वस्तुत:, अनेक मातब्बर विद्वानांनी इतक्या झपाट्याने (drastic) बदल घडवण्यास विरोध केलेला असूनही, काही मोजक्या सरकारधार्जिण्या विद्वानांनी त्याला 'उच्चारानुसारी लेखन' असा तात्त्विक मुलामा दिला व प्रतिपक्षाचा विरोध हाणून पाडला. १९६२ सालापूर्वीपर्यंत साहित्यिक अभिजनांमध्ये जी लेखनसरणी प्रचलित होती, तीमध्ये सरकारने दंडसत्तेच्या जोरावर विद्वानांवर अलिखित दडपण आणून त्यांच्याच करवीं आमूलाग्र बदल घडवून आणला. खरे पाहतां, एखाद्या लहान बालकाचे जितक्या सहजतेने प्रौढ व्यक्तीत रूपांतर होते, एखादी नदी जितक्या नैसर्गिकपणे पुढे वाहत जाते आणि तरीही त्या बालकाची किंवा नदीची ओळख (identity) कायम राहते तितक्या सहजतेने आणि नैसर्गिकपणे हे बदल घडून यावयास हवे होते. पण मराठीच्या बाबतीत दुर्दैवाने तसे झाले नाही. गेल्या चाळीस वर्षांत सुरुवातीला सक्तीने का होईना, पण हा बदल हळूहळू सर्वांच्या इतका हातवळणीं पडला की आपण आपल्या अभिव्यक्तीची सूक्ष्मता गमावून बसलो आहोत याचेही साहित्यिक अभिजनांना भान राहिलेले नाही.

मराठीने व्युत्पत्तिसिद्ध व व्याकरणसिद्ध अनुस्वार काढून टाकल्यामुळे काही बिघडलेले नाही, संदर्भावरून सगळे समजते हा आमच्या प्रतिपक्षाचा दावा आहे. आमच्या पक्षाचे म्हणणे असे की, व्युत्पत्तिसिद्ध व व्याकरणसिद्ध अनुस्वार हटवल्यामुळे पूर्ण संदर्भ नसेल तेव्हा किंवा संदर्भ संदिग्ध असेल तेव्हा, अनुस्वार हे अर्थभेदक चिन्ह कामास येते.

उदा. ती व्यक्ती **परदेशी** होती. (foreigner)

ती व्यक्ती **परदेशीं** होती. (abroad)

हे अनुस्वार कायमचे हटवल्यास, लेखकाचा अभिप्राय वाचकाला कळणार नाही. काव्यामध्ये तर गद्यासारखी संपूर्ण वाक्यरचना नसल्यामुळे व कमीत-कमी शब्दांत जास्तीत जास्त अर्थ व्यक्त करावयाचा असल्याने, कित्येकदा एखादा व्याकरणसिद्ध अनुस्वार हे काम करून जातो, हे मी ''दै. लोकसत्ता'' मधील माझ्या लेखांत दाखवून दिले आहे. ('व्याकरणसिद्ध अनुस्वार' म्हणजे ज्या अनुस्वाराला उच्चारदर्शन हे नव्हे तर, लिंग-वचन-विभक्ति-अर्थभेद दर्शवणें हे प्रयोजन असते तो अनुस्वार होय.) शिवाय, व्युत्पत्तिसिद्ध अनुस्वार हटवल्यामुळे, तात्पुरता कार्यभाग झाला तरी भाषेचा इतिहास पुसला जातो व आपले इतर भाषांशीही नाते तुटते.

प्रा. हसे म्हणतात -

"A new phonetic spelling system might perhaps make some sort of sense for the Present - Day English alone, but it would obscure etymological relationships with other languages whose words we have borrowed, and this would work both ways : for foreigners learning our language and for us learning theirs. Finally, how long would a new system last? We cannot put a stop to (or even a brake on) changing pronuciation." (पृ. ११९).

एकवेळ कोणाचाही लिहिता हात थांबवता येईल, पण कोणाच्याही जिभेला आपण लगाम घालू शकत नाही हें खरेंच!

याच पुस्तकाच्या त्याच पृष्ठावर प्रा. हसे यांनी प्रख्यात इंग्रजी कोशकार डॉ. सॅम्युएल जॉन्सन (अठरावें शतक) यांचा एक व्युत्पत्ति-व-व्याकरणविषयक अभिप्राय नोंदलेला आहे -

"In this part of the work (spelling), where caprice has long wantoned without controul (जुनें स्पेलिंग), and vanity fought praise by petty reformation, I have endeavoured to proceed with a scholar's reverence for antiquity, and a grammarian's regard for the genius of our tongue. I have attempted few alterations, and amongst those few, perhaps the greater part is from the modern to the ancient practice." (पृ. ११९).

याच पार्श्वभूमीवर लो. टिळकांचे विधान उद्धृत करतें -

"वैयाकरण हे भाषेचे शास्ते खरे : पण त्यांचा अधिकार मर्यादित आहे, आणि कोणतीही भाषा बोलणारे लोक हेच जरी त्या भाषेचे कर्ते असले, तरी व्याकरणशास्त्र किंवा व्युत्पत्तिशास्त्र हें त्यांस अगदीं झुगारून देतां येत नाही. या दोन्ही गोष्टी लक्षांत ठेवून आणि उभय पक्षांचा मिलाफ घालून मग लेखनपद्धतीवाल्यांनी काय नियम ठरवायचे ते ठरविले पाहिजेत." (लो. टिळक यांचा भाषाविचार : पृ. ५६).

प्रा. हसे यांनी आपल्या पुस्तकात पृ. ११४-११५ वर अशीही माहिती दिली आहे की, ग्रीक आणि विशेषत: लॅटिन यांमधून व्युत्पन्न झालेले कित्येक शब्द फ्रेंचमार्गें इंग्रजीत आले व उच्चारातून बाद झालेली वर्णाक्षरे स्पेलिंगमधून गाळली जाऊन ते शब्द मध्ययुगीन इंग्रजीत अवतीर्ण झाले. पण रेनेसाँ (पुनरुज्जीवन) काळातील लेखकांनी लॅटिनला प्रतिष्ठा देऊन आपल्या मूलस्रोताशी - पितृभाषेशी आपली नाळ जोडण्यासाठी ती वर्णाक्षरे पुन्हा स्पेलिंगमध्ये दाखल केली. उदा. (aventure → adventure, dout → doubt, receit → receipt).

(मराठीत निदान उच्चारात नसलेली वर्णाक्षरे वर्णलेखनातून हटवण्याची समस्या कधी उद्भवलीच नाही. प्रश्न होता तो फक्त तथाकथित अनुच्चारित अनुस्वार हटवण्याचाच काय तो!)

सामान्य व्यवहारात व्याकरणज्ञानाची आवश्यकता नसते हे डॉ. आचार्यांचे म्हणणे खरे आहे. आपल्या घरातील नोकर 'मी जाईल' असे म्हणाला किंवा त्याने तसे खाजगी पत्रात लिहिले तरी काही बिघडत नाही. तेवढ्याने त्याचा कार्यभाग होतो. पण एखादा

पत्रकार जेव्हा 'लेणीत मूर्ती कोरलेल्या आहेत' असे वृत्तपत्रातून लिहितो तेव्हा ती बाब दखलपात्र ठरते, (माझ्याकडे अशी कात्रणे आहेत.) व तेव्हा व्याकरणाचे महत्त्व प्रकर्षाने जाणवते. ना. घ. देशपांडे, इंदिरा संत, बा. भ. बोरकर यांच्यासारखे कवी आपल्या सानुस्वार कवितांतून 'हा सप्तमीचा अनुस्वार', 'हा तृतीयेचा अनुस्वार' असे मनाशी घोकत अनुस्वार देत नव्हते. (तसे करीत बसल्यास, सुंदर कविता उत्स्फूर्तपणा जन्मालाच येणार नाही), तर लहानपणी शिकलेल्या व्याकरणाचे त्यांच्या मनावर जे संस्कार झालेले होते त्या संस्कारांपोटीं अभावितपणे त्यांचे अर्थपूर्ण अनुस्वार बाहेर पडत असत. प्रा. हसे यांनी या संदर्भात रॉबर्ट लॉथ यांच्या इंग्रजी व्याकरणग्रंथातील एक उतारा उद्धृत केला आहे. (पृ. १५२) :-

"The principal design of a Grammar of any Language is to teach us to express ourselves with propriety in that Language, and to enable us to judge of every phrase and form of construction, whether it be right or not. The plain way of doing this is, to lay down rules, and to illustrate them by examples. But beside showing what is right, the matter may be further explained by pointing out what is wrong."

(A short introduction to English Grammer by Robert Lowth, 1972, P. 97).

(श्री. दिवाकर मोहनी बाहू उंच उभारून हेच सांगू पाहात आहेत, पण त्यांचे कोणी ऐकायला तयार नाही; तेव्हा इंग्रज सोनाराकरवींच कान टोचलेले बरे अशा विचाराने मी हा प्रपंच केला!)

जुन्या काळीं 'विदर्भ संशोधन मंडळ वार्षिक १९७०' या अंकात (पृ. १२८) प्रा. म. दा. साठे यांनी 'संस्कृत भाषेच्या व्याकरणाचे ऐतिहासिक स्वरूप व प्रमाण ग्रंथ' या मथळ्याखाली एक लेख लिहिला होता. त्यात ते म्हणतात -

''व्याकरणाने भाषेचा प्रवाह थांबतो व तिला एका विशिष्ट चाकोरीतून जावे लागत असल्याने तिची वाढ खुंटते असा एक आक्षेप काही विद्वान् अलिकडे घेऊ लागले आहेत! पण त्यात अर्धसत्य आहे. भाषेचा नैसर्गिक प्रवाह कोणी थांबवू म्हटले तरी थांबत नाही व थांबणार नाही. तो अखंड चालूच राहणार! पण तो प्रवाह चालू असता योग्य दिशेने जात आहे की नाही हे व्याकरण पाहते. नदीचा प्रवाह धरण बांधून थांबविता येतो हे खरे; पण तो कोणी कायमचा थांबवू शकत नाही. त्या प्रवाहाला विशिष्ट दिशेने पाट काढून वाट करून द्यावी लागते. त्यात चूक झाली तर तो प्रवाह बांध फोडून सैरावैरा धावू लागेल व अनिष्ट प्रसंग ओढवेल!''

१९६२ साली महाराष्ट्र सरकारने मराठी लेखनाचे हे शिस्तबद्ध गाडे (डें) डोंगरमाथ्यावरून ढकलून दिले आणि तेव्हापासून जी घसरण सुरू झाली ती आजतागायत

चालू राहिली व सोपेपणाला सवंगपणाची अवकळा आली. लेखन सोपे झाले, वाचन कठीण झाले! परंतु सोपेपणाला, बेशिस्तीला, स्वैरपणाला सरावलेल्या पत्रकार मंडळींना शिस्तीच्या रुळावर आणणे खरोखर कठीण आहे व त्यांची तशी मानसिक तयारी नसणे हे अगदी स्वाभाविक आहे. मात्र स्वैरता हीच आजच्या जमान्याची स्वाभाविक प्रवृत्ती आहे असे म्हणून त्या अपप्रवृत्तीचे समर्थन करणे म्हणजे भ्रष्टाचार ही चालू जमान्याची सहजप्रवृत्ती असल्याने ती खपवून घ्यावी असे म्हणण्यासारखे आहे. सध्या बहुसंख्य विद्वान् असेच समर्थन करीत आहेत. त्याचप्रमाणे, काही मोजक्या संवेदनाक्षम लेखकांचा नवलेखनपद्धतीमुळे प्रथम प्रथम मानसिक कोंडमारा झाला आणि पत्रकार व प्रकाशक यांनी त्या लेखकांचे जुन्या वळणाचे शास्त्रपूत लेखन छापण्यास नकार देऊन त्यांची पुरती कोंडी केली. (मला स्वत:लाही हा लेख नवलेखनपद्धतीत लिहिणे भाग पडल्यामुळे माझीही तशीच कुचंबणा झाली आहे.) त्यामुळे तेही लेखक गेल्या कित्येक वर्षांपासून नवलेखनपद्धतीत रुळून गेले व या नवपद्धतीमुळे आपल्या अभिव्यक्तिक्षमतेवर काही मर्यादा पडताहेत याची बोचरी जाणीवही लोपली. वर्षानुवर्षे कैदेत काढल्यावर कैद्याला हातातल्या बेड्याही खुपेनाश्या होतात, संवेदना बोथट होतात, व पुढेपुढे त्या बेड्याच दागिन्यांसारख्या वाटू लागतात हे खरे!

वस्तुत:, सामान्य माणसासाठी लेखनसरणीचे 'सोपीकरण' ही संकल्पनाच चुकीची आहे. कारण, कितीही सोपीकरण केले तरी, बहुसंख्य सामान्य माणसे अशुद्धच लिहितात व यापुढेही लिहिणार. शुद्धोच्चारण व शुद्धलेखन हे विषय त्या सामान्य माणसापुढे ज्यांचा आदर्श राहावा असे अपेक्षित असते तीं वृत्तपत्रादि प्रसारमाध्यमे, अभिजन साहित्यिक, शिक्षक-प्राध्यापक, इ. अल्पसंख्य व्यक्तींपुरतेच मर्यादित आहेत. कोणत्याही क्षेत्रातील आदर्श नेहमीच अल्पसंख्य असतात. (व्यवहारात सदाचारी व शिस्तशीर माणसांची संख्या अत्यल्प असते, आणि भ्रष्टाचारी व बेशिस्त व्यक्तींची नेहमीच बहुसंख्या असते, पण संस्कृतीच्या प्रांतात या बहुसंख्याकांना प्रतिष्ठा दिली जात नाही व द्यावयाची नसते आणि त्यामुळेच संस्कृती टिकून राहते.) पण १९६२ साली, बहुसंख्याकांचा अनुनय करण्यासाठी मराठीची लेखनसरणी ज्या धसमुसळेपणाने व कृत्रिमपणाने व्यापक प्रमाणावर बदलण्यात आली तिचे दुष्परिणाम तत्काळ जाणवले नाहीत, कारण तत्कालीन पिढी जुन्या-नव्या दोन्ही पद्धतींना साक्षीदार होती. पण आता ४० वर्षांनंतर जी नवीन पिढी उदयाला येत आहे तिला जुन्याची ओळख नाही. व्याकरण, व्युत्पत्ती, ऱ्हस्व-दीर्घ, अनुस्वारविवेक या कशाचेही भान नसलेली ही पिढी प्रसारमाध्यमांतून जनतेसमोर येत आहे व जनतेसमोर तोच आदर्श (!) राहणार आहे. १९६२ सालीं कृत्रिमपणे घडवून आणलेल्या स्थित्यंतरामुळे, मराठीतील जवळजवळ प्रत्येक शब्द दीर्घान्त झाला. या अतिरेकी दीर्घीकरणामुळे, पत्रकारांचे इतर भाषांविषयींचे भान हरवले ते इतके की, ते

आता 'शुभं करोती', 'नेती नेती' आणि 'कौन बनेगा करोडपती?' असे लिहितात. अनुच्चारित अनुस्वार गाळल्यामुळे, नपुंसकलिंगी एकवचनाची व अनेकवचनाची खूण हरवली. परिणामत:, 'त्यांचे धाबे दणाणले आहेत' ('धाबे' हें नुपं. एकवचन की 'धाबा' याचें अनेकवचन?) असे व्याकरणदुष्ट शब्दप्रयोग छापून येऊ लागले. संस्कृत तत्सम हलन्त शब्द (उदा. गुणवान् / मान्) पायमोडीने लिहूं नयेत असे फर्मान निघाल्यामुळे 'गुणमानतेचा ऱ्हास' अशासारखे अशुद्ध शब्दप्रयोग डोळ्यांसमोर येऊ लागले आहेत. केशवसुतपूर्व व चिपळूणकरपूर्व काळातील गद्य व पद्य यथामूल छापावे असा सरकारमान्य नियम (१५) असूनही हाताला नवीन वळण लागल्यामुळे, नवे पत्रकार व नवे-जुने साहित्यिकदेखील जुनें संतवाङ्मयही नवीन वळणाने छापतात, पण त्यामुळे त्यांतला अर्थच हरवून बसतो याचेही त्यांना भान राहात नाही.

(उदा. बोली (लीं) अरूपाचे रूप दावीन)

१५ व्या नियमानुसार, केशवसुतांची कविता नवीन निरनुस्वार पद्धतीने छापली, उदा.

'आई ग! तर वद माते (तें)
कोठुनि हे आले येथे?' ('थेंब दंवाचे')

तर तिची काय वासलात लागेल हे विद्वानांना मी सांगावयास हवें काय? लेखन-मुद्रण सुकर करण्यासाठी नियम सोपे करावेत हा सरकारपक्षाचा दावा (शुद्धलेखननियमावली (उपोद्घात) - पुनर्मुद्रण १९९६; प्रकाशक - भाषा संचालनालय) मान्य करावयाचा झाला तर, सोपीकरणाला अजूनही खूप वाव आहे. मुळात, मराठी समाजाची एक घोडचूक झाली ती अशी की, सरकारी कारभार मराठीतून करताना, तो जलद होण्यासाठी सरकारी पत्रव्यवहाराला शुद्धलेखनाचे काटेकोर नियम लावू नयेत, तेथे सवलत द्यावी असे म्हणण्याऐवजीं, सरकारी कारभाराच्या सोयीसाठी शुद्धलेखनाचे सर्वच क्षेत्रांतील आदर्श व मानदंड ढिले करण्यात आले व बिनसरकारी साहित्य, शिक्षणक्षेत्र यांच्यांतही सरकारी हस्तक्षेप झाला. वस्तुत:, कोणत्याही ज्ञानक्षेत्रातील आदर्श मानंदड कायम ठेवायचे असतात, मात्र त्यांची अंमलबजावणी करताना काही क्षेत्रांपुरती थोडी सूट दिली तर चालते. उदा. भाषा-विषय सोडून इतर विषयांच्या पाठ्यपुस्तकांत शुद्धलेखनाची गरज नाही असे म्हणण्याऐवजी, सर्व विषयांच्या पाठ्यपुस्तकांत शुद्धलेखन असलेच पाहिजे, मात्र भाषा-विषय सोडून इतर विषयांच्या उत्तरपत्रिकांमध्ये विद्यार्थ्यांच्या अशुद्धलेखनाकडे दुर्लक्ष करावे व त्याबद्दल त्याचे गुण कापूं नयेत असे म्हणणे अधिक संयुक्तिक ठरते.

मराठी लेखनाची सद्य:स्थिती चिंताजनक आहे असे डॉ. द. न. गोखले यांना जाणवलेले दिसत नाही. पण डॉ. आचार्य मात्र मराठी भाषेच्या आरोग्याविषयीं सचिंत दिसतात. सध्याच्या दुरवस्थेसंबंधी मी केलेले निदान डॉ. आचार्यांच्या मतें चुकीचें असेल

आणि डॉ. आचार्यांना खरोखरी तशी चिंता वाटत असेल तर, त्यांनी त्याविषयीं सखोल चिंतन करून, या रोगाचे नेमके निदान करावे आणि इलाजही शोधून काढावा असे माझे त्यांना आवाहन आहे. सेवेशी श्रुत होय ही विज्ञापना.

गेली चाळीस वर्षे मराठी साहित्यिकांनी ज्या शिस्तीचे पालन केले ती खरे पाहतां, एकमेकांच्या खांद्यांवर हात ठेवून चालणाऱ्या आंधळ्यांच्या माळेची शिस्त होती. पण आता मराठी लेखनाच्या 'दूरावस्थे' ची जाणीव झाल्यावरही, अर्थाचा अनर्थ वा विपर्यास झाला तरी, त्याकडे ('गुंततां हृदय हें कमलदलाच्या पाशी की पार्शी' हाही विवेक न करता) डोळेझाक करून आमचे विद्वान् सध्याच्या (अ) शुद्धलेखनपद्धतीवर ठाम राहणार असतील तर, अंधपरंपरान्यायाने पुढे कोणत्यातरी दरीत आपल्या भाषेचा जो अध:पात ठरलेला आहे त्याविषयीं ते उदासीन आहेत असे म्हणावे लागेल. म्हणून औद्धत्याचा दोष पत्करूनही मला असे म्हणावेसे वाटते की, एकवेळ झोपी गेलेल्या माणसाला जागें करता येईल, पण झोपेचे सोंग घेतलेल्यांना मात्र जागें करणे कठीण!

लेखनशुद्धता सांभाळणारे कोण? तुम्ही आम्हीच ना!

■ ■ ■

'मराठी अभ्यास परिषद पत्रिके'च्या हिवाळा १९९५ च्या अंकात मराठी साहित्याच्या लेखन पद्धतीसंबंधी मी उपस्थित केलेल्या प्रश्नांसंबंधीचा माझा लेख ('रुची'त तो पुनर्मुद्रित झाला) व शेजारी डॉ. गं. ना. जोगळेकर यांनी उत्तरदाखल लिहिलेला लेख प्रसिद्ध झाला आहे. प्रथमच हे स्पष्ट करावयास हवे की, मला सामंत - जोगळेकर वाद खेळावयाचा नाही. (कारण अशा वादांवर लवकरच पडदा पडतो! व त्यातून काही निष्पन्न होत नाही.) मला हवा आहे तो संवाद. मराठीच्या लेखनक्षेत्रात अराजकाची व गोंधळाची परिस्थिती आहे हे बहुसंख्य मंडळींना (डॉ. जोगळेकर यांचा अपवाद असावा) मान्य आहे. विद्यमान शुद्धलेखन - नियम बरेवाईट, चूक-बरोबर, कसेही असले तरी, त्यांनुसारदेखील अलिकडे शुद्धलेखन लिहिले जात नाही, ही वस्तुस्थिती आहे. त्यामुळे ज्यांना मन:पूर्वक योग्य शुद्धलेखन लिहिण्याची इच्छा आहे त्यांना देखील कित्येकदा संभ्रम पडतो.

'रुची' या नियतकालिकाच्या परिवारातील पत्रकार मंडळींकडून विचारणा झाल्यामुळे मी या विषयाला तोंड फोडले. शाळांमधील शिक्षक व पाठ्यपुस्तक मंडळ यांचीही याबाबत कुचंबणा होते. म्हणून विद्वान साहित्यिकांनी एकत्र येऊन ही अराजकाची स्थिती समाप्त करावी असे त्यांना आवाहन करण्याच्या इराद्याने मी लेख लिहिला. त्याला प्रत्युत्तर म्हणून डॉ. जोगळेकर यांनी लेख लिहून त्यांनी त्यांच्यापुरती उत्तरे दिली असली व ती त्यांची वैयक्तिक मते असली तरी, डॉ. जोगळेकर हे एका मान्यवर साहित्यसंस्थेचे प्रवक्ते असल्याने, त्यांचे मत हे अधिकृत व प्रतिनिधिक मानले जाण्याची शक्यता आहे. म्हणून त्यांच्याकडून माझ्या सर्व प्रश्नांना समर्पक उत्तरे मिळण्याची अपेक्षा होती. तथापि, याबाबत माझी निराशा झाली.

डॉ. जोगळेकर यांनी माझ्या प्रश्नांच्या उत्तरादाखल मांडलेल्या मुद्द्यांचा परामर्श घेऊन, अखेरीस माझे प्रश्न कसे अनुत्तरित राहिले आहेत हे मी दाखवून देऊ इच्छिते.

१) 'टंकलेखन - यंत्रांची सोय पाहाण्यासाठी नवे शुद्धलेखन-नियम अस्तित्वात आले' असे माझे विधान नाही. नवे शुद्धलेखन-नियम अस्तित्वात येण्यामागील अनेक कारणांपैकी ते एक कारण होते असा माझ्या विधानाचा आशय होता.

'टंकलेखन - यंत्रांची सोय पाहण्यासाठी मोठ्या प्रमाणावर अनुस्वारांना फाटा देण्यात आला' असे माझे विधान आहे. अनावश्यक अनुस्वारांची अडगळ दूर झाली याचे मी स्वागतच केले आहे. उदा. तृतीया विभक्तीचा प्रत्यय - 'त्यानें' - याऐवजी 'त्याने' हे लेखन पुरेसे आहे.

२) पण त्याचबरोबर 'अर्थभेददर्शक अनुस्वारांचीही गच्छन्ती झाली' अशी मी खंत व्यक्त केली आहे, ती निरर्थक आहे असे डॉ. जोगळेकर यांचे म्हणणे. या संदर्भात नुकताच घडलेला एक किस्सा सांगते. पत्रकार श्री. दिनकर गांगल हे 'रविवार लोकसत्ता' मध्ये 'सोयरे - सहचरे' असे सदर चालवतात. एक दिवस प्रा. शंकर वैद्य यांच्याकडून लेखकाला विचारणा झाली - 'सहचरे' हे कोणते रूप आहे? अनेकवचनी रूप असल्यास त्याचे एकवचन 'सोयरा' च्या चालींवर 'सहचरा' असे होणार का? तत्काळ श्री. दिनकर गांगल यांना झालेला घोटाळा उमजला. वस्तुत: तुकारामांचे वचन 'सोयरीं- सहचरें' असे होते. दोन्ही शब्द नपुंसकलिंगी अनेकवचनी होते व दोन्ही शब्द सानुस्वार होते. श्री. गांगल यांनी 'सोयर' ऐवजी 'सोयरा' हा पुल्लिंगी शब्द घेतला व त्याचे अनेकवचन केले. पण 'सहचरें' मधील अनुस्वार उडवल्याने 'सहचरे' हा शब्द पुल्लिंग अनेकवचनासारखा वाटू लागला. आधुनिक मराठीतील 'सहचर' हा शब्द नपुंसकलिंगी नसून पुल्लिंगी आहे व त्याचे अनेकवचन 'सहचर' असेच व्हावयास हवे, 'सहचरे' नव्हे.

३) 'कवी, 'शिशू', 'नीती', 'क्रांती' हे शब्द समासात पूर्वपदीं आले की ऱ्हस्व उच्चारले जातात, म्हणून ते ऱ्हस्व लिहायचे असे डॉ. जोगळेकर म्हणतात. पण मी उल्लेखिलेल्या 'नदीतट' या शब्दाचा खुलासा करण्यास डॉ. जोगळेकर विसरले. 'कवी', आणि 'नदी' हे शब्द एरव्ही सारखेच, दीर्घान्त उच्चारले जातात, तर समासात त्यांची प्रक्रिया वेगवेगळी का होते? (की, 'नदीतट' मध्ये मात्र 'नदी' हा शब्द तेवढा दीर्घच उच्चारला जातो? याला तर्कसंगत नियम काय? की डॉ. जोगळेकर म्हणतील तो शब्द ऱ्हस्व व ते सांगतील तो दीर्घ समजायचा?)

'तत्सम (म्हणजे संस्कृतमधून जसेच्या तसे मराठीत आलेले) ऱ्हस्वान्त शब्द (इकारान्त व उकारान्त) हे एरव्ही दीर्घान्त लिहावयाचे असले तरी, सामासिक शब्दांत पूर्वपदी असताना ऱ्हस्वान्तच लिहावेत' ही शब्दयोजना व कारणमीमांसा माझी नसून,

शुद्धलेखन महामंडळाची आहे. (पहा, महाराष्ट्र शासनाने प्रसिद्ध केलेली 'शुद्धलेखन नियमावली' पृ. २ नियम ५) म्हणजे डॉ. जोगळेकर यांनी मांडलेल्या उच्चारणाचा मुद्दा महामंडळाला अभिप्रेत नव्हता असे दिसते.

वस्तुत: या नियमात गैर असे काही नाही. पण हा नियम पाळताना संस्कृतच्या ज्ञानाची पूर्वअट पाळावी लागते - म्हणजे कोणता शब्द समासात ऱ्हस्व लिहायचा (कवि) व कोणता शब्द समासात दीर्घच ठेवायचा ('नदी') याचे ज्ञान असावे लागते - हा मुद्दा मला मांडायचा होता.

तसेच सामासिक शब्दांची चर्चा करीत असताना, डॉ. जोगळेकर यांनी दिलेली बहुतेक सर्व उदाहरणे - स्त्रिया, माणुसकी, नाविन्य, वडिलांना - ही सामासिक शब्दांची उदाहरणे नव्हेत.

त्यांपैकी 'सासुरवास' हा शब्द सामासिक असला तरी या समासात पूर्वपदीं 'सासू' हा शब्द नव्हे तर 'सासुर' (= श्वशुरगृह = सासुर - पहा 'कन्या सासुऱ्यासी जाये!') हा शब्द आहे. म्हणून तेही उदाहरण अप्रस्तुत ठरते. 'नाविन्य' शब्दाबद्दल सांगायचे तर, एकतर तो समास नव्हे; दुसरे असे की, त्याच अंकात श्रीपाद जोशी यांचा 'नावीन्य आणि प्रावीण्य' या मथळ्याचा लेख आहे व त्याखाली डॉ. अशोक केळकर यांची टिप्पणी आहे. ती वाचली की, एक लक्षात येईल की, 'नावीन्य' हे वर्णलेखन अधिक बरोबर आहे. त्यामुळे हेही उदाहरण अप्रस्तुत ठरते.

४) 'शालेय अभ्यासक्रमात संस्कृतचे अध्ययन फारसे होत नाही' हे डॉ. जोगळेकर यांचे विधान वस्तुस्थितीला धरून नाही. उलट, अधिकाधिक गुण मिळवून देणारा विषय म्हणून मराठी माध्यमाच्याच नव्हे तर, इंग्रजी माध्यमाच्या शाळांमधूनही या विषयाची व त्याच्या शिक्षकांची मागणी वाढू लागली आहे. मात्र मागणीच्या मानाने पुरवठा कमी असल्याने विद्यार्थ्यांची पंचाईत होत आहे.

आणखी एका आघाडीवर मराठी विद्यार्थ्यांची कुचंबणा होते. एकदा मराठीत दीर्घान्त शब्द लिहिण्याची सवय लागल्यानंतर, तोच शब्द उदा. कवि, रवि, इ. हिंदीत व संस्कृतमध्ये ऱ्हस्वांत लिहिणे मराठी विद्यार्थ्यांना कठीण जाते. परिणामीं, आपले विद्यार्थी अखिल भारतीय परीक्षांच्या स्तरावर मागे पडतात, हा मुद्दा मागे डॉ. म. वा. धोंड यांनी १९९१ साली 'लोकसत्ते'तील लेखात मांडला होता.

संस्कृतपासून फारकत घेण्याच्या प्रवृत्तीपायीं मराठीचे किती नुकसान होत आहे, याचा विद्वानांनी विचार करण्याची वेळ येऊन ठेपली आहे. संस्कृत अध्ययनासंबंधी सर्वोच्च न्यायालयाने अलिकडेच दिलेला निर्णय डोळ्यात अंजन घालणारा ठरावा. (पं. वसंत गाडगीळ यांचा 'दै. सकाळ' मधील लेख दि. २.८.१९९५ 'सर्वोच्च न्यायालयात संस्कृत - महिम्न: स्तोत्र' आणि श्री. वि. गो. कुलकर्णी यांचा 'महाराष्ट्र

टाइम्स' मधील 'मराठी बाणा' सदराखालील 'एड्सग्रस्त मराठी' हा लेख - दि. ७ ऑक्टो. १९९५ वाचावा.)

५) '१९७३ सालच्या शासन व्यवहार कोशानंतर महत्त्वाचा असा कोणताही कोश प्रसिद्ध झाला नाही' या माझ्या विधानात अनवधानाने 'सरकारपुरस्कृत' हा शब्द राहून गेला आहे. या विधानाआधी मी 'प्रचलित मराठी-मराठी शब्दकोश' अशी शब्दयोजना केली आहे व डॉ. द. ह. अग्निहोत्री यांचा कोश त्या शब्दयोजनेत मला अभिप्रेत होता. त्यामुळे अर्थातच मी त्याची दखल घेतली आहे. पण मला जो मुद्दा मांडायचा होता तो मुख्यत्वेकरून सरकारपुरस्कृत कोशांसंबंधीचा होता व म्हणूनच 'साहित्य संस्कृती मंडळा' तर्फे येऊ घातलेल्या भावी मराठी - मराठी कोशाचा मी उल्लेख केला.

डॉ. जोगळेकर यांनी या मुद्यांतर्गत मांडलेला उपमुद्दा माझ्याच मुद्द्यास पूरक आहे. डॉ. द. ह. अग्निहोत्री यांनी 'कवि', 'भीति' इ. तत्सम ऱ्हस्वान्त शब्दांचे उच्चारण कसे होते हे दाखवले असले तरी, त्यांचे लेखन वा कोशगत प्रातिपदिक रूप 'परंपरागत रीतीने ऱ्हस्वान्त'च दिले आहे असे डॉ. जोगळेकरच म्हणतात. उच्चार काहीही असला तरी ते तसेच लिहावेत असाच विचार मीही मांडला आहे.

६) 'इंग्रजी कोशाचे महत्त्व शब्दांचा अर्थ व वर्णलेखन या दोहोंसाठी असते, मात्र देवनागरीमधील मराठी कोशांचे प्रयोजन फक्त त्या शब्दांचा अर्थ पाहाण्यापुरते असते' हे डॉ. जोगळेकरांचे विधान मला विवाद्य वाटते. जणूकाही इंग्रजी कोशात दिलेल्या मूळ शब्दांवरून अनेकवचनी, सामान्यरूपे, साधित शब्द अशी रूपे होतच नाहीत वा त्यांचे वर्णलेखन (स्पेलिंग) बदलत नाही की काय ? मूळ मराठी शब्दांचे वर्णलेखन पाहण्यासाठी मराठी कोशांची आवश्यकता नाही वा मराठी कोशांचे ते कार्यच नव्हे, हे जोगळेकरांचे विधान अन्य विद्वानांनी तपासून पाहावे.

७) 'महाराष्ट्र राज्य साहित्य आणि संस्कृती मंडळ', 'पाठ्यपुस्तक निर्मिती व अभ्यासक्रम मंडळ' इ. नावे ही संस्थांची विशेषनामे असून ती कशी लिहावीत याचे त्यांना स्वातंत्र्य असावे असे डॉ. जोगळेकर म्हणतात. उद्या जर या संस्थांनी आपल्या नामाभिधानातील 'आणि' हा शब्द 'आणी' असा दीर्घान्त लिहिण्याचे ठरवले तर, डॉ. जोगळेकर त्यांचे हे स्वातंत्र्य मान्य करणार आहेत का ?

तसेच, व्यक्तींची विशेषनामे व संस्थांची - तीही साहित्यक्षेत्रातील मान्यवर संस्थांची विशेषनामे, ही दोन्ही एकाच पातळीवर गणली जावीत काय ? आपले नाव 'भिमराव', 'निलेश' अशा तऱ्हेने लिहिणाऱ्या व्यक्ती आपल्याला ठाऊक आहेत. चुकीचे असले तरी ते स्वातंत्र्य त्यांना द्यावे लागते. पण म्हणून महाभारतातल्या भीमाची गोष्ट सांगायची असेल तर, विशेषनाम म्हणून ते 'भिम' असे लिहिले तर ते चालेल काय ? म्हणून अखेरीस लेखनस्वातंत्र्य ही कल्पनाही तारतम्यानेच वापरली पाहिजे हे डॉ. जोगळेकर

यांचे विधान माझ्याच मुद्याला पूरक ठरते. साहित्यक्षेत्रातील धुरीण संस्थांच्या अभिधानांचेही लेखन हे जबाबदारीनेच व्हावयास हवे, एकट्यादुकट्या व्यक्तीकडून जबाबदारीची तितकीशी अपेक्षा नाही.

८) 'कवितारती' संबंधीचा किस्सा कदाचित् तितकासा समर्पक नसेल. पण मुख्य मुद्दा असा की, शीर्षकात जेव्हा एखादा तत्सम ऱ्हस्वान्त शब्द एकटा येतो तेव्हा, तो विभक्तिरहित असल्याने तो प्रातिपदिक स्वरूपात म्हणजे ऱ्हस्वान्त लिहिणे योग्य की नाही ? डॉ. जोगळेकर यांनी मुख्य मुद्दयाला उत्तरच दिलेले नाही.

९) संस्कृतमधून आलेले व्यंजनान्त (हलन्त) शब्द मराठीत तसेच लिहिण्याची गरज नाही असे प्रतिपादन करताना डॉ. जोगळेकर, योग्य वेळ आली की विद्यार्थ्यांना ते समजावून सांगता येतील असा आशावाद प्रगट करतात. पण शिक्षकांनी ते कसे समजावून द्यायचे ते कोणी सांगत नाही. डॉ. जोगळेकरांच्या मते मूळ शब्द कसा लिहायचा हे पाहण्यासाठी कोशांचे प्रयोजन नाही. मग कोणते शब्द संस्कृतोद्भव आहेत, त्यांची शिक्षकांनी लांबलचक यादी द्यावी काय ? पूर्णाक्षरी शब्द समासात अर्धाक्षरी कां होतो, याची कारणमीमांसा कशी करता येईल ? मराठीभाषा 'साक्षात' (साक्षात्) आणि 'राम' या दोहोंचे उच्चार सारखे करतात हे डॉ. जोगळेकरांचे म्हणणे तात्पुरते मान्य केले तरी, मग 'अन्' आणि 'आन्' ('आमचा बाप आन् आम्ही') यांचा तरी अपवाद का करायचा ? 'अन्' / 'आन्' शब्दांचा अपवाद करण्यामागे कोणती तर्कसंगती आहे ?

याउलट, 'साक्षात्', 'विद्युत्' इ. तत्सम शब्द मुळापासूनच तसे लिहिले तर शिक्षकांना द्राविडी प्राणायाम करावा लागणार नाही, हे शब्द मूलतः संस्कृत आहेत हे विद्यार्थ्यांना समजावून सांगण्याची गरज पडणार नाही. विद्यार्थ्यांना प्रथमपासून 'विद्युत्' शब्द शिकवला आणि संधिनियम शिकवले की 'विद्युत् + लता = विद्युल्लता' अथवा 'विद्युल्लता = विद्युत् + लता' अशी समासरूपे विद्यार्थ्यांना विनायास सोडवता येतील. पण हे अडचणीचे प्रश्न शाळेच्या कचाट्यातून सुटलेल्या डॉ. जोगळेकरांसारख्या विद्वान् साहित्यिकांना आतासे पडत नाहीत. हे सर्व अडचणींचे प्रश्न भावी पिढीच्या नशिबीं आहेत. सोपीकरणाच्या नादात विद्वानांनी साधे प्रश्न अवघड करून ठेवले आहेत, एवढाच इत्यर्थ.

१०) डॉ. जोगळेकर यांनी या ठिकाणचा मुद्दा मांडताना प्रौढ मराठीभाषी व साधारण सुशिक्षित व्यक्ती डोळ्यांसमोर ठेवली आहे. पण माझ्या डोळ्यांसमोर बहुशः शाळेचे विद्यार्थी आहेत. एवढेच नव्हे तर, इंग्रजी माध्यमातील मुलांनाही मराठीचे हे प्रश्न सोडवावे लागतात. तेव्हा त्या सर्वांच्या दृष्टिकोनातून विद्वानांनी विचार करावा असे माझे आवाहन आहे, आणि म्हणूनच डॉ. जोगळेकरांनींच म्हटल्याप्रमाणे 'साक्षात्', 'विद्युत्' सारखे शब्द संस्कृतमधून उसनवार घेताना, उजळमाथ्याने जसेच्या तसेच घ्यावेत, भांडे मिरवीत

नेऊन आणि पुकारा करून ताक मागावे, उसनवारी करून वर आणखी ते संभाविताचा आव आणून ते शब्द संस्कृत नव्हेतच असे म्हणून नये, एवढेच मला म्हणायचे आहे.

११) 'विद्वान' (विद्वान्) हा शब्द मुळात नाम आहे हे डॉ. जोगळेकर यांचे म्हणणे चुकीचे आहे. 'विद्वान्' हा शब्द मुळात विशेषण (जसे, विद्वान् व्यक्ती) असून, तो कधी कधी नामासारखा वापरला जातो. (जसे - 'गरीब' (वि.) - गरिबांना - (नाम). त्याचे भाववाचक नाम प्रचारात नाही असे म्हणताना, 'विद्वत्ता' (मूळ शब्द 'विद्वत्') हा सुपरिचित शब्द ते विसरले. 'विद्वान्', 'गुणवान्', 'बुद्धिमान्' या संस्कृत तत्सम शब्दांवरून 'विद्वत्ता', 'गुणवत्ता', 'बुद्धिमत्ता' ही भाववाचक नामे बनतात. 'समान'सारखे शब्द मुळातच स्वरान्त असल्याने त्यांपासून 'समानता' हे भाववाचक नाम तयार होते. अलिकडे 'महानता', 'गतिमानता' हे शब्द चुकीचे असले तरी ते तसे वापरले जातात, म्हणून त्यांच्याबाबत मूळ शब्द 'महान', 'गतिमान' हे तद्भव असल्याचे मानता येईल. (वास्तविक 'महत्ता' व 'गतिमत्ता' असे वापरावयास हवे.)

१२) 'इंद्रजित', 'रणजित' इ. संबंधीच्या विशेषनामांचा मुद्दा मागेच येऊन गेला आहे. व्यक्तीने आपले नाव कसे लिहायचे हा मुद्दा व्यक्तिस्वातंत्र्याचा म्हणून सोडून दिला तरी, शाळेत हे सामासिक शब्द म्हणून शिकवताना कसे शिकवायचे, हा मुद्दा अनुत्तरितच राहिला आहे. 'जगदीश', 'पृथगात्मता' यासंबंधीचा मुद्दाही शिक्षकांशीच संबंधित आहे व त्याचा परामर्श मी मुद्दा क्र. ९ खाली घेतला आहे.

१३) 'ब्रह्म' शब्दाबाबत माझ्यासारखे लोक अकारण हळवे बनतात ही डॉ. जोगळेकरांची गैरसमजूत आहे. 'चिह्न', 'आव्हान' इ. शब्द 'चिन्ह', 'आव्हान' असे लिहिण्यास माझी हरकत नाही हे मी स्पष्ट केलेच आहे. तथापि, 'ब्रह्म' या शब्दाचा वर्णविपर्यय का नको याविषयी माझी कारणमीमांसा स्पष्ट केली आहे. पण डॉ. जोगळेकरांनी तिकडे दुर्लक्ष केले आहे.

मराठी भाषी लेखकांना मराठीत संस्कृत वचने उद्‌धृत करण्याची हौस दांडगी. पण ती नीट समजावून घेऊन अविकृत स्वरूपात लिहिण्याबद्दल बेपर्वा. उदाहरणार्थ, पुढील वाक्ये पाहावीत:

१) महा. टाइम्स, २३ सप्टें. १९९५ - अग्रलेख 'वेड्यांचा बाजार' - "ऋषीमुनीनींही परब्रह्माचा शोध घेण्यात आयुष्य खर्ची घातले आणि नेती नेती म्हणत बसले."

२) केसरी - १४ सप्टेंबर १९९५ - पृ. ६ "शुभं करोती.' [मराठीतील अतिरिक्त दीर्घीकरण व निरनुस्वार लेखन या प्रवृत्तीपायीं मराठी लोक हिंदी भाषाही चांगल्या तऱ्हेने लिहू शकत नाहीत.]

१४) मराठीभाषी लोकांच्या उच्चारणात 'ष्' ला स्थान नाही व तो 'श्' असाच उच्चारला जातो हे मी मान्यच केले आहे. तथापि, लेखनात तो सर्वत्र तसाच लिहावा काय

व मराठीतून ‘ ष् ’ काढून टाकावा काय हा मतभेदाचा मुद्दा आहे. (अलिकडे दूरदर्शनने तर ‘ दृष्य ’ या शब्दाच्या लेखनातून ‘ ष् ’ चे स्थान अधिकच घट्ट केले आहे.) माझ्यासारखी मंडळी देवर्षींच्या शापवणीचा धाक बाळगीत नाहीत, तर नारदमुनींचा उल्लेख येईल तेव्हा ‘ देवर्षि नारद ’ आणि खेड्यातल्या देवदेवस्की करणाऱ्या माणसाचा निर्देश करताना ‘ देवरुशी ’ हा शब्द तारतम्याने वापरतात. ‘ देवर्षि ’ व ‘ देवरुशी ’ या दोहोंचा अर्थ सारखाच आहे असे म्हणणाऱ्यांना ‘ गजही सारखाच व गाढवही सारखेच ’ वाटत असावे.

१५) मुळातच देवनागरी लिपी ही जगातील एक शास्त्रीय लिपी असून, ती बहुश: उच्चारानुसारी आहे. पण लेखनव्यवहार करताना उच्चारण हा एकमेव निकष मानून चालणार नाही. लेखनव्यवहारात उच्चारणाबरोबरच पूर्वपरंपरा, संकेत, सहचारी, संदर्भ, इ. गोष्टींचाही विचार केला पाहिजे व ते निकष तारतम्याने वापरले पाहिजेत असे आमच्या पक्षाचे मत आहे. याच मुद्द्यावर डॉ. जोगळेकर यांचा आमच्याशी मूलभूत मतभेद आहे. व्यक्तिश: विचार केला तर, हे दोन समांतर विचारप्रवाह एकमेकांना कधी मिळणार नाहीत.

१६) लेखननियमांत कधीच बदल करून नयेत असे माझे मत नाही. पण ते करताना वरील सर्व निकषांचे भान ठेवून ते करावे असे माझे म्हणणे. बदलत्या परिस्थितीनुसार साहित्यात सर्व प्रकारचे प्रवाह यावेत, ही गोष्ट स्वागतार्हच आहे. पण त्याचा संबंध लेखन पद्धतीशी जोडू नये. लेखनपद्धती हे साधन आहे व स्वत:ला पुरोगामी म्हणवण्याच्या हव्यासापोटी शास्त्रबाह्य कसोट्या लावू नयेत असे मला वाटते.

१७) शुद्धलेखन क्षेत्रात सर्व काही आलबेल आहे व आमच्यासारखे लोक उगीचच हाकाटी करतात असे म्हणून जे साहित्यधुरिण आत्मसंतुष्ट राहिले आहेत, ते या क्षेत्रातील अराजकाकडे डोळेझाक करीत आहेत. ते आमच्यासारख्यांची दखल घेणार नसतील तर, आमचा नाइलाज आहे. झोपीं गेलेल्याला जागे करता येते, पण झोपेचे सोंग घेणाऱ्याला जागे कसे करणार ?

(मराठीवादी डॉ. जोगळेकरांनी आम्हां संस्कृतवाद्यांना हा टोला हाणताना, उगीचच अपरिचित संस्कृत वचन कशासाठी उद्धृत केले ? ते नुसत्या मराठीत लिहिले असते तरी आम्हांला चांगले समजले असते की, आमच्या समाधानासाठी ते योजले ? उगीच आपली गंमत !)

येथवर डॉ. जोगळेकरांच्या लेखाचा मुद्देवार परामर्श घेतला. आता समारोपादाखल आमच्या पक्षाची भूमिका मांडते :

१९६० साली नवे शुद्धलेखन - नियम अस्तित्वात आले तेव्हापासून त्याला विरोध करणारी मंडळी होतीच. पण काही वर्षांनी बहुसंख्य मंडळींच्या ते पचनीं पडले, तसे जुळवून घ्यावेच लागले. पण नव्या नियमावलीमागे एक निश्चित अशी तर्कसंगत सैद्धांतिक भूमिका नव्हती, अनेक प्रकारच्या उलटसुलट विचारांचे ते कडबोळे होते, हा आमचा

खरा आक्षेप आहे. डॉ. जोगळेकरांच्या मते मी घेतलेले आक्षेप जसे नेहमीचेच आहेत, तशी त्यांनी दिलेली उत्तरेही नेहमीचीच आहेत. पण अशा उत्तरांनी आमच्या आक्षेपांचे निराकरण कधीच झाले नाही, त्यामुळे वारंवार तेच आक्षेप घ्यावे लागतात. डॉ. वसंत दावतर यांच्यासारख्या काहींनी हे नियम कधीच मान्य केले नाहीत, पण ते शाळा - कॉलेजच्या वा सरकारी नोकरीच्या कचाट्यातून सुटले असल्यामुळे त्यांना या नियमांची सक्ती झाली नाही. पण माझ्यासारख्या मध्यमवयीन व्यक्तींना मनाविरुद्ध का होईना, प्रथम कॉलेज-शिक्षणात, मग नोकरीच्या क्षेत्रात या नियमाची बांधिलकी पत्करावी लागली. निदान नवे नियम अंमलात आले, तेव्हा माझी पिढी शाळेबाहेर पडलेली असल्यामुळे संधी, समास असे (पोरकट!) प्रश्न आम्हाला पडले नाहीत. पण सध्या जी तरुण विद्यार्थ्यांची पिढी शिकत आहे त्यांना भेडसावणारे प्रश्न कोण सोडवणार ? म्हणून जाणत्यांनी त्यांच्या प्रश्नांची दखल घेणे आवश्यक आहे, बालिश प्रश्न म्हणून त्यांची संभावना करू नये व करता येणार नाही.

सध्या शुद्धलेखन-क्षेत्रात सारे काही समाधानकारक आहे असा डॉ. जोगळेकरांच्या प्रतिपादनाचा सूर वाटतो. आम्हांला तसे वाटत नाही. विद्यमान नियमांबद्दल असमाधान असणाऱ्या व्यक्तींत माझ्यासारखी एखादी व्यक्ती नगण्य असेल, पण माझ्याबरोबर अनेक मातब्बर मंडळीही माझ्या पक्षात आहेत व ती खास उपेक्षणीय नाहीत. त्यांपैकी डॉ. दावतरांची भूमिका मला टोकाची वाटते. इतके मागे जाण्याचे कारण नाही. पण 'स्थितस्य गतिश्चिन्तनीया' असे म्हणून सध्याच्या नियमांमध्ये किरकोळ दुरुस्त्या केल्या तर, या नियमावलीला एक सुसंगत सैद्धांतिक बैठक प्राप्त होईल. यासाठी डॉ. द. भि. कुलकर्णी, ('मराठी शुद्धलेखन : पुरोगाम्यांचा प्रतिगामी प्रवास' महा. टाइम्स, १५ सप्टें. १९९० व 'मराठी शुद्धलेखन-वाचनसापेक्ष विचार' - समाजप्रबोधन : एप्रिल-जून १९९१) श्री. दिवाकर मोहनी, डॉ. म. वा. धोंड, डॉ. माधवी चापेकर, श्री. वि. आ. बुवा यांसारख्या विचारवंतांनी पोटतिडिकीने आक्षेप नोंदवले आहेत. पण कोणीही त्यांच्या आक्षेपांना तर्कसंगत उत्तरे दिली नाहीत. ही माणसे कोणाला दखलपात्रही वाटत नाहीत.

आम्हा विरोधीपक्षीयांचे मूलभूत मुद्दे पुढीलप्रमाणे -

१) संभाषण कानांनी ऐकायचे असते, पण लेखन हे डोळ्यांनी वाचायचे असते, म्हणजेच शुद्धलेखन वा प्रमाणलेखन हे वाचकसापेक्ष आहे. म्हणून लेखनाचे नियम लेखकाची सोय पाहून करण्यास हरकत नसली तरी, अधिकतर वाचकांची सोय पाहून ते करावयाचे असतात. म्हणून लेखन हे सर्वसाधारणपणे उच्चारानुसारी असले तरी उच्चारणप्रधान असू नये, त्यामागील परंपरा, संकेत, सहचारी संदर्भ, इ. लक्षात घ्यावेत.

२) यंत्रशरणता हे सध्याच्या नियमांचे एक वैशिष्ट्य आहे. उदा. जोडाक्षरे तोडून लिहिण्याची पद्धती. यंत्राच्या सोयीनुसार भाषेशी तडजोड करायची की भाषेच्या सोयीनुसार यंत्रे घडवायची या मुद्याचा निर्णय झाला पाहिजे. आता तर सर्व सोयींनी युक्त अशी यंत्रेही झाली असल्याने, अनावश्यक तडजोडी बंद कराव्यात.

३) संस्कृत भाषेचा हव्यासही नको आणि दुस्वासही नको. मराठीचे संस्कृतशी नेमके नाते काय आहे हे लक्षात घेऊन नियम करावेत. दैनंदिन व्यवहारात आजीची लुडबुड चालू देऊ नये, पण तिचा योग्य तो मान राखावा. त्याचवेळी इतर भाषाभगिनींशी असलेले नातेही तोडू नये.

४) आमच्यासारख्या व्यक्ती म्हणजे सनातनी, बुरसटलेल्या, संस्कृतवादी व प्रतिगामी असा छाप मारला जातो, ते बरोबर नाही. उलट, आमचे असे म्हणणे की, मराठी प्रमाणलेखनाचे नियम असे असावेत की, ते पाळताना अनुषंगाने संस्कृतचे ज्ञान झाले तर जरूर व्हावे, पण ते नियम समजून घेण्यासाठी संस्कृतच्या ज्ञानाची पूर्वअट असू नये. सध्याच्या नियमांत ही विसंगती आहे. एकीकडे सुट्या शब्दांच्या बाबतीत संस्कृतचा पदर सोडलेला असला तरी, सामासिक शब्द शिकताना पुन्हा संस्कृतकडे वळावे लागते. म्हणजे आधी संस्कृतच्या खाणाखुणा पुसायच्या आणि मग त्या शोधत बसायच्या, असा हा 'अव्यापारेषु व्यापार' आहे. पण तत्सम संस्कृत शब्द - निदान अव्यये तरी जशीच्या तशी राहू दिली तर हा व्याप करावा लागणार नाही.

५) साहित्यिक, शिक्षक, वृत्तपत्रे व दूरदर्शन यांपैकी शिक्षकवर्ग हा हुकुमाचा बंदा आहे, अगतिक आहे, त्याला स्वत:चे स्वातंत्र्य नाही. वृत्तपत्रे व दूरदर्शन ही माध्यमे स्वायत्त म्हणजे थोडीशी स्वैरच असतात. ही दोन्ही माध्यमे सामान्य जनतेची भाषा घडवू शकतात वा बिघडवू शकतात. सध्या त्यांच्याकडून दुसरे कार्य जोमाने चालू आहे. पण कोणीही विद्वान् साहित्यिक त्यांना जाब विचारू पाहात नाहीत व ते लोकही विद्वान् साहित्यिकांचे मार्गदर्शन घेऊ इच्छीत नाहीत. त्यांच्यापैकी काहीजण हे मार्गदर्शन मिळवण्यास उत्सुक असले तरी, सर्व विद्वान् साहित्यिक या संदर्भात मूग गिळून बसले आहेत. ते साहित्यसंमेलनांचे उरुस आणि पुरस्कार यांतच मग्न आहेत.

६) अचूक शुद्धलेखन करणारी माणसे पूर्वीच्या काळीही अल्पसंख्य होती, आताही ती अल्पसंख्यच आहेत व भावी काळात वाढत्या शिक्षणप्रसाराबरोबर ती उत्तरोत्तर अल्पसंख्यच होत राहणार. सर्वच भाषांच्या बाबतीत हा प्रश्न उद्‌भवलेला आहे, त्यात मराठीच्या बाबतीत नावीन्य (नाविन्य नव्हे) नाही. पण हा अल्पसंख्य वर्ग म्हणजे कोण - तर साहित्यिक, शिक्षक, पत्रकार व दूरदर्शनसारखी प्रसारमाध्यमे

यांचीच ही जबाबदारी आहे. शुद्धलेखनाचे नियम कितीही सोपे केले तरी अशुद्धलेखन करणारांची बहुसंख्याच राहणार आहे. म्हणून पुरोगामित्वाच्या, लोकशाहीकरणाच्या नावाखाली आपण सतत नियम बदलत गेलो तर, अखेरीस मराठीत ऱ्हस्व - दीर्घ हाही भेद असण्याची आवश्यकता राहणार नाही व मग नियमांचीही जरुरी पडणारी नाही. 'जो जें वांच्छील तो तें लीहो' अशी स्थिती येणार.

डॉ. जोगळेकर यांनी व्यक्तिश: माझ्या धडपडीबद्दल कौतुकच केले आहे, त्याबद्दल त्यांना धन्यवाद. तथापि, मराठीबद्दलची तळमळ ही माझी एकटीचीच मक्तेदारी नाही. डॉ. जोगळेकरांच्या मनातही मराठीबद्दल कमालीची आस्था आहे. पण नुसती तळमळ पुरेशी नाही याची मला जाणीव आहे व तीनुसारच मराठीच्या प्रमाणलेखननियमांना तर्कशुद्ध व सुसंगत तात्त्विक बैठक लाभावी असा माझा आग्रह आहे.

अखेरीस विनंती एकच की, दोन्ही पक्षांच्या मंडळींना एकत्र बोलावून विद्यमान नियमांत किमान आवश्यक दुरुस्त्या कराव्यात व नियमावलीत तर्कसंगती आणावी. कोणत्याही पक्षाने अभिनिवेश बाळगू नये.

शुद्धलेखन : सविनय कायदेभंग करा!

अलिकडे मराठी वाङ्मयक्षेत्रात बऱ्याच उलथापालथी चालू आहेत. मध्यंतरी दलित साहित्याची लाट आली, ग्रामीण वाङ्मय बहराला आलं, नवकवितांचा महापूर आला, साहित्यसंमेलनांना ऊत आला - अखिल भारतीय पातळीपासून स्थानिक पातळीपर्यंत गल्लोगल्ली साहित्यसंमलने भरू लागली. कोकण साहित्य परिषद, कामगार साहित्य - संमेलने, मराठी विज्ञान संमेलने, कुमार साहित्य - संमेलने, इ. नवीन प्रवाह मराठी साहित्यक्षेत्रात आले. पुरस्कारांचा जमाना सुरू झाला आणि साहित्यनिष्ठांची एकच मांदियाळी झाली. एकंदरीत, मराठी साहित्याची क्षितिजं विस्तारली, ही गोष्ट खरी. पण त्यामुळे मराठी भाषेचा शास्त्रशुद्ध विकास झाला का, हा खरा प्रश्न आहे. उत्सवी साहित्य - संमेलनांच्या भाऊगर्दीत आणि पुरस्कारांच्या कैफात साहित्य - दिग्गजांना मराठी भाषेच्या मूलभूत प्रश्नांचे भान उरलेले नाही, असे खेदाने म्हणावेसे वाटते. कित्येक प्रश्न अनुत्तरित राहिले आहेत. जाणकारांनी या प्रश्नांची गंभीर दखल घ्यावी व हे प्रश्न सोडविण्याचा प्रयत्न करावा, अशी माझी विनंती आहे.

टंकलेखन - यंत्रांची सोय

१) १९६२ साली नवे शुद्धलेखन - नियम अस्तित्वात आले. त्यांचे एक ठळक वैशिष्ट्य म्हणजे टंकलेखन - यंत्रांची सोय पाहाण्यासाठी मोठ्या प्रमाणावर अनुस्वारांना फाटा देण्यात आला. या निमित्ताने काही अनुस्वारांची अनावश्यक अडगळ दूर झाली, हे बरे झाले. पण त्याबरोबर अर्थभेददर्शक आवश्यक अनुस्वारांचीही गच्छंती झाली. भाषेच्या वा लिपीच्या सोयीनुसार टंकलेखन-यंत्रे घडविण्याऐवजी टंकलेखन-यंत्रांची सोय पाहण्यासाठी लेखनपद्धतीत गैरवाजवी बदल करण्यात आले, म्हणजे साध्य-साधन विवेक

राहिला नाही. दुसरे वैशिष्ट्य म्हणजे साहित्यिक विद्वानांनी संस्कृतची नावनिशाणी पुसून टाकण्याचा प्रयत्न केला. पण त्यांनी ते पुरतेपणी केले नाही अथवा त्यांना ते जमले नाही. त्यामुळे शुद्धलेखन-नियमांत विसंगती निर्माण झाल्या. काही नियमांत संस्कृतशी फारकत घेतली आहे, तर काही नियमांत संस्कृतचे अनुसंधान राखले आहे. त्या कारणाने शिक्षकांच्या व मुलांच्या मनांत संभ्रम निर्माण होतो आणि संस्कृतच्या संदर्भाशिवाय मराठी शिकवणे व शिकविणेही अवघड बनते.

उदाहरणार्थ, 'कवि', 'शिशु' इ. सारखे संस्कृतमधून आलेले तत्सम ऱ्हस्वान्त शब्द मराठीत प्रथमा विभक्तीपासून सर्रास दीर्घान्तच ('कवी', 'शिशू' असे) लिहावेत, पण समासात पूर्वपदी आल्यास ते मूळ संस्कृतप्रमाणे ऱ्हस्वच लिहावेत ('कविसंमेलन', 'शिशुशाळा' असे). असे परस्परविरोधी नियम करण्यात आले. याचे एक कारण असे संभवते की, १९६२ सालच्या शुद्धलेखन समितीत संस्कृतवादी व मराठीवादी - दोन्ही विद्वानांचा समावेश होता. त्या दोन्ही पक्षांच्या परस्परविरुद्ध आग्रहांबाबत तडजोडवादी भूमिका घेऊन, 'त्वया अर्धं, मया अर्धम्' या न्यायाने नियमांचे वाटप झाले असावे. पण याचा परिणाम असा झाला की, एकदा व्यवहारात 'कवी', 'शिशू', 'नदी' असे सर्रास दीर्घान्त शब्द बघण्याची सवय लागल्यानंतर, पुढे मोठेपणी समास-प्रक्रिया शिकताना, त्यावेळी मात्र 'कविसंमेलन', 'शिशुशाळा' असे का व 'नदीकिनारा' तसाच का लिहायचा हा संभ्रम मुलांना पडू लागला आणि ते शिकणे व शिकविणे अवघड होऊन बसले. म्हणजे मराठीचे शुद्धलेखन शिकण्यासाठी संस्कृतच्या ज्ञानाची पूर्वअट आवश्यक झाली. कोशात ही रूपे ऱ्हस्वान्त असली तरी भाषा शिकण्याची सुरुवात कोशापासून होत नाही. इतकेच नव्हे, तर शिक्षकसुद्धा कोशाचा वापर क्वचितच करतात. याउलट, पूर्वी 'कवि', 'रवि' हे शब्द ऱ्हस्वान्त व 'नदी' सारखे शब्द दीर्घान्तच पाहण्याची सवय लहानपणापासून, म्हणजे जेव्हा संस्कृतच्या ज्ञानाचा गंधही नव्हता तेव्हापासून, अंगवळणी पडल्याने, पुढे समासात 'कविसंमेलन', 'रविकिरण' व 'नदीतट' असेच का लिहायचे असा संभ्रम पडत नसे व ते शिकवावेही लागत नसे. ही सर्व प्रक्रिया अगदी नैसर्गिक होती.

घसरण व रोधक

२) परंतु १९६२ साली 'शुद्धलेखन महामंडळाने' नियम बदलल्यापासून व ते रुळल्यापासून फार काळ लोटला. आता पुन्हा चक्रे मागे फिरविता येणार नाहीत. तथापि, एकदा डोंगरमाथ्यावरून थोडेसे ढकलून दिलेले हे चक्र दिवसेंदिवस घसरणीला लागले. त्याची पुरती घसरण होऊ नये म्हणून महामंडळाने १९६२ साली केलेल्या नियमांतच काही रोधक लावलेले होते. १९८७ साली भाषा संचालनालयाने महामंडळ-पुरस्कृत

‘शुद्धलेखन - नियमावली’ प्रसिद्ध केली. तीमध्ये पृष्ठ ३ वर पुढीलप्रमाणे विधान आहे- ‘‘मराठी शब्दकोशात मात्र तत्सम (ऱ्हस्व) इकारान्त व उकारान्त शब्द ऱ्हस्वान्त लिहिणे इष्ट ठरेल. जसे - पद्धति, अनुमति, ... अणु, वायु ... वगैरे. परंतु असे शब्द कोशाबाहेर वापरताना दीर्घान्त लिहिले पाहिजेत.’’ याच नियमावलीतील नियम ५ (ऱ्हस्व - दीर्घ) अनुसार तत्सम शब्द मूळ संस्कृतात ऱ्हस्वान्त असेल तर, तो समासात पूर्वपदी आला असताना तसाच ऱ्हस्वान्त लिहावयाचा आहे. याचा सारांश असा की, तत्सम (म्हणजे संस्कृतमधून जशाच्या तसा मराठीत आलेला) ऱ्हस्वान्त शब्दाचे कोशगत प्रातिपदिक (मूळ) रूप ऱ्हस्वान्त राहील व विभक्ति - प्रत्यय लागून तो वाक्यात किंवा शब्दसमूहात चालू लागला (decline) की, प्रथमेपासूनच त्याला विकार होऊन तो दीर्घान्त लिहिला जाईल. हा नियम पुरेसा (म्हणजे मागील परिच्छेदात म्हटल्याप्रमाणे) व्यवहार्य नसला तरी, तर्कसंगत होता वा आहे. कारण तत्सम ऱ्हस्वान्त शब्दांचे प्रातिपदिक (मूळ) रूप ऱ्हस्वान्तच मानले आहे.

सध्या प्रचलित असलेल्या सर्व मराठी - मराठी शब्दकोशांत व महाराष्ट्र सरकारच्या शासन व्यवहार कोशातही ऱ्हस्वान्त तत्सम शब्द मूळ (प्रातिपदिक) रूपात ऱ्हस्वान्तच दाखविले आहेत. १९७३ साली ‘शासन व्यवहार कोश’ (इंग्रजी - मराठी) प्रसिद्ध झाल्यानंतर महत्त्वाचा असा कोणताही कोश प्रसिद्ध झालेला नाही. मध्यंतरीच्या काळात ‘साहित्य - संस्कृती मंडळा’ च्या अखत्यारीखाली व ‘केसरी ट्रस्ट’ च्या विद्यमाने पुण्यात मराठी - मराठी शब्दकोशाचे काम सुरू झाले. त्याचे काही खंड तयार झाले असले तरी अनेक प्रशासकीय कारणांनी ते अद्याप प्रकाशित होऊ शकलेले नाहीत. तथापि, प्रकाशित झाल्यानंतर त्यास शासनमान्यता मिळणारच. अशा या कोशात मात्र संस्कृतमधून आलेल्या तत्सम ऱ्हस्वान्त शब्दांचे मूळ मराठी रूप दीर्घान्त दाखविले असून, शेजारी कंसात ‘मूळ संस्कृत रूप ऱ्हस्वान्त’ असा निर्देश केला आहे. उदा. ‘कवी (वि)’ व समासात पूर्वपदी आल्यास तो ऱ्हस्व लिहावा अशी सूचना आहे. (अशी माहिती मला त्या कोशाच्या संपादकांकडून कळली आहे.) ही अपेक्षा वाजवी आहे काय ? एकीकडे मराठीतील मूळ रूप दीर्घान्त आहे असे म्हणायचे व त्यापासून होणारे परिणामी सामासिक रूप संस्कृतअनुसार घ्यावे असे म्हणायचे, हा ‘वदतो व्याघात’ नव्हे काय ? ही भूमिका तर्कदुष्ट आहे असे मला वाटते. एकदा संस्कृतचा संदर्भ सोडला की पुन्हा संस्कृत रूपाकडे वळण्याचा प्रश्नच कोठे येतो ? म्हणून सुधारित शुद्धलेखन - नियमांचे अनुसरण करावयाचे असेल व संस्कृतचाही अनुबंध राखावयाचा असेल तर, ‘शुद्धलेखन नियमावली’ त उल्लेखिलेली भूमिका कायम ठेवावी व नव्याने येऊ घातलेल्या मराठी - मराठी शब्दकोशाच्या लेखकांनाही तीच भूमिका घेण्यास भाग पाडावे.

सामासिक शब्दसमूह

३) तत्सम ऱ्हस्वान्त शब्द समासात पूर्वपदी आल्यास तो तसाच ऱ्हस्वान्त लिहावा. या नियमाबाबत सर्वसाधारणपणे एकवाक्यता असली तरी, 'समास' ही संज्ञा कोणत्या शब्दसमूहास लावावी वा लावू नये याबाबत भल्याभल्यांच्या मनात गोंधळ आहे. 'कविसंमेलन' हा शब्द सामासिक आहे, यासंबंधी कोणाचेच दुमत नाही. पण 'महाराष्ट्र राज्य साहित्य आणि संस्कृति मंडळ', 'पाठ्यपुस्तक निर्मिति व अभ्यासक्रम संशोधन मंडळ' हे शब्दसमूह सामासिक आहेत की नाहीत ? केवळ त्यांतील शब्द सुटे सुटे लिहिले जातात, म्हणून ते सामासिक नाहीत, अशा समजुतीने त्यातील 'संस्कृति' व 'निर्मिति' हे शब्द दीर्घान्त लिहिले जातात. माझ्या मते, ही गैरसमजूत आहे. वस्तुत:, इंग्रजी मजकुराच्या धर्तीवर सिद्ध झालेला हा एक प्रकारचा समासच आहे. फक्त त्यातील सर्व शब्द जोडून लिहिले तर लांबलचक आगगाडी तयार होईल, या कारणास्तव असे शब्द सुटे सुटे लिहिले जातात. पण हाही एक समासच असल्याने त्यातील 'संस्कृति', 'निर्मिति' ही पदे अविकृत स्वरूपात, ऱ्हस्वान्तच लिहावयास हवीत. पण सर्रास दीर्घीकरणाची सवय लागल्याने जेथे विद्वानांना विवेक राहिला नाही तेथे सामान्यांची काय कथा! तसेच, तत्सम ऱ्हस्वान्त शब्द एखाद्या शीर्षकात सुटा व एकल स्वरूपात आल्यास तो प्रातिपदिक स्वरूपात लिहिणे योग्य होईल. उदा. विजया राजाध्यक्ष यांचे 'कवितारती' या पुस्तकाचे शीर्षक. हा शब्द शीर्षकात दीर्घान्त लिहिला गेल्याने एका ग्रंथालय - सेवकाला ही कसलीतरी 'आरती' असावी असे वाटले. ही घडलेली सत्यकथा आहे. खरे पाहता, तो शब्द 'कविता-रति' अशा तऱ्हेने लिहिला गेला असता तर, कदाचित् त्या सेवकाला त्याचा अर्थ कळला नसता, पण निदान त्याचा गैरसमज तरी झाला नसता.

४) नव्या शुद्धलेखन पद्धतीतील दुसऱ्या एका नियमानुसार, संस्कृत व्यंजनान्त (हलन्त) शब्द मराठीत पूर्णाक्षरी म्हणजे स्वरान्त लिहावेत असा फतवा काढला आहे. उदा. 'साक्षात्', 'पृथक्', 'विद्युत्', हे शब्द 'साक्षात', 'पृथक' व 'विद्युत' असे लिहावेत, असा हा नियम झाला. याप्रमाणे संस्कृतच्या खुणा पुसल्या तरी, संस्कृतमधून 'साक्षात्कार', 'पृथक्करण' व 'विद्युल्लता' हे सामासिक शब्द आपण मराठीत जसेच्या तसे उचलले आहेत. वस्तुत: नवीन नियमांनुसार हे शब्द 'साक्षातकार', 'पृथककरण', 'विद्युतलता' असे लिहिणे हे तर्काला धरून होईल. पण जिथे तर्क गुंडाळूनच, मनमानी फेरबदल करण्यात आले तिथे तर्काची अपेक्षा काय करणार ? वरील शब्द तेवढे समासात पूर्वपदी आले असता अर्धाक्षरी का होतात व 'शिक्षण' हा शब्द समासात ('शिक्षणक्षेत्र') आला असता तो अर्धाक्षरी का होत नाही याचा खुलासा संस्कृतचा संदर्भ दिल्याशिवाय होणार नाही. म्हणजे संस्कृतकडून उसनवारी तर करायची, पण तिचे ऋण मानावयाचे नाही; ताक मागायला जायचे, पण भांडे तपवायचे असा हा सगळा दुतोंडी कारभार चालला आहे.

उलटा अर्थ

संस्कृतवादी व मराठीवादी विद्वानांच्या मतामतांच्या गलबल्यात शाळांतील शिक्षकांची मात्र कुचंबणा होत आहे. त्यांनी वर्गात शिकवावे कसे ? सातव्या इयत्तेच्या मराठी व्याकरणाच्या पुस्तकात 'विद्युल्लता' हा संधी 'विद्युत् + लता' अशा प्रकारे फोड करून दाखविला आहे व ते योग्यच आहे. पण इथे 'विद्युत्' हा शब्द व्यंजनान्त का व इतरत्र मात्र तो स्वरान्त का याचा खुलासा कसा करणार ? परीक्षेत 'संधी करा' असा प्रश्न टाकायचा झाल्यास तो 'विद्युत् + लता' अशा स्वरूपात द्यावा की 'विद्युत + लता' असा द्यावा ? 'महान', 'विद्वान' व 'समान' हे तिन्ही शब्द सारख्याच तऱ्हेने लिहावयाचे तर, त्यापासून सिद्ध होणाऱ्या भाववाचक नामांमध्ये फरक का ? म्हणजे 'महत्ता', 'विद्वत्ता' हे एकीकडे, तर दुसरीकडे 'समानता' का ? 'महानता', 'विद्वानता' का नको ? (अलिकडे 'महानता' हा शब्दही लिखाणात डोकावू लागला आहे.) म्हणजे 'श्वा', 'युवा' आणि 'मधवा' यांची एकासूत्रात गठडी वळण्याचाच हा प्रकार झाला. संस्कृतमधून आलेल्या 'रणजित्', 'इन्द्रजित्' या शब्दांचा अर्थ 'रण जिंकणारा', 'इंद्राला जिंकणारा', असा आहे. मराठीत तो 'रणजित', 'इंद्रजित' असा लिहिल्याने त्याचा अर्थ नेमका उलटा होतो. ('रणात हरलेला', 'इंद्राने जिंकलेला / हरवलेला') 'रणं जितं येन' असा अर्थ काढायचा तर 'जितेन्द्र' किंवा 'जितेन्द्रिय' या शब्दांच्या चालीवर 'जित' हा शब्द पूर्वपदी आला असता - 'जितरण'. 'पृथक्' शब्द 'पृथक' असा स्वरान्त लिहायचा तर त्यापसान 'पृथगात्मता' ऐवजी 'पृथकात्मता' हा शब्द सिद्ध होणार, 'जगत' वरून 'जगदीश' ऐवजी 'जगतेश' हा सिद्ध होणार. साहित्यधुरिणांनी शिक्षकांच्या या शंकांना समर्पक उत्तरे द्यावीत. प्रश्न अनुत्तरित ठेवून त्यांना आपली जबाबदारी झटकता येणार नाही. अन्यथा, हा नियम रद्द करावा.

५) अलिकडे उच्चाराप्रमाणे लेखन करायचे या नियमाचा अतिरेक होऊ पाहात आहे. त्यानुसार, 'साक्षात् व 'गवाक्षात' यांच्या उच्चारांत फरक नाही व म्हणून ते दोन्ही सारखेच स्वरान्त लिहावेत हा आणखी एक गैरसमज. वस्तुत: 'ती साक्षात् समोर उभी होती' व 'ती गवाक्षात उभी होती' या दोन वाक्यांतील शब्दांचा अर्थ तर सारखा नाहीच, पण उच्चारही सारखा आहे हे म्हणणे हा एक प्रकारचा भ्रम आहे. 'साक्षात्' हा शब्द व्यंजनान्त स्वरूपात पाहिल्याबरोबर वाचकाचा उच्चार अधिक ठाशीव होतो. व्यक्ती जेव्हा एकमेकांसमक्ष संवाद करतात तेव्हा, त्यांचा आवाज, स्वरातील चढउतार, हावभाव, इ. च्या योगे त्यांच्या मनातला अभिप्राय समजू शकतो. पण दूर अंतरावरून एकमेकांशी संवाद साधण्याचे साधन लेखन स्वरूपात असते तेव्हा, ते नेमके अर्थबोधक असावे लागते. कारण अक्षरचिन्हांवरून वाचकाच्या मनात प्रतिमा जाग्या होतात व त्यांनुसार

अर्थाचे आकलन होते. अर्थभेद दर्शवणारी सुविधा काढून टाकली तर अर्थप्रतीतीही धूसर होण्याची शक्यता आहे.

म्हणे, ब्राह्मणी वर्चस्व

उच्चारानुसार लेखन करावे या आग्रहपोटी अलिकडे 'ब्रह्म' हा शब्द 'म्हैस' या शब्दाच्या पंगतीला बसवून तो 'ब्रम्ह' अशा रूपात रूढ करण्याचा खटाटोप 'महाराष्ट्र टाइम्स' ने चालविला आहे. यामागे मराठी भाषेबद्दलची तळमळ असण्यापेक्षा मराठीवरील संस्कृतचे व पर्यायाने तथाकथित ब्राह्मणी वर्चस्व मोडून काढण्याचा एका अर्थी प्रच्छन्न जातीयवादच आहे. ('महाराष्ट्र टाइम्स' ने आणखी एक 'ब्रह्मघोटाळा' करून ठेवला आहे. अजूनही म. टा. मध्ये हा शब्द कधी 'ब्रम्ह' तर कधी 'ब्रह्म' अशा दोन प्रकारे लिहिला जातो. याचा अर्थ 'ब्रह्म' हा शब्द संस्कृतप्रमाणे दाखविण्यास छपाईची अडचण दिसत नाही.) वास्तविक संस्कृतमधून आलेले 'चिह्न', 'ह्रस्व', 'आह्वान', 'आह्लाद' असे कितीतरी शब्द मराठीत लिहिणे अवघड असल्याने उच्चारानुसार वर्णविपर्यय करून 'चिन्ह', 'ऱ्हस्व', 'आव्हान', 'आल्हाद' अशा रूपांत रूढ झाले आहेत व ते आता आधुनिक व्यवहारातही वापरावे लागत असल्याने ही तडजोड करण्यास हरकत नाही. पण 'ब्रह्म' या शब्दातील 'ह्म' हे अक्षर लिहिणे फारसे अवघड नाही व या शब्दाचा आधुनिक व्यवहाराशी संबंध येणार नसून त्याचा सातत्याने प्राचीन वाङ्मयाशी अनुबंध राखावा लागणार आहे. म्हणून तो 'ब्रह्म' अशा रूपातच कायम ठेवणे इष्ट होईल. (मुंबई विद्यापीठाने अलिकडे प्रकाशित केलेल्या 'ज्ञानदेवी' च्या आवृत्तीत सर्वत्र 'ब्रह्म' असाच शब्द वापरला आहे व 'अर्थात्' सारखे व्यंजनान्त शब्द मूळ संस्कृतप्रमाणेच छापले आहेत ही समाधानाची बाब होय.) परंतु अलिकडे प्राचीन काळचा 'देवर्षि' व आधुनिक काळातला खेड्यातला 'देवरुशी' या दोघांना एकाच मापाने तोलण्याचा प्रयत्न चालू आहे. उच्चारानुसारी लेखन हे तत्त्व फार ताणले तर, 'भाषा' हा शब्द मराठी उच्चारानुसार 'भाशा' अशा रूपात लिहिण्याचा दुर्धर प्रसंग ओढवेल. त्याला विद्वानांची तयारी आहे काय ? म्हणून याबाबत तारतम्य बाळगावयास हवे.

अतिरेक घातक

उच्चारानुसारी लेखनाचा अतिरेक केला तर, कोणाचे उच्चार प्रमाण मानावयाचे हा प्रश्न उद्भवतो. उच्चार, व्यक्तीगणिक, प्रदेशगणिक, व समाजाच्या स्तरागणिक बदलतात. उच्चार वारंवार बदलू शकतात. पण याप्रमाणे लेखनपद्धती वारंवार बदलल्यास, भाषेचा जुन्या वाङ्मयाशी पुरता संबंध तुटेल. भाषेच्या बाबतीत प्रवाहसातत्याचे तत्त्व लागू होते. भाषा ही नदीप्रमाणे सतत वाहात राहते व त्याचवेळी 'नदी' म्हणून एकात्म राहते. मराठी व्यतिरिक्त इतर कोणत्याही प्रादेशिक भाषेत लेखनपद्धती वारंवार बदलण्याची चळवळ

झाल्याचे ऐकिवात नाही. ज्या इंग्रजीचा आदर्श आपण डोळ्यांसमोर ठेवतो तीमध्ये तर, ज्यांचे उच्चार समान पण वर्णलेखन भिन्न अशा शब्दांच्या कितीतरी जोड्या प्रचलित आहेत. उदा. right / Write; तरी उच्चारानुसारी लेखनाचा अतिरेक घातक ठरेल असे मला वाटते.

६) याउलट, मराठी भाषक समाजात तालव्य 'च', 'छ', 'ज', 'झ' आणि दंत-तालव्य 'च' ('चांगला'), 'छ' (उत्सव / उच्छव), 'ज' ('जरीकाम') 'झ' ('झाडू') यांमध्ये प्रमाण भाषेत उच्चारभेद असून त्यांसाठी स्वतंत्र चिन्हे असण्याची जरुरी आहे. पण हा प्रश्न उपेक्षित आहे.

७) मराठी शुद्धलेखन - नियमांमध्ये व इतर व्याकरण - पुस्तकांत 'तत्सम' शब्दांची चर्चा आढळते. आतापर्यंत 'तत्सम' याचा अर्थ 'संस्कृतमधून मराठीत जसाच्या तसा आलेला शब्द' असा मानला गेला आहे. परंतु आधुनिक काळात इतर भाषांशी संपर्क आल्याने त्या भाषांतूनही काही शब्द मराठीत अविकृत स्वरूपात आले आहेत. उदा. 'टीप' (मूळ हिंदी) किंवा 'अपील' (मूळ इंग्रजी), अशा शब्दांची सामन्यरूपे करताना, शुद्धलेखन -नियमावलीतील ८ वा नियम लावावा की नाही? म्हणजे 'टिपा' की 'टीपा'? 'अपिलात' की 'अपीलात'? याचा खुलासा व्हावयास हवा आणि जर तो लावावा असे ठरले तर, 'तत्सम' शब्दाची व्याख्या व्यापक करावी लागेल व तीत इंग्रजी - हिंदीसुद्धा कोणत्याही परकीय भाषेतून आलेल्या शब्दांचा अंतर्भाव करावा लागेल.

महाप्राण उच्चार

८) मराठी काही ठिकाणी दोन महाप्राण व्यंजने एकत्र येऊन जोडाक्षरे बनली आहेत. पण त्यांचे लेखन वेगवेगळ्या प्रकारे केले जाते, त्यांमध्ये एकरूपता नाही. उदा. 'बुध् + धि = बुद् + धि = बुद्धि', 'उत्थान' हा शब्दही त्याच प्रकारे लिहितात. पण 'कथ्थक', 'विठ्ठल', 'सख्खा', 'चिठ्ठी' या शब्दांमध्ये हे तत्त्व पाळले जात नाही. वस्तुत: भाषाशास्त्रानुसार दोन महाप्राण उच्चार एकत्र नांदू शकत नाहीत व त्यामुळे पहिले महाप्राण व्यंजन अल्पप्राण होते. हिंदी भाषेत या तत्त्वानुसार 'चिट्ठी' असे लिहितात. मराठी भाषकांनीही हे शास्त्रीय तत्त्व सर्वत्र स्वीकारावे. म्हणजे वरील शब्द 'कत्थक', विट्ठल', 'सक्खा', 'चिट्ठी' याप्रमाणे लिहिता येतील.

जोडाक्षरांचा वारसा

९) पाठ्यपुस्तकातील जोडाक्षर लेखनासंबंधी अलिकडेच 'भाषा आणि जीवन' मध्ये मी एक लेख लिहिलेला आहे. (वर्ष १२ : अंक १ : हिवाळा १९९४) त्यामुळे या विषयासंबंधी अधिक विस्ताराने लिहिण्याची जरुरी नाही. परंतु त्यामध्ये मी रूढ

जोडाक्षर लेखनाचे जे फायदे नमूद केले होते. त्याव्यतिरिक्त ‘अर्थभेदा’ चा आणखी एक मुद्दा संभवतो.

‘शुद्ध’ हा शब्द ‘शुद्ध’ असा लिहिला काय नि ‘शुद्ध’ असा लिहिला काय, त्याच्या उच्चारात वा अर्थात फरक पडत नाही. पण काही जोडाक्षरांच्या बाबतीत विशेषत:, अंती ‘य्’ असलेल्या जोडाक्षरांच्या बाबतीत मात्र एक अडचण येते. ‘उद्यान’ हा शब्द ‘उद्‌यान’ अशा प्रकारे लिहिल्यास, उच्चार करताना शब्दाचे ‘उद्’ व ‘यान’ असे दोन भाग पडतात व त्याचा अर्थ ‘वर जाणारे वाहन / यान’ असा होऊ शकतो. परंतु तोच शब्द ‘उद्यान’ अशा रूपात लिहिल्यास ‘द्’ व ‘य’ यांचा उच्चार एकात्म होऊन ‘बाग’ असा अर्थबोध होतो. ‘सद्विवेक’ व ‘अद्वितीय’ या शब्दांमध्ये ‘द्वि’ हे जोडाक्षर समान दिसत असले तरी, त्यांतील ‘द्’ आणि ‘व’ या व्यंजनांची भूमिका अर्थदृष्ट्या वेगवेगळी आहे. ‘सद्विवेक’ शब्दात ‘सद् + विवेक’ हे घटक असून ‘द्’ हे व्यंजन पहिल्या घटकाशी संबंधित आहे. त्यामुळे हा शब्द नवीन पद्धतीप्रमाणे ‘सद्‌विवेक’ अशा प्रकारे लिहिला तरी अर्थात फरक पडत नाही. पण ‘अद्वितीय’ शब्दात ‘अ + द्वितीय’ हे दोन घटक असून, ‘द्’ हे व्यंजन दुसऱ्या घटकाशी संबंधित आहे. त्यामुळे त्याची फोड करताना ‘अद् + वितीय’ असे लिहिणे योग्य होणार नाही. म्हणून मराठी भाषेने हा जोडाक्षरांचा वारसा गमावू नये. शक्य तेथवर जोड - पद्धतीची रूढ जोडाक्षरे लिहावीत, व अर्थभेद दर्शविण्यासाठी आवश्यक असेल किंवा यंत्राच्या दृष्टीने गैरसोयीचे असेल तेथेच ती तुटक पद्धतीने लिहावीत. तज्ज्ञ मंडळींनी या विषयावर सांगोपांग चर्चा करून पाठ्यपुस्तक मंडळाला हे धोरण सोडून देण्यास भाग पाडावे. कारण नवीन पद्धतीमुळे आपण भावी पिढीचे खूप नुकसान करीत आहोत.

माझी अशी सूचना आहे की, साहित्य संमेलनाच्या अध्यक्षांच्या संमतीने एक तज्ज्ञ - समिती नेमून, अशा प्रश्नांचा सुजाणपणे निकाल लावावा व या क्षेत्रातील अराजक दूर करावे. जर साहित्यिक विद्वानांनी हे मनावर घेतले नाही तर, जाणत्या, सुबुद्ध मंडळींनी आपल्या विवेकबुद्धीला स्मरून लेखन करावे. गो. नी. दांडेकर यांच्यासारख्या ख्यातनाम साहित्यिकाने जुने शुद्धलेखन सोडलेले नाही. डॉ. अशोक केळकर यांच्यासारख्या नामवंत भाषाशास्त्रज्ञाने ‘वैखरी’ हे पुस्तक पूर्णपणे जुन्या शुद्धलेखन - पद्धतीनुसार लिहिले आहे. ही उदाहरणे लक्षात घेऊन, आपणही जेथे जेथे अन्याय्य, तर्कदुष्ट नियम असेल तेथे, गांधीजींच्या शिकवणीनुसार ‘सविनय कायदेभंग करावा’ असे माझे आवाहन आहे.

(अ) शुद्धलेखनाचा शुद्धिसमारंभ करा

■ ■ ■

काही वर्षांपूर्वी प्रा. श्रीमती विजया राजाध्यक्ष यांनी 'केसरी' मधून 'अवतीभवती' या सदरात लिखाण करताना एकदा अवतीभवती नजरेला येणाऱ्या अशुद्धलेखनांसंबंधी खंत व्यक्त केली होती. त्यानंतर काही दिवसांनी मी एका ग्रंथालयात वाचनासाठी पुस्तके शोधीत असताना केवळ योगायोगाने एका सेवकाने मला विचारले, ''बाई तुम्हाला विजयाबाईंची 'कवितार्ती' हवी का?'' मी क्षणभर दचकले. एक-दोन क्षणांत मला सर्व उलगडा झाला. विजयाबाईंचे 'कवितारती' हे पुस्तक त्याला अभिप्रेत होते. पण त्याचा उच्चार चुकीचा होता.

नव्याचा प्रताप

वस्तुतः 'रति' म्हणजे 'आवड, प्रेम, रुचि' या अर्थाचा हा मूळ संस्कृत शब्द ऱ्हस्वान्त असून, तो 'कविता-रति' असा लिहिणे आवश्यक होते. तो ऱ्हस्व लिहिला असता तर त्या दृश्य रूपात त्या सेवकाला कदाचित् अर्थबोधच झाला नसता पण निदान चुकीचा बोध तरी झाला नसता. पण महामंडळाच्या तथाकथित शुद्धलेखन नियमांमुळे म्हणा किंवा त्या नियमांचे चुकीचे आकलन झाल्यामुळे म्हणा - बाईंनी पुस्तकाच्या मुखपृष्ठावर 'कवितारती' असे छापले, त्या सेवकाला ही कसली तरी 'आरती' (उच्चारताना आर्ती) आहे असे वाटले व 'रती' चे 'आरती'त रूपांतर झाले, हा नव्या शुद्धलेखनपद्धतीचा प्रताप!

गुऱ्हाळ नको

'मराठवाडा' दैनिकाच्या संपादकांनी बऱ्याच वर्षांनी पुन्हा एकदा या विषयाला वाचा फोडली. प्रा. भा. ल. भोळे व डॉ. वि. भि. कोलते यांच्यासारख्या मातबरांनी

त्यांना पाठिंबा दर्शवला व इतरही वाचकांनी मतमतांतरे व्यक्त केली हे खरोखरी फार चांगले झाले. यानिमित्ताने 'शुद्धलेखनाचे गुऱ्हाळ' सुरू होण्याऐवजी सखोल विचारमंथन व्हावे व त्यातून खऱ्याखुऱ्या शुद्धलेखनाचे 'नवनीत' हाती लागावे ही सदिच्छा.

कोणतीही भाषा ही प्रथम 'बोली' असते व त्यामुळे लोकव्यवहाराच्या वाहत्या ओघात ती सतत बदलत राहते. तरीही एक विशिष्ट भाषा म्हणून ती आपले स्वत्व व सातत्य टिकवून असते. याला तत्त्वज्ञानाच्या भाषेत doctrine of flux म्हणजे 'प्रवाहसातत्याचे' तत्त्व असे म्हणतात. ज्ञानेश्वरांपासून सतत बदलत आलेल्या या भाषेला आपण 'मराठी भाषा' म्हणून ओळखतो ते कोणत्या तरी समान घटकांमुळे होय. 'लिपी' हा अशा काही समान घटकांपैकी एक होय. म्हणून लिपीचे व इतर काही तत्सम घटकांचे सातत्य राहिले तरच आपल्याला जुने वाङ्मय वाचता येईल.

परंपरेचा धागा

याचा अर्थ असा नव्हे की, लिपीमध्ये या लेखनपद्धतीत काहीच बदल होऊ नयेत. आपली इच्छा असो वा नसो, निसर्गनियमांप्रमाणे हे बदल होत राहणारच. परंतु निसर्गत: होणाऱ्या बदलांमध्ये एक नैसर्गिक संगीत असते. 'नाम' या शब्दापासून 'नाव' हा शब्द तयार झाला. पण, मूळ शब्दातील अनुनासिक व्यंजनाने अनुस्वाराच्या रूपात आपली निशाणी मागे ठेवली. या अनुस्वारामुळे परंपरेशी नाते कायम राहिले होते. पण १९६१ साली 'महाराष्ट्र साहित्य परिषदे' च्या महामंडळाने अत्यंत कृत्रिम मार्गांचा अवलंब करून हा परंपरेचा धागा तोडून टाकला. त्या वेळी सत्ताधाऱ्यांच्या दडपणामुळे म्हणा किंवा तथाकथित नवतेच्या वा पुरोगामित्वाच्या हव्यासामुळे म्हणा, मराठीच्या भल्या भल्या साहित्यिक विद्वानांनी या अपकृत्याला हातभार लावला. मराठी लेखनपद्धतीचे संस्कृत भाषेशी असलेले परंपरेचे नाते तोडण्याचे 'महत्कृत्य' या विद्वानांनी केले. हे सारे कशापायी घडले ती कारण - परंपरा विचारात घेण्यासारखी आहे.

अतूट संबंध

'संस्कृत भाषा' आणि 'ब्राह्मणवर्चस्व' यांचा अतूट संबंध आहे असे मानले गेले. हे 'ब्राह्मणवर्चस्व' मोडून काढण्यासाठी मराठीचा संस्कृतशी असलेला अनुबंध तोडण्याचा प्रयत्न झाला. (अर्थात् हे कारण उघडपणे कोणी कबूल करणार नाही.) वास्तविक पाहता मराठीच्या वाङ्मयीन भाषासरणीवर (diction) संस्कृताचा पगडा होता व तो कमी होणे आवश्यक होते. काळाच्या ओघात दलित वाङ्मय जन्माला आले. समाजाच्या सर्व थरांतले लोक साहित्य लिहू लागले व मराठी भाषा सर्वांगांनी फुलून आली व समृद्ध झाली. पण लेखनपद्धतीशी (orthography) हा जातीयतेचा विचार निगडित करणे चुकीचे होते. प्रा. भा.ल. भोळे यांनी म्हटल्याप्रमाणे लेखनपद्धतीचा संबंध जातिविचाराशी अजूनही

जोडला जातो. बिघडलेल्या शुद्धलेखनाचे समर्थन करणारी सवर्ण वा दलित मंडळी पुरोगामित्वाचा आव आणण्यासाठी जुन्या संस्कृतनिष्ठ लेखनपद्धतीची टवाळी करतात हे बरोबर नाही. त्याचप्रमाणे, दलितांमुळे शुद्धलेखन बिघडले हा सवर्णांचा आरोपही चुकीचा आहे. कारण खरी गोष्ट अशी की, 'शुद्धलेखना'चे नवीन नियम ज्यांनी केले त्यांच्यात कोणीही दलित साहित्यिक नव्हते.

प्रमाण लेखन पद्धती

लिपिविचार वा लेखनसरणी (Orthography) व भाषासरणी (diction) या दोहोंत गल्लत केल्यामुळे हा सर्व प्रमाद घडला. 'शुद्धलेखन' या शब्दालाही शुद्धाशुद्धतेची व पर्यायाने उच्चनीचतेची भावना चिकटली आहे. वस्तुत: 'शुद्धलेखन' म्हणजे 'प्रमाणलेखनपद्धती.' समाजातील तथाकथित उच्चवर्णीय जसे लिहितात तेच खरे शुद्धलेखन असा अहंभाव काहींनीं बाळगल्यामुळे इतर जातींच्या लोकांना बंडाची भाषा सुचते. म्हणून समाजातील सर्व वर्गांनी भाषेच्या लेखनपद्धतीचा विचार जातिनिरपेक्ष बुद्धीने केला पाहिजे. समाजातील जो वर्ग प्रथम सुशिक्षित होतो, ग्रंथलेखन करू लागतो. त्यांच्या बोलभाषेला व लेखनपद्धतीला आपोआपच प्रमाण दर्जा प्राप्त होतो. महाराष्ट्रात पुण्याकडील ब्राह्मणवर्गीयांना हा अग्रमान मिळाला हा केवळ ऐतिहासिक योगायोग आहे. ग्रंथलेखनाचे केंद्र आणखी कोठे तरी असते तरी तेथील भाषेला हे महत्त्व प्राप्त झाले असते.

प्रादेशिकतेच्या मर्यादा

महाराष्ट्राच्या कानाकोपऱ्यांत मराठीच्या वेगवेगळ्या बोलभाषा बोलल्या जातात व अलिकडे लिहिल्याही जातात. या सर्वांना, साहित्यलेखन करण्याचा पूर्ण अधिकार आहे. मात्र त्यातील गर्भितार्थ लक्षात घेतला पाहिजे. कोकणकडच्या साहित्यिकाने कोकणीत साहित्यलेखन करण्याचे ठरवल्यास ते साहित्य विदर्भाकडील वाचकास समजेल असे नाही व कोकणीच्या साहित्यिकाने तशी अपेक्षाही करू नये. म्हणजे आपोआपच त्याच्या वाचकवर्गाला प्रादेशिकतेच्या मर्यादा पडणार. मग आपण तमाम मराठी वाचकांपर्यंत पोचायचे की नाही हे ज्याचे त्याने ठरवावे. पण तसे पोचायचे असेल तर, कोकणी साहित्यिकाने काय आणि वैदर्भीय साहित्यिकाने काय सर्व मराठी समाजाला समजेल अशा प्रमाण ग्रांथिक भाषेचाच आश्रय घेणे क्रमप्राप्त होते. हे तत्त्व लेखनसरणीच्या बाबतीत तर अधिकच प्रस्तुत ठरते. एकमेकांपासून दूर अंतरावर असलेल्या दोन समानभाषी व्यक्तींमध्ये 'संज्ञापन' व्हावयाचे असेल तर लेखनावाचून पर्याय नाही आणि जर प्रमाणलेखनपद्धती नसेल तर एकमेकांचे लिखाण एकमेकांना समजणारही नाही. ही प्रमाणलेखनपद्धती साहित्यक्षेत्रातील मध्यवर्ती संस्थेने ठरवायची असते. साहित्य महामंडळाने हे कार्य होय.

चुकीची भूमिका

पण १९६१ साली आपले कर्तव्य पार पाडताना महामंडळाने घेतलेली भूमिका निखालस चुकीची होती. मराठीची लेखनपद्धती बहुजन समाजाच्या दृष्टीने कशी सोपी होईल, मुद्रण / टंकलेखन कसे सुकर होईल याचा प्रामुख्याने विचार केला गेला. कोणत्याही भाषेचा इतिहास पाहिला तर असे दिसून येईल की, प्रमाणलेखनपद्धतीला सोडून अशुद्धलेखन करणाऱ्या सामान्य व्यक्ती समाजात नेहमीच बहुसंख्य असतात. म्हणून काही कोणी त्यांच्या लेखनपद्धतीला प्रमाण दर्जा देत नाही. लोकशाहीकरण म्हणजे लोकानुनय नव्हे. बहुसंख्याकांची लेखनपद्धती शोधून काढणेही अवघड आहे. कारण व्यक्ती तितक्या प्रकृती. उच्चारानुसारी लेखन हा निकष लावायचा झाला तर कोणाचे उच्चार प्रमाण मानायचे हा मुद्दा उपस्थित होतो. महामंडळापुढे हा पेच होताच. शिवाय हा निकषही सर्वत्र सारखेपणाने लावणे सदस्यांना जमले नाही व परिणामी त्यांनी केलेल्या नियमांत अनेक विसंगती निर्माण झाल्या. (ऱ्हस्वान्त संस्कृत तत्सम शब्द मराठीत दीर्घान्त उच्चारले जातात म्हणून दीर्घान्त लिहावेत हा नियम त्यांनी केला पण तेच तत्त्व त्यांनी उपानय स्वरांच्या बाबतीत लावलेले नाही. उदा. 'विष' हा शब्द मराठीत 'वीष' असा उच्चारला जातो. त्यावरूनच 'ईख' हा अपभ्रंश झाला. मग उच्चारानुसारी लेखनतत्त्वाप्रमाणे 'वीष' असे वर्णलेखन तर्कसंगत ठरते. पण तसा नियम नाही.) या विसंगतींचीही त्यांना जाणीव होती व टोचणीही लागून राहिली होती. म्हणून अखेरीस त्यांनी 'शास्त्रपूत लेखन हे दंडार्ह मानू नये' अशी पुस्ती जोडली, स्वत:ची सुटका करून घेतली व आपण स्वत: खाजगीत जुन्या पद्धतीनुसार लेखन करीत राहिले. म्हणजे सदर नवीन नियम शास्त्रानुसारी नाहीत, अशी त्यांनी प्रच्छन्न कबुलीच दिली.

भारतातल्या इतर कोणत्याही भाषेतील साहित्यिकांना आपली लेखनपद्धती अशा प्रकारे बदलण्याची गरज भासली नाही. गुजराती, बंगाली, कन्नड इ. मधील साहित्यातही नवे प्रवाह आले. पण लेखनपद्धती कृत्रिमपणे विशेषत: शास्त्रबाह्य निकषांनी बदलण्याचे प्रयत्न झाले नाहीत. इंग्रजी भाषेच्या बाबतीत तर लेखन व उच्चारण यांत किती तरी तफावत दिसते. (व आपण त्यासंबंधी 'ब्र' ही काढत नाही!) याचे कारण असे की, इतिहासकाळात केव्हा तरी इंग्रजीचे वर्णलेखन व उच्चारण यांत साम्य होते, तथापि, काळाच्या ओघात उच्चार बदलत गेले, लेखन मात्र तसेच राहिले. पण त्यामुळेच त्यांना जुन्या वाङ्मयाशी सांधा जोडता आला. आपण जर परंपरेशी नाते टिकवले नाही तर काही काळाने बालकवींची कविता समजावून घेण्यासाठी देखील तज्ज्ञांची मदत घ्यावी लागेल.

महामंडळाने नवे नियम तयार करण्याऐवजी ते शोधून काढले असते व त्यातील त्रुटी दूर करण्याचा प्रयत्न केला असता तर ते योग्य ठरले असते. व्याकरणकार भाषेचे

व्याकरण लिहितो तेव्हा तो भाषा नव्याने 'बनवीत' नाही; तर एका दीर्घ कालखंडात भाषेच्या बदललेल्या रूपांचे निरीक्षण करतो, त्यातून भाषेच्या सर्वसामान्य प्रवृत्तींचा अंदाज घेतो व सर्वसाधारण निष्कर्ष काढतो. प्रत्येक भाषेला ठराविक कालांतरागणिक ही प्रक्रिया आवश्यक असते. अन्यथा अराजक माजेल. पण 'हम करे सो कायदा' अशी कोणत्याही भाषेच्या 'पाणिनी'ची भूमिका नसते व असू नये. महामंडळाने नेमके याच्या उलट केले. त्याचे दुष्परिणाम मात्र पुढील पिढ्यांना भोगावे लागले.

संस्कृतचा दुस्वास

नवे नियम 'तयार करताना' महामंडळाने प्रथम संस्कृतची नावनिशाणी पुसून टाकण्याचा पवित्रा उचलला. उदा. 'अर्थात्', 'साक्षात्', 'पृथक्' अशांसारख्या संस्कृतमधून आलेल्या तत्सम शब्दांच्या अन्त्याक्षरातील मोडका पाय कापून टाकला. म्हणजे ताक मागायला जायचे पण भांडे लपवायचे, उसनवारी वा उचलेगिरी करायची पण तो माल आपला म्हणून खपवायचा. पण हेसुद्धा पुरेशा चालाखीने करता आले नाही. म्हणजे 'साक्षात्' वा 'पृथक्' हा शब्द सुट्या स्वरूपात आला तर 'साक्षात' वा 'पृथक' असा लिहायचा आणि समासामध्ये आला तर मात्र तो संस्कृतप्रमाणे अर्धाक्षरी लिहायचा. ('साक्षात्कार', 'पृथक्करण' इ.) वास्तविक हे शब्द 'साक्षातकार', 'पृथककरण' असे लिहिणे नव्या नियमांना अधिक धरून झाले असते! 'रवि' हा संस्कृत शब्द मराठीत सुटा आला तर दीर्घान्त 'रवी' असा लिहावा आणि समासामध्ये आला तर ऱ्हस्व ('रविकिरण') लिहावा, मात्र 'नदी' हा दीर्घान्त शब्द स्वतंत्रपणे व समासातही दीर्घान्तच ('नदीतट') लिहावा, अशांसारखे महामंडळाचे नियम समजून घेण्यासाठी प्रथम संस्कृतचे ज्ञान आवश्यक ठरते. पूर्वी बालपणापासूनच काही संस्कृत तत्सम शब्द मराठीत कसे लिहावेत हे एकदा शिक्षकांनी शिकवल्यावर ते कायम मनावर ठसत व संस्कृत शिक्षणाचा पायाही आपोआप घातला जात असे, त्यामुळे मराठी शुद्धलेखनातून संस्कृतच्या शिक्षणाची पूर्वतयारी होत असे. आता संस्कृतचे ज्ञान असल्यावाचून महामंडळाचे नियम कळणार नाहीत, अशी स्थिती आहे व सध्याच्या काळात तर बालपणीच काय मोठेपणीसुद्धा संस्कृतच्या ज्ञानाची वानवाच आहे. गंमत अशी की, सरकारी समित्यांनी मराठीतील शास्त्रीय परिभाषा बनवताना कित्येक ठिकाणी संस्कृतचा अकारण हव्यास धरला व ती बोजड करून टाकली आणि सरकारप्रणीत महामंडळाने संस्कृतचा अकारण दुस्वास करून मराठीच्या लेखनपद्धतीत गोंधळ माजवला. संस्कृतजन्य अशा सर्वच भाषांनी संस्कृतने दिलेल्या चांगल्या परंपरांचा आदर करून तिला आजीप्रमाणे मान द्यायला हवा व त्याचबरोबर कालमानानुसार नवीन गोष्टींचा स्वीकार करताना तिचा अडसरही येऊ देता कामा नये.

गैरवाजवी बदल

बहुजन समाजाच्या व टंकलेखन-मुद्रण यंत्रांच्या सोयीसाठी लेखनात सोपेपणा आणणे हा महामंडळाचा दुसरा पवित्रा होता. महामंडळाला लेखनपद्धतीत सोपेपणाच आणायचा होता तर त्याने मोडी लिपीप्रमाणे ऱ्हस्व-दीर्घ हा भेदच काढून टाकायचा होता. मग सगळेच सोपे झाले असते! लिहिणाऱ्यांच्या डोक्याला ताप झाला नसता, मुद्रकांचे खिळे तेवढेच कमी झाले असते आणि मुद्रित-तपासनिसांचे कष्टही वाचले असते! अनावश्यक अनुस्वारांची अडगळ दूर करण्यासाठी महामंडळाने कंबर कसली आणि अनुस्वारांचे माजलेले तण उपटणाऱ्या या वॉशिंग्टनच्या कुऱ्हाडीने लिंग-पुरुष-वचनभेद वा अर्थभेद दर्शवणाऱ्या अनुस्वारांचे बहुमोल पीकही सफाचट करून टाकले. 'अक्षरसंख्या जास्त म्हणून बालबोध लिपीविरुद्ध गहजब करणाऱ्या लोकांना इंग्रजीच्या अर्धवट मूळाक्षर मालेमुळे हजारो स्पेलिंगे पाठ करावी लागतात.' व लोक ही गोष्ट बिनतक्रार सहन करतात असे कै. श्री. के. क्षीरसागर यांनी एका लेखात नमूद केले आहे. टंकलेखन व मुद्रण यंत्रांची सोय पाहण्यासाठी भाषेच्या लेखनपद्धतीत गैरवाजवी बदल करणे म्हणजे कै. अ. का. प्रियोळकरांच्याच शब्दांत सांगायचे तर, नथीचा खर्च वाचवण्यासाठी नाक कापण्याचाच प्रकार होय.

मौन धारण केले

वास्तविक पाहता खऱ्याखुऱ्या लेखनसुधारणेला अजून बराच वाव आहे. 'चमचा' मधील 'च' व 'चलन' मधील 'च', तसेच 'डमरू' मधला 'ड' व 'खड्ग' मधला 'ड्' यांच्या उच्चारांतील फरक दर्शवणारी चिन्हे मराठीला आवश्यक आहेत.

अशा किती तरी किरकोळ सुधारणा करण्याचे सोडून महामंडळाने 'अव्यापारेषु व्यापार' केला व मराठी लेखनक्षेत्रात अराजक माजवले. आता पुढेही जाता येते नाही, मागेही जाता येत नाही. कीलोत्पाटी वानराप्रमाणे आपली गत झाली हे लक्षात आल्यामुळे महाराष्ट्र साहित्य परिषदेच्या साहित्यिक विद्वानांनी या विषयावर आता मौनच धारण केले आहे.

ज्या मावळत्या पिढीच्या साहित्यिकांनी हे नियम 'बनवले' ते सर्व संस्कृतज्ञ होते व म्हणून त्यावेळी याचे दुष्परिणाम फारसे जाणवले नाहीत. पण ती पिढी अस्तंगत झाल्यावर मात्र पुढे पुढे संस्कृत शिक्षणाचाही दर्जा घसरत गेला. आता तर संस्कृतची दुर्दशाच झाली. महामंडळाने शुद्धलेखनाची गाडी शिखरावरून ढकलण्याचे पुण्यकृत्य केले, मग गाडी उताराला लागली ती कायमचीच! ती आपोआपच खाली गडगडत आली. 'विवेकभ्रष्टांना भवति विनिपातः शतमुखः।' मराठीचे लेखन कसेही केले तरी चालते, त्याला फारसे महत्त्व नाही हा समज सर्वांच्याच मनात दृढ झाला.

सुदैव आणि दुर्दैव

एवढेच नव्हे तर साध्या फलकपाट्या रंगवणारा रंगारी आणि दगडी इमारतींवर मजकूर कोरणारा शिल्पकार हेही मराठी लिखावटीशी मनमानी सलगी करू लागले. कोणा तरी जाणकारांना विचारून असा मजकूर लिहून घेणे आवश्यक आहे हा धाक वा वचक कोणाही मराठी माणसाला वाटत नाही. किंबहुना ती जाणीवही त्याला उरलेली नाही. 'शुद्धलेखन' हा शब्दही 'शुद्ध' (म्हणजे 'शुध्+द') इतका अशुद्ध लिहिला जातो. ('मराठवाडा' दैनिकाच्या दि. ६-४-१९८८ च्या अग्रलेखात हा शब्द सर्वत्र बरोबर लिहिला आहे हे सुदैव आणि दि. २९-४-१९८८ च्या अंकात वाचकांच्या प्रतिक्रिया छापताना तो कधी 'शुद्ध' तर कधी '(अ) शुद्ध' छापला आहे हे दुर्दैव!) खूप वर्षांपूर्वी नागपूरच्या सीताबर्डी येथील सूतिकागृहाच्या उद्घाटनप्रसंगी तेथे लावलेल्या फलकावर 'सुतिकागृह' असे लिहिलेले पाहून अस्वस्थ झालेले उद्घाटक कै. चिंतामणराव देशमुख आपल्या भाषणात उद्गारले, ''सुतिकागृहा'तील 'सु' ऱ्हस्व लिहिल्यामुळे स्त्रियांचा प्रसूतिकाळ व त्यांच्या वेणा काही कमी होणार नाहीत!'' अलिकडे अशी अस्वस्थ होणारी विद्वान् मंडळी सापडणे कठीण झाले आहे.

त्यांचे अनुकरण व्हावे

नवे नियम आले त्या काळी प्रा. कृ. श्री. अर्जुनवाडकर व कालांतराने डॉ. द. भि. कुलकर्णी यांच्यासारख्या विद्वानांनी याविरुद्ध बरीच हाकाटीही केली. पण नवीनतेच्या कैफात बुडालेल्या महामंडळाने त्यांची दखल घेतली नाही. असो, आता झाले गेले गंगेस मिळाले. आता तरी साहित्य परिषदेला शहाणपण सुचावे आणि त्यांनी या नियमांचा शास्त्रशुद्ध दृष्टिकोनातून फेरविचार करावा. मागील चुकांचे समर्थन करीत राहण्याने आपण चुकीचाच वारसा पुढे चालवतो हे ध्यानी घ्यावे. मागील चुका कबूल करून भविष्यात त्या होऊ नयेत याची काळजी घ्यावी. डॉ. अशोक केळकर यांनी आपले 'वैखरी' हे भाषाविषयक लेखांचे पुस्तक पूर्णपणे जुन्या शुद्धलेखन-नियमांनुसार लिहिले व मॅजेस्टिक प्रकाशनने ते कसलीही कुरकूर न करता छापले आहे. डॉ. केळकरांनी सविनय कायदेभंग केलाच आहे; इतर जाणकार लेखकांनी त्यांचे अनुकरण करावे व साहित्य परिषदेस या प्रश्नावर योग्य निर्णय घेण्यास भाग पाडावे. मराठी (अ) शुद्धलेखनाचा शुद्धिसमारंभ करण्याची वेळ आता येऊन ठेपली आहे! यासाठी डॉ. अशोक केळकर यांच्यासारख्या भाषा शास्त्रज्ञांना पौरोहित्य करण्यास सांगावे.

आत्मपरीक्षण करा

सद्य:स्थितीत प्राध्यापक, पत्रकार व साहित्यिक या तिघांवरही समाजाचे प्रबोधन करण्याची जबाबदारी आहे. ज्ञानप्रसाराच्या कामी वृत्तपत्रांचा फार मोठा वाटा आहे पण

त्यांच्यामार्फत भाषादोषांचाही प्रसार झपाट्याने होऊ शकतो. कारण ''प्रमाणभूत ग्रंथ परीक्षेला नेमले असतील तरच तरुण मंडळी वाचतात, दैनिके मात्र विद्वान्-अविद्वान, वृद्ध-तरुण, बायका-मुले या सर्वांच्या नित्यपाठात असतात.'' (श्री. के. क्षी.) भाषादोष वृत्तपत्रांतून वारंवार नजरेला पडून त्यांची एकदा सवय झाली की, गोबेल्सूच्या प्रचारतंत्राप्रमाणे चुकीचे तेच लोकांच्या गळी उतरते. पण वृत्तपत्रांचे लिखाण लगीनघाईने करावे लागते; म्हणून 'ग्रंथांचा दुष्परिणाम वृत्तपत्रांइतका व्यापक व त्वरित नसला तरी त्यांचा अपराध मात्र वृत्तपत्रांहूनही अक्षम्य होय.'... असे असले तरी 'हा प्रश्न दोषांच्या समर्थनाचा नसून दोष टाळण्याचा आहे व दोष टाळण्याची पहिली पायरी म्हणजे त्या दोषांकडे डोळे उघडून पाहणे ही होय.' (श्री. के. क्षी.) म्हणून या सर्वांनीच आत्मपरीक्षण करावे, शुद्धलेखनाबाबत अधिक जागरूक राहावे व आवश्यक तर प्रशिक्षण शिबिरे आयोजित करावीत. पुण्यामध्ये श्री. मो. रा. वाळिंबे यांनी पत्रकारांसाठी असे वर्ग चालवले होते, असे ऐकीवात आहे. सर्रास होणाऱ्या चुकांच्या याद्या संकलित करून विद्यापीठांनी त्या पुस्तिकारूपाने प्रसृत कराव्यात.

मराठी शुद्धलेखनापुरते बोलायचे तर आपले गाढव तर गेलेच व ब्रह्मचर्यही गेलेले आहे. आता निदान आपण व्यवस्थित भाषा (कुटुंब?) नियोजन करून पुढील संसार सुखासमाधानाने करावा, अशी अपेक्षा आहे!

बाळबोध 'बालभारती'

■ ■ ■

नुकतेच 'बालभारती' शी संबंधित असलेल्या दोन माजी-आजी अधिकाऱ्यांचे दै. 'सकाळ' मध्यें प्रसिद्ध झालेले मराठीविषयक लेख वाचनात आले. त्यांपैकीं पहिला लेख 'बालभारती' चे माजी संचालक डॉ. वसंत काळपांडे यांचा होता. (दै. सकाळ, दि. १ मे २०१२) लेखाचा पूर्वार्ध एकंदरींत तर्कशुद्ध व मननीय आहे. उत्तरार्धात मात्र त्यांनी मराठी लेखनपद्धतीतील तथाकथित कर्मकांडाविषयीं जो विचार व्यक्त केला आहे, तो मला विवाद्य वाटतो.

वस्तुत: १९६२ सालीं जेव्हा जनसामान्याचा विचार करून तत्कालीन विद्वानांनी जुने लेखननियम शिथिल करून नवी नियमावली अंमलात आणली. तेव्हापासूनच खरें तर, मराठीला त्यांनी लिपि, शुद्धलेखन आणि व्याकरण या जाचक कर्मकांडातून बहुतांशीं मुक्त केलेलें आहे. परंतु कांही मोजक्या आडमुठ्या (?) विद्वानांच्या आग्रहास्तव त्यावेळीं मराठीची त्या कर्मकांडातून पूर्णांशाने सुटका होऊं शकली नाही. या कारणाने मराठी लेखन-नियमावलीत विसंगती निर्माण झाल्या. आता जे कांही उरले-सुरले निर्बंध आहेत. त्यांचाहि आधुनिक मंडळींना जाच व कांच वाटूं लागला आहे आणि म्हणून तेहि काढून टाकावेत व मराठीला सर्वार्थांनी मुक्त करावें असा त्यांचा आग्रह दिसतो. (या संदर्भात दै. सकाळच्या ९ मे २०१२ च्या अंकात प्रसिद्ध झालेलें श्री. वि. वा. भिडे यांचें पत्र पाहावें.) वस्तुत: डॉ. काळपांडे यांच्या मतानुसार, ''(मराठीचे शिक्षक, प्राध्यापक, लेखक, कवी यांच्यासह) बहुतेकजण नियमांची तमा न बाळगतां त्यांना योग्य वाटेल तसेंच लिहीत किंवा बोलत असतात. भाषेच्या अशा तथाकथित 'नियमबाह्य' वापरामुळें त्यांच्या **व्यवहारात** कोणतीहि अडचण आल्याचें आढळत नाही. नियमांचा जाच होतो तो शाळेत शिकणाऱ्या मुलांनाच. अनावश्यक कर्मकांडात आणि नियमांत अडकून पडल्यामुळें

मराठीच्या **सौंदर्याचा आस्वादच** त्यांना घेतां येत नाही. **अभिव्यक्तीतही** याच बाबींचा अडसर होतो....''

या संपूर्ण विवेचनात डॉ. काळपांडे यांनी भाषेचा व्यवहार, सौंदर्याचा आस्वाद आणि अभिव्यक्ति या तिघांनाही लेखन नियमांचा अडथळा होतो असें प्रतिपादन केलें असलें तरी त्यांनी त्याच वेळीं या तीन गोष्टींची गल्लत केली आहे. एखाद्या अल्पशिक्षित कामगाराने वरिष्ठांकडे रजेसाठीं केलेल्या अर्जात लेखन-नियमांनुसार ठायीं ठायीं चुका केल्या असल्या तरी, त्याला रजा हवी आहे हें वरिष्ठाला समजतें, तो चुकांकडे दुर्लक्ष करतो (अर्थात् त्या भाषिक चुका वरिष्ठाच्याहि लक्षात आल्या तर!) व तो रजा मंजूर करतो. हा झाला व्यवहार. भाषिक चुका झाल्या तरी व्यवहार बिनबोभाट पार पडतो.

परंतु सार्वजनिक पातळीवर हे नियम पाळले नाहीत तर, भाषिक अभिव्यक्ति आणि सौंदर्याचा आस्वाद यांच्या बाबतीत काय अनर्थ घडूं शकतो तें सिद्ध करण्यासाठीं एक मजेशीर उदाहरण देतें. नुकतेंच एका 'ज्येष्ठा नागरिक संघा' चें एक मुखपत्र वाचनात आलें. त्यामध्यें महिला दिनानिमित्त एका हौशी महिलेने केलेलें एक कवन छापलें होतें. तें असें -

जिजाऊचे मातृत्व, झाशीच्या राणीचे शौर्यत्व,
सावित्रीबाई, रमाबाई, आनंदी, बाया यांचे शैक्षणित्व,
इंदिरा गांधींचें नेतृत्व, कल्पना चावलाचे अवकाशत्व,
मदर तेरेसाचे माऊलीत्व, साधनाताईंचे समर्पितत्व,
लेकापेक्षा लेक भारी हे समानत्व जपू या
आजच्या या महिला दिनी ....

खुद्द डॉ. काळपांडे या (नियम) मुक्त अभिव्यक्तीला दाद देऊन, त्यातील तथाकथित (काव्य) सौंदर्याचा आस्वाद घेऊं शकले व त्याचें काव्यसपायन करूं शकले तर आपली मराठी मायबोली धन्यच झाली असें म्हणावें लागेल! थोडक्यात, 'जो जें वांछील तो तें लीहो।' असें पसायदान मागणारे डॉ. काळपांडे प्रतिज्ञानेश्वरच आहेत असें मानायला हरकत नाही!

मराठी लेखन-नियमावलीच्या संदर्भात, 'बालभारती' मधील विद्यमान मराठी भाषा अधिकारी श्री. माधव राजगुरू यांचाहि एक लेख ('मराठीला हवेत मराठीचेच नियम') दै. सकाळच्या अंकात दि. ६ मे २०१२ रोजीं प्रसिद्ध झाला आहे. त्याचाहि परामर्श घेणें अत्यावश्यक आहे.

प्रथमत: एक गोष्ट स्पष्ट केली पाहिजे कीं, सरकारमान्य नियमावलीतील नियमांमध्यें कांही विसंगती आहेत. याबाबत श्री. राजगुरू यांच्याशीं मी सहमत आहें. परंतु त्या विसंगती कोणत्या व त्या कशा प्रकारें दूर करतां येतील या मुद्द्यावर माझे त्यांच्याशीं

मतभेद आहेत. मात्र प्रस्तुत लेखात त्या मतभेदांची चर्चा करण्याचें मला प्रयोजन दिसत नाही.

तथापि, त्यांनी आपल्या लेखात जे मुख्य मुद्दे मांडले आहेत. त्यांबाबत चर्चा करणें मला जरुरीचें वाटतें.

१) सरकारमान्य नियमावलीनुसार पूर्वींचे सर्व तत्सम ऱ्हस्व इकारान्त व उकारान्त शब्द (उदा. कवि, मति, गति, ... इ.) मराठीत वापरताना ते दीर्घान्त लिहावेत. हें श्री. राजगुरूंचें म्हणणें बरोबर आहे. पण त्याच नियमाच्या अखेरीस फारसा कोणाच्या लक्षात न आलेला असा एक परिच्छेद आहे कीं -

"मराठी शब्दकोशात मात्र तत्सम (ऱ्हस्व) इकारान्त व उकारान्त शब्द ऱ्हस्वान्त लिहिणें इष्ट ठरेल. जसें - पद्धति, अनुमति, प्रतिकृति, ... हेतु, वगैरे. परंतु असे शब्द कोशाबाहेर वापरताना दीर्घान्त लिहिले पाहिजेत."

हा उपनियम सर्वांनाच गोंधळात टाकणारा आहे. म्हणजे सदर नियमावलीने कवि, गुरु इ. शब्दांचें मूळ कोशगत रूप ऱ्हस्वान्त मानलें असून, कोशाबाहेरील व्यवहारात जनसामान्याच्या सोयीसाठीं ते शब्द दीर्घान्त लिहिण्याची मुभा दिली आहे. त्यामुळें दैनंदिन व्यवहारात एकदा सर्रास दीर्घान्त लिहिण्याची संवय लागली कीं, मग समासातील पूर्वपदीं मात्र मूळचें ऱ्हस्वान्त रूप उपयोजणें लोकांना अवघड जातें हा श्री. राजगुरू यांचा मुद्दा बरोबर आहे. म्हणून शब्दकोशातील व कोशाबाहेरील शब्दलेखनात एकरूपता असावयास हवी तरच हा गोंधळ निस्तरतां येईल;

२) जुन्या काळीं, कांही शब्द मूलतः ऱ्हस्वान्त (उदा. कवि, गुरु इ.) तर कांही शब्द मूलतः दीर्घान्त (उदा. नदी, शताब्दी, इ.), रूपांतरच पाठांतर पद्धतीने शिकवले जात. त्यामुळें, एकदा त्यांचें मूळ रूप कळलें कीं, ते समासात कसे लिहावेत तें आपोआप कळत असे. त्यांविषयीं संभ्रम निर्माण होत नसे;

३) श्री. राजगुरु यांच्या मुख्य मुद्द्याकडे वळतें. त्यांच्या म्हणण्यानुसार, इंग्रजी, फ्रेंच, डच, उर्दू, अरबी, फारसी अश्या इतर परकीय भाषांतून मराठीत आलेल्या शब्दांना मराठी व्याकरणात जी वागणूक मिळते तीच वागणूक संस्कृतमधून आलेल्या शब्दांनाहि मिळावी. सकृद्दर्शनीं त्यांचें म्हणणें संयुक्तिक वाटतें. मात्र त्यांचें हें म्हणणें ग्राह्य मानलें तर, व्यवहारात काय घडेल तें पाहूं -

उदा. 'पीठ' या शब्दाचे दोन अर्थ आहेत.

१) पीठ = कणीक ('पिष्ट' या संस्कृत शब्दावरून आलेला हा <u>तद्भव शब्द</u> आहे.)

२) पीठ = आसन (हा <u>तत्सम शब्द</u> आहे.)

या दोहोंच्या सामान्य रूपांसंबंधीं एकच नियम लावायचा झाला तर -

पिठात मीठ घातलें.
शंकराचार्य पिठावर बसले.

दुसरें वाक्य वाचतांक्षणीं वाचकांची काय प्रतिक्रिया होईल तें अजमावावें. याउलट, 'शंकराचार्य **पीठावर** बसले.' असें लिहिलें तर, वाचकांना 'आसनावर' हा नेमका अर्थ कळेल असें मला वाटतें. यावरून एक गंमत आठवली. मराठीत एक म्हण आहे -

आयत्या पिठावर नागोबा.

मूळ संदर्भ असा कीं, एका गृहिणीने अतिथि येणार म्हणून त्यांच्यासाठीं 'पीठ' म्हणजे आसन मांडलें. प्रत्यक्षात त्याच्यावर एक नाग येऊन बसला, म्हणून म्हण तयार झाली .... 'आयत्या पीठावर नागोबा.' काळाच्या ओघात कोणीतरी 'आयत्या पिठावर नागोबा' असें चुकीचें लेखन करण्यास सुरुवात केली व तेंच रूढ होत गेलें. मग हळूहळू हें 'पीठ' म्हणजे 'कणीक' होय असें समजून, कोणींतरी त्यावर दंतकथा रचली. ('पुराणातली वानगी पुराणात' यामधील 'वानगी' चीं 'वांगी' कधीं झालीं व त्या अनुषंगाने अनेक भाकडकथा कश्या रचल्या गेल्या हें आपल्याला समजलेंच नाही.) हा सारा अशुद्धलेखनाचा प्रताप होय. याकरतां, 'तत्सम-तद्भव' भेदाचें भान राखणें व दोहोंना वेगवेगळे नियम लावणें आवश्यक ठरतें;

३) इतर परकीय भाषा व संस्कृत भाषा यांमध्यें महत्त्वाचा फरक असा कीं, संस्कृत भाषा ही मराठीची जननी असली वा नवीन संशोधनानुसार नसली तरीहि, तिच्यातील ज्ञानेश्वरीपासूनच्या साऱ्या संतवाङ्मयाला संस्कृतवाङ्मयाची सांस्कृतिक परंपरा व पार्श्वभूमी आहे आणि ती समजून घेण्यासाठीं मराठीत तत्सम रूपात आलेल्या संस्कृत शब्दांचें लेखन संस्कृताबरहुकूम ठेवलें तरच आपणांस हें अभिजात वाङ्मय नीटपणें समजेल. मराठीची संस्कृतशीं जशी नाळ जोडलेली आहे तशी ती इतर परकीय भाषांशीं जोडलेली नाही;

४) मराठी मातृभाषा असली तरी ती नीट शिकून घ्यावी लागते. ती शिकून पुढें कोणाला आपल्या सांस्कृतिक परंपरेचा मागोवा घ्यावयाचा असेल तर मूळचा 'मंदिर' हा शब्द 'उंदीर' प्रमाणें ('मंदिर') लिहून चालणार नाही. इंग्रजीत ज्याप्रमाणें but ('बट्') व Put ('पुट्') हें लेखन व उच्चारण पाठांतर पद्धतीने शिकावेंच लागतें त्याचप्रमाणें तत्सम व देशी शब्दांचें लेखन वेगवेगळ्या पद्धतींनी शिकणें भाग आहे. लेखन व उच्चारण यांमध्यें कमालीची तफावत असलेली इंग्रजी भाषा शिकताना मात्र ह्या तथाकथित पुरोगामी, सुधारणावादी मंडळींची कसलीच तक्रार नसते. सर्व तक्रारी करायच्या त्या फक्त आपल्या मायमराठीपुरत्या!

५) अखेरचा पण सर्वाधिक महत्त्वाचा मुद्दा म्हणजे प्रत्येक भाषक समाजात अभिजन, मध्यम जन व सामान्य जन असे वर्ग असतात. म्हणून कोणताही सुबुद्ध समाज तळागाळातल्या समाजाच्या सोयीसाठीं भाषिक मानदंड ढिले करीत नाही. फक्त त्यांची अंमलबजावणी करताना सवलत दिली जाऊं शकते. उदा. पाठ्यपुस्तकांतील लेखन आदर्श मानदंडांनुरूप निर्दोषच असावयास हवें. पण व्यवहारात, भाषाविषय सोडून, इतर विषयांच्या उत्तरपत्रिकांतील अशुद्धलेखन माफ करावें अशी भूमिका घेतां येते. खाजगी पत्रलेखनातील चुका क्षम्य असतात, पण सार्वजनिक वृत्तपत्र-लेखनातील चुका अक्षम्यच मानल्या पाहिजेत. कारण, वृत्तपत्रादि प्रसार-माध्यमें हा जनतेपुढील आदर्श असतो.

'बालभारती' शीं संबंधित अधिकाऱ्यांचे हे बाळबोध लेख वाचल्यावर आणि मराठी वर्णमालेसंबंधीं आलेल्या नव्या शास्त्रीय शासन-निर्णयाची अंमलाबजावणी न करण्याबद्दलचा त्यांचा पोरकट अट्टाहास पाहिल्यानंतर तर, 'बालभारती' ही संस्था अजून बाल्यावस्थेतच आहे व अजून तिला वयानुरूप प्रगल्भता प्राप्त झालेली नाही याबद्दल कोणाहि सुजाण व्यक्तीची खात्री पटावी!

‘बालभारती’ ची मुजोरी आणि शासनाची बेफिकिरी

■ ■ ■

जुन्या जमान्यात जेव्हा हिंदी भाषेची हवा होती, त्या काळात हिंदीचें अंधानुकरण करून, महाराष्ट्र शासनाच्या शिक्षण खात्याने १९६२ सालीं व मागाहून ‘सामान्य प्रशासन विभागा’ ने १९६६ सालीं मराठी वर्णमालेसंबंधीं दोन वेगवेगळे शासन निर्णय जारी केले आणि त्यांअन्वयें कांही बाबतींत (टंकलेखन यंत्राच्या सोयीसाठी) जुनी पारंपरिक जोडाक्षरपद्धति रद्द ठरवून एक अजब तोडाक्षर-पद्धति (उदा. ‘शुद्‌ध’, ‘द्‌वन्द्‌व’, ‘द्‌वितीय’, ‘हट्‌ट’ सुरू केली.) तेव्हापासून आजतागायत गेलीं ५० वर्षें मराठी पाठ्यपुस्तकांत ही तऱ्हेवाईक लेखनपद्धति रूढ झालेली आहे. वस्तुत:, नियमानुसार ही तोडाक्षर-पद्धति महाराष्ट्र शासनाच्या सर्व खात्यांवर बंधनकारक असूनहि, प्रत्यक्षात भाषा संचालनालयासकट कोणत्याहि सरकारी खात्याने या पद्धतीची अंमलबजावणी केली नाही. सरकारी व्यवहाराव्यतिरिक्त मराठी वृत्तपत्रें व अन्य साहित्यव्यवहार यांमध्येंदेखील सुदैवाने ही पद्धति प्रचलित झाली नाही.

१९९५ सालापासून मीं स्वत: पाठ्यपुस्तकांतून ही तोडाक्षर पद्धति रद्द करवून घेण्याच्या दृष्टीने ‘बालभारती’ शीं बराच पत्रव्यवहार केला. पण त्यांनी अजिबात प्रतिसाद दिला नाही. म्हणून मीं भाषा संचालनालयाशीं संपर्क साधला. पण त्यांनीहि नकारघंटाच वाजवली. अखेरीस, ‘राज्य मराठी विकास संस्थे’च्या तत्कालीन संचालक (कै.) डॉ. सरोजिनी वैद्य यांनी हा प्रश्न हातीं घेतला आणि ‘साहित्य महामंडळा’ च्या सहकार्यानें त्यांनी वर्णमालेसंबंधींच्या नवीन शासननिर्णयाचा मसुदा संमत करून, २००० सालीं महाराष्ट्र शासनाकडे पाठवला; त्यानंतर लाल फितीचे बरेच फेरे झाल्यानंतर अखेरीस सा. प्र. विभागाने ६ नोव्हें. २००९ रोजीं नवा शासन-निर्णय काढला आणि तो सर्व शासकीय विभागांकडे पाठवला.

या नव्या शासन-निर्णयानुसार, पारंपरिक शास्त्रीय जोडाक्षर-पद्धति (उदा. शुद्ध, द्वंद्व, द्वितीय, हट्ट, इ.) आणि 'श' व 'ल' हीं पारंपरिक अक्षरवळणें पुन्हा सुरू करणें अपेक्षित आहे. हा निर्णयदेखील सर्वच शासकीय विभागांवर बंधनकारक आहे; पण त्यातल्या त्यात जेथें नव्या पिढीच्या भावी शिक्षणाचा पाया घातला जातो. त्या पाठ्यपुस्तक-मंडळांकडून त्याची कसोशीने अंमलबजावणी होणें अधिकच अपेक्षित आहे. असें असतानाहि 'बालभारती' ही संस्था व तिच्या अनुषंगाने 'उच्च माध्यमिक शिक्षण मंडळ' त्यासाठीं बरीच खळखळ करीत असून, त्यांनी या कामीं चालढकल चालवली आहे.

ठाण्याच्या 'मराठी अभ्यास केंद्रा' ने एप्रिल २०१० पासून या प्रश्नाचा पाठपुरावा सुरू केला. त्यांनी माहिती-अधिकारात मागवलेल्या माहितीनुसार 'बालभारती' ने प्रधान शिक्षण सचिवांपुढें आपल्या सर्व **तथाकथित** अडचणींचा पाढा वाचलेला असून, आपल्या अनेक हरकती (खरें तर 'सबबी'!) नोंदवल्या आहेत. त्याला उत्तर म्हणून 'मराठी अभ्यास केंद्रा' ने त्या सर्व हरकतींचें मुद्देवार व तर्कशुद्ध खंडन करणारीं दोन पत्रें पाठवलीं. मात्र प्रधान शिक्षण सचिव श्री. संजय कुमार यांनी आपणांवर कसलेंच 'उत्तरदायित्व' नाही असें मानून, 'बालभारती' ला वा 'मराठी अभ्यास केंद्रा'लाहि आजतागायत कसलेंच उत्तर पाठवलेलें नाही.

मध्यंतरींच्या काळात 'महाराष्ट्र नवनिर्माण सेने' च्या पुणें येथील 'सामाजिक अकादमी' नेहि प्रधान शिक्षण सचिवांना पत्रें पाठवून या प्रश्नाचा पाठपुरावा करण्याचा प्रयत्न केला. 'शिवसेने' चे माननीय आमदार श्री. सुभाष देसाई यांनीहि या प्रश्नात लक्ष घालून, शिक्षण मंत्र्यांशीं संपर्क साधला. पण कोणाकडूनहि प्रतिसाद न मिळाल्याने हे दोन्ही प्रयत्न विफल ठरले.

२०११ सालच्या मध्यावर केव्हातरी शिक्षणविभागाने हा प्रश्न 'मराठी भाषा विभागा'कडे निर्देशित केला. 'मराठी भाषा विभागा' ने या प्रश्नासंबंधी 'भाषा संचालनालय' व 'राज्य मराठी विकास संस्था' या दोघांचे अभिप्राय मागवले. दोन्ही विभागांनी नवीन शासन निर्णयाच्या अंमलबजावणीच्या बाजूने आपापले अभिप्राय नोंदवले. (ता. २३-८-२०११ व १-११-२०११).

त्याच सुमारास सप्टें. २०११ मध्यें पुण्याच्या 'दै. सकाळ' मधून मी स्वतः या प्रश्नाला वाचा फोडली होती व तेव्हा 'बालभारती' शीं माझा वाद-प्रतिवाद झाला. (संदर्भ : 'बालभारती'चा बालहट्ट - स. वि. सामंत - ११-०९-२०११, 'मराठीचे शुद्धलेखन - काही अडचणी' - माधव राजगुरु १८-०९-२०११, 'बालहट्ट नव्हे, बालिश हट्‌ट' स. वि. सामंत - ९-१०-२०११) प्रख्यात, भाषाशास्त्रज्ञ डॉ. यू. म. पठाण यांनीहि माझ्या पाठिंब्यादाखल लेख लिहिला. ('बालहट्ट', 'राजहट्ट', वगैरे - ९-१०-२०११) ऑक्टो.

२०११ मध्ये मीं हीं सर्व कात्रणें 'मराठी भाषा विभागा' चे सचिव श्री. विजय नाहटा यांच्याकडे पाठवलीं. दि. २८-१२-२०११ रोजीं मी खुद्द शालेय शिक्षण मंत्री श्री. राजेंद्र दर्डा यांनाहीं पत्र पाठवलें. डिसेंबर २०११ चें विधानमंडळ अधिवेशन पार पडलें. त्यानंतर तीन महिने गेले, आतां मार्च २०१२ चें अर्थसंकल्पीय अधिवेशन सुरू झालें. तरी अद्याप 'मराठी भाषा विभागा' कडून कसलीच हालचाल नाही. श्री. विजय नाहटा यांच्याशीं दूरध्वनीवरून प्रत्यक्ष संपर्क साधण्याचाहि दोन-तीन वेळां प्रयत्न केला. 'मराठी भाषा विभागा' ने आपला निर्णय देण्यास उशीर केला तर 'बालभारती' आपलीं पाठ्यपुस्तकें जुन्याच पद्धतीने छापून मोकळी होईल व शासन-निर्णयाचा अवमान होईल असाहि मी त्यांना इशारा दिला. पण त्यांच्याकडून अद्याप कसलाहि प्रतिसाद नाही. (आता तर अधिवेशन चालू असल्याचें महानिमित्त आहेच!)

यासंबंधीं, 'मराठी भाषा विभागा' ने सर्व संबंधितांची बैठक बोलावून, 'बालभारती' च्या आक्षेपांवर चर्चा करावी व त्यांच्या आक्षेपांचें निराकरण आणि तथाकथित अडचणींचें निवारण करावें आणि शासन-निर्णयाची अंमलबजावणी करावी असा प्रस्ताव देऊनहि, 'शालेय शिक्षण विभाग' व 'मराठी भाषा विभाग' या दोघांनीहि त्याकडे साफ साफ दुर्लक्ष केलें आहे.

थोडक्यात, शिक्षण विभागाची निष्क्रियता व 'मराठी भाषा विभागा'ची अकार्यक्षमता या दोन कारणांनी 'बालभारती' सारख्या शिक्षण संस्थांचें फावलें आहे व त्यांची मुजोरी वाढली आहे. शासकीय निष्क्रियतेची ही तटबंदी इतकी भक्कम चिरेबंद आहे कीं, माझ्यासारख्या अनेक तळमळीच्या कार्यकर्त्यांनी तीवर डोकें आपटून कितीही धडका दिल्या तरी, आमचीं डोकीं फुटतील, रक्तबंबाळ होतील, पण शासकीय नोकरशाहीच्या पाषाणहृदयाला पाझर फुटणार नाही हें निश्चित! एकंदरींत, या प्रकरणीं एक प्रकारची कुंठितावस्था आलेली आहे. एखादा महत्त्वाचा प्रश्न कसा कुजवावा याचें हें ठळक आणि उत्तम उदाहरण आहे! सध्या, 'आई जेवूं घालीना नि बाप भीक मागूं देईना' अशी स्थिति आहे. आता न्यायालयाचे दरवाजे ठोठावण्यावांचून गत्यंतर नाही.

महाराष्ट्र राज्याच्या सुवर्णमहोत्सवी वर्षाच्या निमित्ताने महाराष्ट्र सरकारने छोटासा 'मराठी भाषा विभाग' स्थापण्याचा देखावा केला असून, नुकतीच 'अभिजात भाषा समिति' हि नेमली आहे. त्याला माझा आक्षेप नाही. तथापि, या समितीच्या माध्यमातून मराठी भाषा प्राचीन ठरवून तिला 'अभिजात दर्जा' मिळवून देण्याचा सरकारचा आविर्भाव असला तरी, प्रत्यक्षात तिच्या जिवंतपणींच तिचें स्मारक उभारण्याचा शासनाचा प्रयत्न असावा असें मला वाटतें. कारण, वर्तमान काळातहि मराठी भाषा सशक्तपणें कशी जिवंत राहील याविषयीं शासकीय अधिकाऱ्यांच्या ठायीं बेफिकिरी दिसते व त्यांचीं पावलें नेमकीं उलट्या दिशेनें पडताहेत. मराठी शुद्धलेखन देखील अधिकाधिक सोपें करावें

अश्या मागण्या जोर धरत असून, त्यांनाहि शासनाने प्रतिसाद दिल्यास, पुढील वर्षींपासून, २७ फेब्रु . रोजीं 'मराठी दिन' साजरा करण्याऐवजीं तो 'मराठी दीन' म्हणून पाळावा लागेल अशीं दुश्चिन्हें दिसत आहेत!

समस्त मराठीप्रेमींना माझें असें कळकळींचे आवाहन आहे कीं, मराठी पाठ्यपुस्तकांमधून मराठीचें किती निकृष्ट दर्जाचें शिक्षण दिलें जात आहे याची त्यांनी दखल घ्यावी व आपणांस शक्य असेल त्या पद्धतीने त्यांनी या दुष्प्रवृत्तीचा यथाशक्ति प्रतिकार करावा.

ऱ्हस्व-दीर्घाची विभाषा की द्विविधा?

■ ■ ■

दीडेक महिन्यांपूर्वी एका भल्या सकाळी कविवर्य मंगेश पाडगावकर यांचा फोन आला. त्यांची माझ्याबद्दल एक तक्रार होती. माझ्या 'व्याकरणशुद्ध लेखनप्रणाली' ह्या पुस्तकात मी एके ठिकाणी 'आशीर्वाद' व 'आशिर्वाद' ही दोन्ही रूपे शुद्ध असल्याचे म्हटले आहे व ते विधान चूक आहे असे पाडगावकरांचे म्हणणे होते. त्यांच्या मते 'आशीर्वाद' हेच रूप शुद्ध होते. माझे विधान कसे बरोबर आहे हे मी त्यांना पटवून देण्याचा प्रयत्न केला, पण तो सफल झाला नाही. त्यांनी प्रा. डॉ. कृ. श्री. अर्जुनवाडकरांची साक्ष काढली व त्यांची - माझी रुजवात करून दिली. (आणि 'अर्जुनवाडकरांच्या म्हणण्यानुसार तुमचं विधान चूक असेल तर, ते विधान दुरुस्त करा' असाही कविवर्यांनी मला दम भरला.) वस्तुत: संस्कृत व मराठी दोहोंमध्ये 'आशीर्वाद' हा प्रयोग निश्चित बरोबर असला तरी, मूळ संस्कृत शब्द 'आशिस्' हा ऱ्हस्वयुक्त असल्याने, तत्त्वत: 'आशिस्+वाद' यांचा संधी 'आशिर्वाद' असाही घडू शकतो व म्हणून तो चूक ठरू नये असा माझा दावा होता. पण पाणिनीच्या एका सूत्रान्वये तो दीर्घच होतो असे अर्जुनवाडकर म्हणाले. मात्र अधिक खातरजमा करण्यासाठी मी संस्कृत व्याकरण-तज्ज्ञांचा सल्ला घ्यावा असे त्यांनी मला सुचवले. त्याप्रमाणे मी प्रथम डॉ. मल्हार कुलकर्णी यांचा सल्ला घेतला तेव्हा, त्यांनी मला 'आशिस्' वरून 'आशीर्वाद' हे रूप कसे सिद्ध होते ते सविस्तर सांगितले. [अष्टाध्यायी - सूत्रे ८-२-७४ ते ७८, 'आशिस्' प्रमाणे 'गिर्' हाही प्रातिपदिक शब्द समासात दीर्घ (गीर् - गीर्देवी, गीष्पति वा गीर्पति) होतो.] मात्र 'आशीर्वाद' या रूपाबद्दल ते साशंक दिसले. नंतर मी डॉ. शि. द. जोशी यांच्याशी संपर्क साधला तेव्हा, ''संस्कृत व्याकरणात 'आशीर्वाद' याच रूपाला पाणिनीची मान्यता असली तरी पाणिनीपूर्व वाङ्मयात कोठेतरी जर 'आशिर्वाद' असा शब्दप्रयोग आढळला तर त्याला मान्यता

देण्यास हरकत नाही.'' असे शि. द. जोशी म्हणाले व त्यांनी मला डेक्कन कॉलेजचा रस्ता दाखवला.

त्यानंतर मी डेक्कन कॉलेजमधील एक संशोधक डॉ. मंदाकिनी किंजवडेकर यांची मदत घेतली. तेथील 'संस्कृत शब्दकोश विभागा'त एक हस्तलेखालय - स्क्रिप्टोरियम - आहे. त्याचा धांडोळा घेऊन बाईंनी मला एक दुर्मिळ संदर्भ काढून दिला. तो असा :

'अथपि स्तुतिरेव भवति नाशिर्वाद:।'

(यास्काचार्यांचे निरुक्त - ७ वे कांड - ३ रा श्लोक)

मोनिअर विल्यम्स् यांच्या कोशातही हा संदर्भ दिलेला आहे असे मला डॉ. प्रज्ञा देशपांडे यांनी कळवले आणि या संदर्भाचे उगमस्थान Bohtlingk & Roth यांच्या संस्कृत - जर्मन शब्दकोशात (पीटर्सबर्ग डिक्शनरी) आहे असे मला 'भांडारकर प्राच्यविद्या संशोधन संस्थे'तील संस्कृतज्ञ डॉ. ग. उ. थिटे यांच्याकडून कळले. (मात्र निरुक्त ग्रंथाच्या एकमेव आवृत्तीत हे रूप असून, इतरांनी संपादित केलेल्या आवृत्त्यांमध्ये ते नसल्यामुळे डॉ. थिटे यांनीदेखील या रूपाबद्दल शंका व्यक्त केली.) तथापि हा संदर्भ हाती येताच, मला हायसे वाटले. (बुडत्याला काडीचा आधार!) आणि तसे मी कविवर्यांना कळवले. तेव्हा मात्र त्यांनी दिलदारपणे माझे कौतुक केले व माझे म्हणणे मान्य केले.

यानिमित्ताने माझ्या मनात एक विचारशृंखला सुरू झाली. संस्कृत व्याकरणातील उपसर्गमालिकेत 'प्रति' हा एक उपसर्ग आहे. पण प्रत्यक्ष व्यवहारात 'प्रतिकार', 'प्रतिकाश', 'प्रतिघात', 'प्रतिनाद', 'प्रतिहार', 'प्रतिहास', अशा काही मोजक्या शब्दांना 'प्रती' या दीर्घान्त उपसर्गाचा पर्याय उपलब्ध आहे. अशा वैकल्पिक रूपांना संस्कृतमध्ये 'विभाषा' ही पारिभाषिक संज्ञा आहे. भगवद्गीता (३.१९ - असक्तो ह्याचरन् कर्म परमाप्नोति **पूरुष:**।, ३.३६ - अथ केन प्रयुक्तोऽयं पापं चरति **पूरुष:**।) आणि श्रीमद्भागवतमहापुराण (१.७.७ - यस्यां वै श्रूयमाणायां कृष्णे परम**पूरुषे**।) या ग्रंथांत एरव्ही क्वचित् आढळणारा 'पूरुष' हा प्रयोग आढळतो. 'देवीदास' या व्यक्तिनामाला 'देविदास' हाही पर्याय आहेच. संस्कृततज्ज्ञांच्या साहाय्याने यामागील कारणांचा मागोवर घेण्याचा मी प्रयत्न केला. पण शोध लागला नाही. केवळ 'प्रयोगशरणा: वैयाकरणा:' असे म्हणून गप्प बसावे लागले.

काही शब्दांच्या बाबतीत मात्र द्विविध पर्यायांची संगती लागली. 'काशीनाथ' म्हणजे 'काशी नगरीचा नाथ', तर 'काशिनाथ' म्हणजे 'तेजस्पति' (काशि-तेज) अर्थात् 'सूर्य' होय. 'कालिदास' ह्या कविनामाचा दुसरा पर्याय 'कालीदास' असाही आहे, कारण 'कालि' व 'काली' ही दोन्ही देवतानामे प्रचलित आहेत. हा कवी कालिदास 'कुमारसंभवा'त पार्वतीचे वर्णन करताना 'गिरीश प्रतिसक्तमानसाम्' (५.३) असा शब्दप्रयोग करतो तेव्हा 'गिरीश' म्हणजे 'गिरीचा ईश' (गिरि + ईश) अर्थात् शिवशंकर

असा अर्थ असतो, तर तोच कालिदास 'रघुवंशा' तील सिंह-दिलीप संवादात 'प्रत्याहतास्त्रो गिरिशप्रभावादात्मन्यवज्ञां शिथिलीचकार।' (२.४१) अशी रचना करतो तेव्हा, 'गिरिश' म्हणजे 'गिरौ शेते इति' - गिरीवर शयन करणारा तो भगवान शंकर असा अर्थ अभिप्रेत असतो. थोडक्यात, सामासिक शब्दांच्या बाबतीत संधी व समास यांचा विग्रह करण्याच्या पद्धती भिन्न-भिन्न असू शकतात. गांधारदेशीय पुरुषाला 'गांधारि' (म्हणजे शकुनि- गीर्वाणलघुकोश), तर त्या देशातील स्त्रीला 'गांधारी' (धृतराष्ट्रपत्नी) अशी संज्ञा आहे. तसेच 'वधु / वधू' हे सामान्य नाम आपण 'पुरु / पूरु', 'स्वाति / ती' अशी काही विशेषनामेही वैकल्पिक रूपांत प्रचलित आहेत.

परंतु खरी अडचण संस्कृत-मराठी अनुबंधात आहे. संस्कृतमधून मराठीत अवतीर्ण झालेल्या 'आशीर्वाद / आशिर्वाद' अशासारख्या काही निरुपद्रवी शब्दजोड्यांना मुभा देता येते, पण जे शब्द शासकीय वा निमशासकीय अशा दैनंदिन व्यवहारात वापरावे लागतात त्यांच्या बाबतीत हा स्वैरपणा कितपत चालू द्यावा हा खरा प्रश्न आहे. संस्कृतमध्ये 'यज्ञिय / यज्ञीय' प्रमाणे 'क्षेत्रिय / क्षेत्रीय', 'राष्ट्रिय / राष्ट्रीय' ह्या दोन्ही रूपांना मान्यता आहे. त्यामुळे सरकारी हिंदी व्यवहारात बहुश: 'क्षेत्रीय' व 'राष्ट्रीय' अशी रूपे प्रचलित असली तरी, 'भारतीय जीवन बीमा निगम' च्या व्यवहारात 'क्षेत्रिय' हे रूप स्वीकारलेले दिसते. महाराष्ट्र सरकारच्या राज्यव्यवहारातही 'क्षेत्रीय', 'राष्ट्रीय' ह्याच रूपांना मान्यता आहे. पण तरीही पुणे महापालिकेच्या कारभारात अलिकडे सर्रास 'क्षेत्रिय कार्यालय' असा प्रयोग सरकारी पाट्यांवर आढळून येतो. सार्वजनिक सरकारी व्यवहार अशी एकवाक्यता नसल्यामुळे सामान्य माणूस बावचळून जातो व त्याची द्विधा मन:स्थिती होते. म्हणून सरकारी भाषाविषयक धोरण आखताना, सरकारच्या सर्व घटकांमध्ये समन्वय घडवून आणणे जरुरीचे आहे. या वैभाषिक समस्येवर वा द्विविधेवर काही तोडगा काढता येईल का?

उच्चारण संकेत आणि लेखन संकेत यांचा ताळमेळ

■ ■ ■

आपण सर्व भारतीय वारंवार ज्या भाषेकडे मार्गदर्शनासाठी डोळे लावतो त्या इंग्रजी भाषेतही अशा प्रकारचे गैरनियम (irregular) संकेत आहेत.

उदा. १) Write, rite, right homonyms
(उच्चार सर्वसाधारणपणे सारखा, पण वर्णलेखन निराळे.)

२) read (वर्तमानकाळ); read (भूतकाळ) homographs
(वर्णलेखन सारखे, पण उच्चार निराळे.)

असे असूनही, आतापर्यंत कोणत्याही भाषेत 'उच्चाराबरहुकूम लेखना' चा आग्रह धरणाऱ्या चळवळी वारंवार झाल्याचे फारसे ऐकिवात नाही. अलिकडे मात्र इंग्लंडमध्ये काही मोजक्या मंडळींना Simplified Spelling Society नावाची एक संस्था स्थापन करून अशी मोहीम सुरू केल्याचे समजते. भारतात श्री. गोविंद देवधरे नामक एक गृहस्थ त्या संस्थेचे सदस्य असून, त्यांनी या तत्त्वाचा पुरस्कार करण्यासाठी Logicon नावाची पुस्तिका प्रसिद्ध केली आहे. (उदाहरणादाखल, Philosophical ऐवजी filosofikal असे स्पेलिंग लिहावे असा त्यांचा आग्रह.)

श्री. देवधरे यांच्यासारखे एकांडे शिलेदार जेव्हा प्रवाहाविरुद्ध दंड थोपटून उभे राहतात व तो प्रवाह वळवण्याचा प्रयत्न करतात तेव्हा बहुधा असे प्रयत्न फसतात. कारण, कोणतेही स्पेलिंग हे आजच्या घडीला उच्चाराशी थोडेसे विसंगत वाटले तरी, त्यामागे परंपरेचा, व्युत्पत्तीचा कोणतातरी धागा असतो. म्हणून कित्येक शब्दांच्या उच्चारात एखादा वर्ण निभृत (silent) असला तरी, वर्णलेखातून त्याची हकालपट्टी होत नाही. (उदा. crochet) कारण हे भाषक समाज आपली सांस्कृतिक वैशिष्ट्ये जपू पाहतात. अमेरिकन लोकांनी इंग्लिश भाषेतील काही स्पेलिंगे बदलली असली (colour-colour, jwellery-jwelry) तरी, ते बदल इतके नगण्य आहेत की त्यामुळे इंग्लंड - अमेरिकेचा संवाद तुटणार नाही व तो तुटू नये याची काळजी घेण्याइतपत अमेरिकन लोक शहाणे आहेत.

प्राचीन काळी 'ज्ञ' या जोडाक्षरांचा उच्चार 'ज्ञ' असा होता व त्याचा विग्रह 'ज + ञ' असा होता. संस्कृत शब्दकोषात 'ज्ञ' अक्षराचा क्रम 'ज्' वर्गाच्या अखेरीस लावलेला दिसतो. काळाच्या ओघात वेगवेगळ्या देशी भाषांत त्याचे उच्चारण बदलत गेले. उदा. हिंदीत 'ग्यान' ('ग्यान') तर मराठीत 'दून्य' ('दून्यान') असे झाले. पण तरीही लेखनसंकेताचे सातत्य टिकवण्यासाठी 'ज्ञ' ही अक्षराकृती कोणीही बदलली नाही व म्हणूनच आज आपण 'ज्ञानेश्वरी' वाचू शकतो व तिच्याशी अनुबंध राखू शकतो. याचा अर्थ असा नव्हे की, लिपी आतापर्यंत अपरिवर्तनीयच राहिली आहे. भाषा ही सतत वाहणाऱ्या ओघवती नदीप्रमाणे असते. ती सतत वाहत असते, बदलत असते, तरीही ती तीच नदी राहते. या ठिकाणी 'प्रवाहसातत्याचे तत्त्व' (doctrine of flux) लागू होते. व्यक्तीसुद्धा लहानाची मोठी होते,तरीही तिला आपण 'तीच व्यक्ती' म्हणून ओळखतो. पण हा परिवर्तनक्रम नैसर्गिक असतो व तसा तो राहिला पाहिजे. मध्येच कोणा व्यक्तीने वा संस्थेने फतवे काढून तो प्रवाह बदलण्याचा प्रयत्न करू नये. असे प्रयत्न बहुधा अयशस्वी होतात, पण कधी कधी यशस्वी होतात. भाषिक प्रदूषण करण्याची ताकद अगदी क्षीण असेल तर, भाषानदी ते अडथळे दुर्लक्षून पुढे जाते. पण पुरोगामित्वाच्या नावाखाली अशा प्रयत्नांचे घळ वाढले तर, नदीचे प्रदूषण वाढते. (गंगा नदी याचे ठळक उदाहरण आहे.) व तिचा प्रवाह त्यामुळे कुंठित होऊ शकतो.

स्वातंत्र्योत्तर काळात समाजातला उपेक्षित वर्ग शिक्षणाच्या प्रवाहात आला. त्याबरोबर महाराष्ट्रातील सत्तादेखील बहुजन समाजाच्या हाती गेली. तेव्हा सत्तारूढ सामाजातील व्यक्तींना सोपी जाईल अशी लेखनपद्धती आणावी अशा अर्थाची दडपणे साहित्यधुरीणांवर आली आणि मराठीच्या लेखनपद्धतीचे लोकशाहीकरण सुरू झाले. बहुसंख्येची व बहुमताची भाषा सुरू झाली व इथेच मराठीच्या लेखनपद्धतीला घसरगुंडी लागली. १९६२ साली राजदंडाचा बडगा दाखवून महाराष्ट्र शासनाने मराठी शुद्धलेखनपद्धती बदलण्याचा दुःशासनी प्रयत्न केला. त्यावेळी सरकारी रेट्यामुळे मराठीच्या लेखनपद्धतीत फार मोठे स्थित्यंतर झाले. ''या सरकारमान्य नियमांचे सर्वसाधारणपणे 'उच्चारानुसारी लेखन' हे प्रमुख वैशिष्ट्य आहे.''

(शुद्धलेखन नियमावली प्रका. भाषा संचालनालय, महाराष्ट्र शासन, १९८७ उपोद्घात - परि. ३)

याचे भीषण परिणाम तत्काळ जाणवले नाहीत. कारण, १९६२ साली जी पिढी अस्तित्वात होती ती जुन्या-नव्यातील संक्रमणाला साक्षीदार होती, म्हणून ती नवीन

स्थित्यंतराशी कसेबसे जमवून घेऊ शकली. कारण जे नवीन वर्णलेखन डोळ्यांसमोर आले त्या जागी पूर्वी काय होते याची तिला आठवण होती व म्हणून लिंगवचनाविषयी त्यांचे फारसे घोटाळे झाले नाहीत. पण आता ३०/४० वर्षांनंतर ते भयावह परिणाम आपल्याला वृत्तपत्रांत वा दूरदर्शनवर हरघडी नजरेला पडत आहेत. आता जी नवीन पिढी उदयाला येत आहे तिला जुन्याची ओळखच नाही. अनुस्वारांच्या अभावीं त्यांच्या हातून घोटाळे होऊ लागलेत. 'लोकसत्ता' सारख्या प्रतिष्ठित वर्तमानपत्रात 'त्यांचे धाबे दणाणले आहेत' अशासारखी वाक्ये सर्रास आढळतात. (मुद्रणदोष नव्हे!) 'लेणी' हा मूळचा नपुंसकलिंगी एकवचनी शब्द असून, 'लेणी' (पूर्वी 'लेणीं') हे त्याचे अनेकवचन आहे हे लक्षात न आल्याने, युवा पत्रकार अलिकडे 'लेणी' (स्त्री. एकवचन) व 'लेण्या' (स्त्री. अनेकवचन) असे शब्दप्रयोग करतात. अनुस्वारांचे महत्त्व काय होते हे आतातरी पुरोगामी विद्वानांच्या लक्षात यावे. अतिरिक्त दीर्घीकरणाची सवय लागल्याचे कधी 'कविसंमेलन', तर कधी 'कवीसंमेलन' असे संभ्रमकारी वर्णलेखन आढळते. 'त्याच्या घरात बरीच संपत्ती होती' व 'त्याच्या पश्चात बरीच संपत्ती होती' हे दोन्ही प्रयोग सारखेच झाल्याने, नवीन पिढीला 'पश्चात' हे कशाचे तरी सप्तम्यन्त रूप आहे असे वाटल्यास नवल नाही. पण आता 'पश्चात् ताप' करून काय उपयोग? झाले तेवढे दशावतार खूप झाले असे म्हणून विद्वानांनी निदान पुढील प्रदूषण थांबवावे. 'जुने ते सोने' असे म्हणून घड्याळाचे काटे मागे फिरवल्याने काळाचे चक्र फिरवता येणार नाही, हे खरे. पण त्याचप्रमाणे पुरोगामित्वाच्या नावाखाली घड्याळाचे काटे पुढे फिरवून ठेवल्यानेही आपल्या म्हणण्याप्रमाणे काळ पुढे धावणार नाही. तो आपल्याच गतीने पुढे सरकणार. उलट, आपण कालविसंगत ठरवून भाषिक प्रदूषण व अनागोंदी माजेल. अर्थात्, त्याचे सोयरसुतक तथाकथित पुरोगामी विद्वानांना असण्याचे कारण नाही. कारण ही मावळती पिढी असून, त्यांची भावी पिढी अमेरिकेकडे डोळे लावून बसली आहे व मराठी ही फक्त माजघर आणि स्वयंपाकघर एवढ्यापुरती वापरायची बोली राहण्याची चिन्हे दिसत आहेत.

बोलभाषा आधी व मग लेखी भाषा हा नैसर्गिक क्रम असून, लेखी भाषा हे बोलभाषेचे प्रतिबिंब होय हे सर्वसाधारणपणे खरे आहे व देवनागरीच्या बाबतीत तर ते अधिकच खरे आहे. तथापि, ज्या दोन व्यक्ती एकमेकींशी संभाषणव्यवहार करू शकतात त्यांच्यातील संपर्कासाठी बोलभाषा प्रयुक्त होते. अशावेळी एकमेकींचा आशय स्पष्ट होण्यासाठीं शब्दोच्चारांना हावभाव किंवा स्वराघात यांची जोड मिळते. पण जेव्हा दोन व्यक्तींमध्ये संभाषण व्यवहार अशक्य असतो तेव्हा, लेखनाचा आश्रय घेतला जातो. अशावेळी आशयस्पष्टतेसाठी लेखनसरणी निःसंदिग्ध असावी लागते व त्याकरता त्या त्या भाषेत काही लेखनसंकेत रूढ झालेले असतात. ते स्थिर असावेत अशीही अपेक्षा

असते. ते वारंवार बदलून चालत नाही. बदलायचेच झाले तर अतिशय विचारपूर्वक बदलले पाहिजेत. पण मराठीत एकेकाळी नवे भाषाशास्त्र शिकून आलेल्या तज्ज्ञांचा वर्ग उदयाला आला व त्यांनी 'उच्चारानुसारी लेखन' असा एक नवा विचारप्रवाह मराठीत आणला, त्याला सरकारदरबारी मान्यता मिळाली व सोपेपणाच्या नावाखाली त्याची घोडदौड सुरू झाली.

पण जुन्या काळीसुद्धा जेव्हा शुद्धलेखनाचे नियम काटेकोरपणे पाळले जात असत असे म्हणतात त्याही काळीं नियमबाह्य लेखन करणाऱ्यांची बहुसंख्या होती. खाजगी पत्रव्यवहारातील लेखन हे बऱ्याचदा अशुद्ध असे. पण त्या लेखनाला साहित्यिक वर्तुळात मान्यता नव्हती व सार्वजनिक स्तरावर होणारे लिखाण हे नियमानुसार होत असे. म्हणजे शुद्धलेखन हे फक्त साहित्यिक, विद्वान्, पत्रकार, शिक्षक, इ. मोजक्या बुद्धिमंत वर्गानेच संभाळावयाचे हे अपेक्षित होते व तसेच ते असावे. या प्रांतात लोकशाही तत्त्व अप्रस्तुत ठरते. पण मराठी शुद्धलेखन - पद्धतीचे लोकशाहीकरण सुरू झाल्यापासून कशालाच काही धरबंद राहिला नाही. याचे दृश्य परिणाम आपल्याला प्रसारमाध्यमांतून हरघडी दिसतात व त्या तत्त्वाचे पुरस्कर्तेसुद्धा 'शुद्धलेखन बिघडल्याची' तक्रार करतात. या लोकशाही प्रक्रियेला राजमान्यता मिळाल्याने या दुरवस्थेत अधिकच भर पडली.

वस्तुतः, उच्चारणाचे देखील काही शिष्टमान्य संकेत असतात. पण आजकाल रेडिओ, दूरदर्शन, इ. वरील बातम्या ऐकताना, याही संकेतांचे अजाणता उल्लंघन होत असल्याचे आपणांस जाणवते. मग 'उच्चारानुसार लेखन' हे तत्त्व अमलात आणायचे तर कोणाचे उच्चार प्रमाण मानावयाचे हा प्रश्न पडतो. आजकाल काही स्वयंमन्य तज्ज्ञ स्वतःच काही लेखनसंकेत बदलतात. (उदा. 'उद्‍गम' व 'पडघम' या दोहोंचे उच्चार सारखे म्हणून त्यांनी 'उदगम' व 'पडघम' असे लेखन सुरू करून समानता आणली आहे.) वास्तविक, त्यांनी 'उद्‍गम' व 'पड्‍घम' असे लिहिले असते तर ते 'उच्चारानुसारी लेखना' स अधिक धरून झाले आहेत. 'ब्रह्म' या शब्दामागील अर्थपरंपरा व प्राचीन तत्त्वज्ञानाशी असलेला त्याचा अनुबंध लक्षात न घेता आणि त्याच्या रूढ वर्णलेखनाला आंतरराष्ट्रीय स्तरावर मिळालेली मान्यता (Brahma) दुर्लक्षून, काही विद्वानांनी त्याचा वर्णविपर्यय करून टाकला. मग 'ज्ञानदेवी' सारख्या ग्रंथात अडचण आल्यावर तेथे अपवाद करून 'ब्रह्म' हेच वर्णलेखन कायम ठेवले. म्हणजे 'ब्रह्म' हे वर्णलेखन करणारे विद्वानच आणि 'ब्रह्म' हे बरोबर ठरवणारेही विद्वानच. त्यामुळे या मतमतांतरांच्या गलबल्यात 'महाराष्ट्र टाइम्स' ची अगदी पंचाईत होऊन गेली. मग एका रकान्यात 'ब्रह्म' व दुसऱ्या रकान्यात 'ब्रम्ह' असा 'ब्रह्मघोटाळा' सुरू झाला.

एकदा बहुसंख्येचाच निकष मानला तर, शु'द्ध' या चुकीच्या वर्णलेखनालाही मान्यता द्यावी लागेल. 'उच्चारानुसारी लेखन' हे तत्त्व तरी कितीसे प्रामाणिकपणे पाळणे

शक्य आहे याचाही विचार व्हावयास हवा. (उदा. 'राम' व 'विविध' या दोहोंचा उच्चार भिन्न असूनही लेखन सारखेच केले जाते.) 'विष', 'गुण' या शब्दांतील उपान्त्य स्वर दीर्घ उच्चारला जात असूनही ते 'वीष', 'गूण' असे लिहिण्यास अद्याप मान्यता नाही. उच्चाराबरहुकूम 'तंतोतंत लेखन' हे फक्त ध्वनिलिपीतच शक्य आहे हे सर्वमान्य आहे. पण ती लिपी फक्त एखादी भाषा नव्याने शिकणाऱ्या परभाषकांना शिकाऊ भाषेचे उच्चार नीटपणे समजावेत यासाठी अभिप्रेत आहे. वर्तमानपत्रे, इ. सारख्या दैनंदिन माध्यमात ते व्यवहार्य होणार नाही.

फेब्रुवारी १९९७ मध्ये प्रसिद्ध समीक्षक श्री. श्री. पु. भागवत यांच्या सन्मानार्थ 'ग्रंथाली' ने एक सत्कार - सोहळा आयोजित केला होता. त्या प्रसंगी, साहित्याने परंपरा आणि नवता यांची यथायोग्य सांगड घालावी अशा आशयाचे त्यांनी प्रतिपादन केले. उच्चारण व लेखन यांच्या बाबतीतही ते खरे आहे. उच्चारण नवतेला सामोरे जात असते व लेखन हे परंपरा सांभाळते. उच्चारणाच्या वेगाने लेखनाची फरफट होऊ नये. Knowledge advances, wisdom lingers या वचनाच्या चालीवर, उच्चारणाची भरधाव प्रगती झाली तरी, लेखनाने मात्र संथ व धीम्या गतीनेच चालावे हे इष्ट!

मराठी व्याकरण?

■ ■ ■

आटपाट नगरी होती. एक दिवस राजाने प्रधानजींना बोलावलं आणि राज्याची हालहवाल विचारली. प्रधानजी हात जोडून म्हणाले - "राजेसाहेब, आपल्या राज्यात गुन्हेगारी वाढलीय आणि बजबजपुरी माजलीय. तुरुंगांची संख्या कितीही वाढवली तरी तुरुंग अपुरे पडताहेत. काय करावं तेंच समजत नाही." राजेसाहेब चिंतातुर होऊन विचारमग्न झाले. तेवढ्यात प्रधानजींनी चुटकी वाजवली आणि ते म्हणाले - "सांपडला, उपाय सांपडला! आपण असं करूं महाराज - 'गुन्हा' या शब्दाची व्याख्याच बदलून टाकूं. 'सदाचार' म्हणजे 'गुन्हा' आणि 'शिष्टाचार' म्हणजे 'भ्रष्टाचार' असं जाहीर करूं. म्हणजे काय होईल कीं सदाचारी माणसांची वानवाच असल्यामुळें एखाद्याच तुरुंगाने काम भागेल."

१९६२ सालीं मराठी राज्यातील साहित्यक्षेत्रात नेमकें हेंच घडलें. सोपीकरणाच्या नांवाखाली 'शुद्धलेखन' या शब्दाची व्याख्याच बदलण्यात आली आणि तिच्यावर राजमान्यतेची मोहोर उमटवण्यात आली. जुनें शास्त्रपूत लेखन सार्वजनिक पातळीवर बहिष्कृत ठरवण्यात आलें. तेव्हापासून सार्वजनिक लेखनाची जी घसरण सुरू झाली ती आजतागायत चालू आहे. आजच्या घटकेला प्रसारमाध्यमांचें लेखन बिघडलें आहे याबाबत सर्व विद्वानांचें एकमत आहे. पण हें कशामुळें घडलें याबाबतची चिकित्सा करण्याविषयीं हे विद्वज्जन निव्वळ उदासीन आहेत असें नव्हे, तर ते त्याची कारणमीमांसाच टाळूं पाहत आहेत. (न जाणो, या अराजकाचें कर्तृत्व आपल्याकडेच येईल कीं काय अशी त्यांना धास्ती वाटत असावी!)

वस्तुतः, 'व्याकरण' हें प्रमाण भाषेच्या मौखिक व लेखनिक शिष्टमान्य आविष्कारातून घडतें आणि प्रमाण भाषेचें शुद्धोच्चारण व शुद्धलेखन हीं दोन्ही व्याकरणावर

आधारित असणें अपेक्षित असतें. असा हा परस्परसंबंध आहे. पण सवंग लोकप्रियतेच्या आहारीं जाऊन, तत्कालीन राज्य सरकारचें 'भाषा सल्लागार मंडळ' आणि 'मराठी साहित्य महामंडळ' या दोघांनी शुद्धलेखन आणि व्याकरण यांचीच फारकत केली. त्यामुळें मराठीचीं पारंपरिक व्याकरणें तर कालबाह्य ठरलींच, परंतु गेल्या कित्येक वर्षांत नव्या मराठीचें साधार व संयुक्तिक व्याकरण सांगणारा एकहि ग्रंथ निर्माण झाला नाही.

अलिकडेच डॉ. प्रकाश परब या अभ्यासकाचें 'मराठी व्याकरणाचा अभ्यास' हे पुस्तक प्रसिद्ध झालें व त्यास इ. स. २००२-०३ सालचा राज्य वाङ्मय पुरस्कारहि मिळाला. 'व्याकरण' हें फक्त मौखिक भाषेवर आधारित असून, लेखन वा शुद्धलेखन या विषयांशीं त्याचा सुतराम् संबंध नाही हें लेखकाच्या प्रतिपादनाचें मुख्य सूत्र असल्याने, त्यांनी मराठी व्याकरणाची चर्चा करताना, नवीन लेखन - नियमांची यत्किंचितहि चिकित्सा केलेली नाही. या प्रतिपादनाचें खंडन करणारा लेख मीं 'लोकसत्ता' मध्यें लिहिला. ('तथापि पठ पुत्र व्याकरणम्' - 'लोकसत्ता' - लोकरंग - रवि. ता. १५-८-०४; लेखकाने अद्याप तयाचा प्रतिवाद करणारा लेख प्रसिद्ध केलेला नाही.) आता अशा नवविचारांचा प्रसार होऊन जर त्यांना प्रतिष्ठा मिळूं लागली तर, दिवसेंदिवस मराठी व्याकरण व लेखनप्रणाली यांची दुर्गति होत जाणार यात शंका नाही.

१९६२ सालीं जो उत्पात घडला त्यामुळें मराठीचें संपूर्ण साहित्यविश्व नुसतेंच ढवळून निघालें असें नाही, तर त्सुनामीसारख्या या प्रलयंकारी लाटेने किनाऱ्यावरचें साहित्यजीवनच उद्ध्वस्त करून टाकलें. या संपूर्ण घटनाक्रमात जे दोनतीन प्रमाद घडले ते इतके भयंकर होते कीं, त्यामुळें मराठी भाषेवर दूरगामी दुष्परिणाम झाले व आज आपण त्यांचींच कटु फळें भोगतों आहोंत.

१९६० सालीं महाराष्ट्र राज्याची स्थापना झाली, मराठीला राजभाषेचा दर्जा मिळाला आणि सरकारवर मराठीतून सर्व राज्यकारभार हाकण्याची जबाबदारी येऊन पडली. त्याकाळीं, टंकलेखनयंत्र हा राज्यकारभाराचा कणा होता व तत्कालीन टंकलेखनयंत्रांवर उपलब्ध असलेल्या सोयीसुविधा लक्षात घेऊन राज्याचा कारभार अधिकाधिक गतिमान् करण्याची गरज भासूं लागली. म्हणून मुख्यमंत्री कै. यशवंतराव चव्हाण यांनी शासनाला भाषाविषयक सल्ला देण्यासाठीं 'भाषा सल्लागार मंडळ' स्थापन केलें व मराठीला सुविहित राजभाषेचें रूप प्रदान करण्यासाठी आवश्यक ते शब्दकोश व इतर प्रशासकीय लेखनपुस्तिका निर्माण करण्याची जबाबदारी त्याजकडे सोपवली. याच अनुषंगाने, प्रशासकीय लेखन वेगवान् करण्यासाठीं मराठी शुद्धलेखनातील ऱ्हस्व - दीर्घ भेदाचा कांटेकोरपणा व असंख्य अनुस्वारांची अडगळ दूर करण्याची कल्पना पुढें आली. येथवर सर्व ठीक होतें. कारण, राज्यकारभारासारख्या व्यावहारिक क्षेत्रांत सोपेपणाची, सौकर्याची परंपरा फार जुनी आहे. मराठेशाहीतील शासकीय व खाजगी पत्रव्यवहारांत मोडी लिपीचा

वापर होत असे. कारण मोडी लिपीत ऱ्हस्व-दीर्घ भेद नाही. त्यामुळें लेखनाचा वेग वाढतो हें खरें आहे. मात्र त्याखेरीज इतर साहित्यलेखनात मोडी लिपीचा वापर झाला नाही. ज्ञानेश्वरी व इतर संतवाङ्मय हें बाळबोध देवनागरी लिपीतच लिहिलें जात होते. कारण सूक्ष्म अर्थच्छटा व अर्थभेद व्यक्त करण्याची क्षमता देवनागरी लिपीतच होती. याउलट, १०६० सालानंतर 'भाषा सल्लागार मंडळा' ने प्रशासकीय सोयीसाठीं नवशुद्धलेखन नियमांचा जो कच्चा आराखडा तयार केला त्यावर महामंडळाचें शिक्कामोर्तब करवून घेण्यासाठीं तो महामंडळाकडे पाठवला व महामंडळाने त्यात थोडेफार फेरफार करून तो संमत केला, असा उल्लेख शासनमान्य शुद्धलेखन नियमावलीत आहे. ('शुद्धलेखन नियमावली', १९८७, भाषा संचालनालय, महाराष्ट्र शासन - उपोद्‌घात). असें असलें तरी, प्रत्यक्षात 'भाषा सल्लागार मंडळ' प्रणीत नियमावलीला महामंडळाची मान्यता सहजासहजीं मिळाली नव्हती हा खरा इतिहास आहे. सोपेपणाच्या नांवाखालीं लेखनातील व्याकरणशुद्धतेवर जो प्रचंड आघात झाला तो महामंडळाच्या कित्येक विद्वान् सदस्यांना मान्य नव्हता. वादविवादाचा प्रचंड धुरळा उडाला, खंडन-मंडनपर लेखांच्या फैरी झडल्या, पण अखेरीस महामंडळाच्या विद्वानांना - कै. द. वा. पोतदारांनाहि दंडसत्तेच्या अलिखित दडपणापुढें मान तुकवावी लागली. म्हणून त्यांनी सदर नियमावलीखालीं 'तथापि, शास्त्रपूत लेखन दंडार्ह मानूं नये' अशी टीप जोडली. म्हणजे आपण ज्या नियमावलीस - नाखुशीने का होईना - मान्यता देत आहोंत ती पुरेशी शास्त्रपूत नाही याची त्यांना जाणीव होती व टोचणीहि होती. परंतु तत्कालीन विद्वान् दिवंगत झाल्यानंतर, महामंडळाच्या पदाधिकाऱ्यांनी मागाहून हळूच ती टीप गाळून टाकली व परिणामीं, शास्त्रपूत लेखन हेंच दंडार्ह ठरलें व बहिष्कृत झालें.

या सर्व घटनाक्रमात तीन प्रकारच्या गफलती झाल्या. व्यावहारिक सोयीसाठीं प्रशासनक्षेत्रात लेखनशुद्धतेचे मानदंड कांहीसे शिथिल करणें रास्त व क्षम्य ठरले असतें, पण तेवढ्यावर न थांबतां, 'भटाला दिली ओसरी, भट हातपाय पसरी' या न्यायाने ह्या शिथिलीकरणाने साहित्य व शिक्षण क्षेत्रांतहि घुसखोरी केली. एवढेंच नव्हे तर, या क्षेत्रांत घुसल्यावर शिथिल नियम हेच प्रबळ ठरले व नियमशैथिल्य हाच नियम व आदर्श मानदंड ठरला. वस्तुत:, मानवी जीवनाच्या व संस्कृतीच्या कोणत्याहि क्षेत्रातील आदर्श मानदंड नेहमींच अल्पसंख्य असतात. सत्यवचनी राजा हरिश्चंद्र, एकवचनी रामचंद्र, धर्मराज युधिष्ठिर, प्रतिज्ञावीर भीष्म पितामह काय किंवा आधुनिक कलाक्षेत्रांतील तपस्वी, राजा रविवर्मा, पं. रविशंकर, पं. भीमसेन जोशी, बिरजूमहाराज इ. दिग्गज हे हाताच्या बोटांवर मोजण्याइतकेच असले तरी ते बहुसंख्याकांचे आदर्श असतात. मानवी संस्कृतीत त्यांना प्रतिष्ठा असते. बहुसंख्य लोकांना आदर्शांइतकी पातळी गांठणें शक्य होत नाही. म्हणून त्या आदर्शांना लोकशाहीच्या नांवाखालीं कोणी बहिष्कृत करीत नाही. पण मराठी

लेखनक्षेत्रात मात्र नेमकें विपरीत घडलें. १९६२ सालानंतर जुनें शुद्धलेखन अशुद्ध ठरलें व जुनें अशुद्धलेखन शुद्ध ठरलें आणि वस्तुत: जें क्षम्य व सवलतपात्र असावयास हवें होतें त्यालाच प्रमाण दर्जा मिळाला. त्याचप्रमाणें, कांटेकोर शुद्धलेखनाचा आग्रह धरणें वा त्याला प्रतिष्ठा देणें म्हणजे ग्रामीण वा दलित साहित्यास मज्जाव करणें होय हा एक गैरसमज प्रचलित आहे. खरें पाहतां, सर्वसाधारणपणें शुद्धलेखन व व्याकरण या विषयांची चर्चा होते तेव्हा ती भाषेच्या प्रमाण रूपाच्या संदर्भातच होत असते व प्रमाण भाषा ही वैचारिक व वैज्ञानिक लेखनापुरतीच मर्यादित असते, तर ग्रामीण वा दलित साहित्यसुद्धा सर्व प्रकारचें ललित साहित्य हें बोलीभाषेला अधिक जवळचें असतें. त्या प्रांतांत तितका कांटेकोरपणा अपेक्षित नसतो.

स्वातंत्र्यपूर्व काळात शिक्षणक्षेत्र हें समाजातील विशिष्ट वर्गांपुरतें मर्यादित होतें व शाळांमधून शिकणाऱ्या विद्यार्थ्यांच्या कुटुंबांत बहुश: शैक्षणिक परंपरा होती. स्वातंत्र्योत्तर काळात मात्र शिक्षणापासून वंचित राहिलेला फार मोठा वर्ग शिक्षणाच्या प्रवाहात आला. या मागास वर्गांतील मुलांची कौटुंबिक पार्श्वभूमि मात्र मागासच होती. त्यामुळें बहुजनसमाजातील विद्यार्थ्यांना सोपें जाईल अशा प्रकारें शिक्षणक्रमाची रचना व्हावी असाहि एक सूर होता व पुढेंपुढें काळाच्या ओघात भाषावार प्रांतरचना झाल्यावर, विशेषत: १९६० सालीं महाराष्ट्र राज्याची स्थापना झाल्यानंतर बहुजनसमाजांतील नेतेमंडळी सत्तास्थानीं आली, तेव्हा तर 'साडेतीन टक्क्यांचें वर्चस्व झुगारून द्या' अशी भाषा सुरू झाली. तसेंच, शिक्षणाच्या सार्वत्रिकीकरणाबरोबरच सरकारीकरणहि झालें. परिणामीं, सोपीकरणाचा रेटा वाढला. तथापि, याहि बाबतींत, दूरगामी दृष्टिकोण बाळगून व संथ डोक्याने विचार केला असता तर, विद्वानांना याहि समस्येवर तोडगा सांपडला असता.

पाठ्यपुस्तकांत - मराठीच्याच नव्हे तर इतरहि विषयांच्या पाठ्यपुस्तकांत - आदर्श शुद्धलेखन असलें पाहिजे असा आग्रह धरूनहि, विद्यार्थ्यांच्या उत्तरपत्रिका तपासताना, मराठी सोडून इतर विषयांमध्यें अशुद्धलेखनाबद्दल गुण कापूं नयेत, त्याकडे काणाडोळा करावा असें धोरण अवलंबितां आलें असतें. म्हणजे विद्यार्थ्यांच्या डोळ्यांसमोर आदर्श शुद्धलेखन राहिलें असतें व निदान कांही विद्यार्थ्यांनी तरी तें उद्दिष्ट गांठण्याचा प्रयत्न केला असता. तसेंच, सर्वसाधारणपणें, इंग्रजी माध्यमांच्या शाळांमध्ये निम्नस्तर मराठी, तर मराठी माध्यमाच्या शाळांमध्यें उच्चस्तर मराठी शिकवलें जातें. अलिकडेच, शालान्त परीक्षेत मराठी विषयात जास्तीत जास्त मुलें अनुत्तीर्ण झालीं ही वार्ता खचित चिंताजनक आहे. त्या अनुषंगाने, अशी एक सूचना पुढें आली कीं, मराठी माध्यमाच्या शाळांमध्येंहि निम्नस्तर मराठी व उच्चस्तर मराठी असे दोन स्तर असावेत. ज्यांना कामापुरतें व्यावहारिक मराठी शिकायचें असेल त्यांना तें शिकूं द्यावें. त्यामध्यें काटेकोर शुद्धलेखनाचा आग्रह नसावा. याउलट, ज्यांना सकस व दर्जेदार मराठी शिकायचें असेल त्यांच्यासाठीं उच्चस्तर

मराठी शिकवण्याची सोय असावी व शाळा - महाविद्यालयांमध्यें मराठीचें अध्यापन करण्यासाठीं याच थरातील पदवीधरांची निवड करावी. ही सूचना निश्चित विचारार्ह आहे.

पण सध्याच्या मराठी अध्यापनाचा पायाच इतका कच्चा आणि ठिसूळ आहे कीं, वरचा डोलारा जमीनदोस्त करून नव्याने पायाभरणी केल्याखेरीज मराठी अध्यापनाचा दर्जा सुधारणार नाही. हें काम कोण करणार? 'मराठी साहित्य महामंडळ' हें मृतवत् झालें आहे. दरवर्षीं उत्सवी साहित्य संमेलनें साजरीं करणें हा त्याचा एककलमी कार्यक्रम असून वर्षातून एक संमेलन पार पडलें कीं महामंडळाची शीतनिद्रा सुरू होते व एकदम पुढच्याच वर्षीं त्याला जाग येते. दरवर्षीं कोट्यवधि रुपये खर्चून संमेलनें साजरीं करण्याऐवजीं एक-दोन वर्षांआड तीं साजरीं करण्याची प्रथा सुरू करून, मधल्या काळात मराठी अध्यापनाच्या पुनर्रचनेच्या दृष्टीने कांहीतरी भरीव कार्य करावें अशी महामंडळाला तळमळ वाटत नाही तोंवर कांहीच फलनिष्पत्ति होणार नाही. इ. स. २००० सालीं मराठी लेखनप्रणालीचा फेरविचार करावा अशा आशयाचें निवेदन मीं (अनेक विद्वज्जनांच्या सह्यांनिशीं) महामंडळाकडे दिलें होतें. पण आजतागायत महामंडळाकडून कांहीच प्रतिसाद नाही. 'मराठी शुद्धलेखन' या विषयावर १९९१ सालीं महामंडळाने ठिकठिकाणीं चर्चा घडवून आणल्या होत्या, त्यातूनहि कांहीच निष्पन्न झालें नाही. तेव्हापासून महामंडळाने हा विषय पूर्णपणें बासनात गुंडाळून ठेवला आहे. त्याचप्रमाणें, मराठी पाठ्यपुस्तकांतील सदोष वर्णमाला बदलून घेण्यासाठीं 'साहित्य महामंडळ' व 'राज्य मराठी विकास संस्था' यांनी मार्च २००२ मध्यें वर्णमालेसंबंधीच्या शासननिर्णयाचा सुधारित कच्चा मसुदा शासनाकडे मान्यतेसाठीं पाठवला होता. त्याला आजतागायत मान्यता मिळालेली नाही. त्यासंबंधीं 'राज्य मराठी विकास संस्था' व 'महामंडळ' या दोघांनी एकत्रितपणें पाठपुरावा करणें जरुरीचें आहे. पण याहि आघाडीवर सामसूम आहे. म्हणून माझ्या मतें, प्रचलित व सरकारमान्य मराठी लेखनप्रणाली यथास्थित ठेवून, 'मराठी व्याकरण' या विषयाची चर्चा करणें व्यर्थ आहे.

कोणतीहि भाषा ही नदीसारखी प्रवाही असते व तीत सातत्याने स्वाभाविकपणें बदल होत असतात व तसेच ते व्हायला हवेत. एखादें लहान मूल दिसामासांनी वाढतें व पाहतां पाहतां त्याचें प्रौढ माणसात रूपांतर होतें. एवढें होऊनहि, त्याचें 'व्यक्ति' त्व कायम राहतें. त्याप्रमाणें, भाषेत बदल व्हायला हवेत. वानरापासून नर उत्क्रांत व्हायला हवा. परंतु, १९६२ सालीं, या स्वाभाविक परिवर्तनक्रमाला खीळ बसली आणि शासकीय फतव्यानिशीं मराठी लेखनप्रणालीत कृत्रिमपणें अस्वाभाविक परिवर्तन घडवून आणलें गेलें. वास्तविक, स्वाभाविकपणें बदलत जाणाऱ्या भाषेचें निरीक्षण करून, नियम बांधावयाचे असतात, ते करावयाचे नसतात. पण १९६२ सालीं, उतावीळपणाने वानराचें

शेपूट कापून त्यापासून नर घडवण्याचा ‘अव्यापारेषु व्यापार’ करण्यात आला व तो फसला आणि अखेरीस ‘किलोत्पाटी वानरा’प्रमाणें मराठीचें लांडें माकड तयार झालें. कारण, मराठीवादी व संस्कृतवादी अशा विद्वानांच्या मतांमतांच्या गलबल्यातून व रस्सीखेचीतून जे शुद्धलेखन - नियम तयार झाले त्यांमध्यें तडजोडीच्या भूमिकेमुळें इतक्या विसंगती निर्माण झाल्या आहेत कीं त्यांतून सलग, एकजिनसी व संयुक्तिक व्याकरण निष्पन्न होणें कठीण.

‘व्याकरणा’ चा विचार करताना, शब्दाच्या मूळ रूपापासून सुरुवात करावी लागते व हें रूप शब्दकोशांत सांपडणें अपेक्षित असतें. नवलेखन - नियमांपैकीं ५ व्या नियमानुसार, ‘मराठीतील तत्सम इकारान्त आणि उकारान्त शब्द दीर्घान्त लिहावेत.’ याच नियमातील तिसऱ्या परिच्छेदात ‘तत्सम’ शब्दाची व्याख्या दिली असून, “मराठीत वापरल्या जाणाऱ्या अशा मूळ संस्कृत शब्दांना ‘तत्सम’ म्हणतात असेंहि पुढें म्हटलें आहे. पण एकदा ‘कवि’ ‘मति’, ‘गुरु’ यांसारखे शब्द ‘मराठीत’ दीर्घान्त लिहावेत असें म्हटल्यानंतर, या शब्दांचें मराठीतील मूळ रूप दीर्घान्त झालें कीं ‘तत्सम’ या संकल्पनेला नवीन पिढीच्या दृष्टीने कांही अर्थच उरत नाही. गेली ४० वर्षें नव्या पिढीला लहानपणापासून आपण ‘दीर्घान्त’ च शब्द शिकवीत आलों आहोंत; ही वस्तुस्थिति असताना, त्यांना तथाकथित ‘तत्सम’ ऱ्हस्वान्त शब्दांची ओळख कशी पटणार ? शिवाय, ‘मराठीत’ या शब्दप्रयोगातून महामंडळाला नेमकें काय अभिप्रेत होतें त्याचा उलगडा होत नाही - ‘मराठीत’ म्हणजे ‘मराठी शब्दकोशांत’ कीं ‘मराठी लेखनात’? ‘कवि’, ‘गुरु’ यांसारख्या शब्दांचें मूळ रूप निदान शब्दकोशांत तरी दिसावें ही अपेक्षा करावी तर, महामंडळाने प्रसिद्ध केलेल्या नियमावलीत शब्दांच्या कोशगत रूपाविषयीं कांहीच मार्गदर्शन नाही. उलट, भाषा संचालनालयाने प्रसिद्ध केलेल्या नियमावलीतील ५ व्या नियमाच्या अखेरीस जोडलेल्या परिच्छेदानुसार, “मराठी शब्दकोशात मात्र तत्सम (ऱ्हस्व) इकारान्त व उकारान्त शब्द ऱ्हस्वान्त लिहिणे इष्ट ठरेल, जसे - पद्धति, अनुमति, ... वगैरे. परंतु असे शब्द कोशाबाहेर वापरताना दीर्घान्त लिहिले पाहिजेत.”

या ठिकाणीं, एखादा शब्द कोशातून बाहेर आला कीं दीर्घान्त होतो यामागें कोणती व्याकरण - प्रक्रिया आहे हें कोठेंहि स्पष्ट केलेलें नाही. तसेंच, याच राज्य सरकारच्या साहित्य - संस्कृति मंडळाने एकेकाळीं आरंभिलेल्या व सध्या बासनात गुंडाळून ठेवलेल्या मराठी-मराठी कोशप्रकल्पाच्या कर्त्यांना तर या परिच्छेदाची गंधवार्ताहि नव्हती. म्हणून त्यांनी त्या कोशात सर्वच शब्द मूलत: दीर्घान्त दाखवले आहेत; तर भाषा संचालनालयाने प्रसिद्ध केलेल्या सर्व कोशांत असे शब्द ऱ्हस्वान्तच दाखवले आहेत. अलिकडेच, ‘वरदा बुक्स्’ चे प्रकाशक श्री. ह. अ. भावे यांनी ‘मोल्सूवर्थ’ च्या शब्दकोशाची नवी आवृत्ति काढली. ते तर इतके द्विधामनस्क दिसतात कीं त्यांनी सदर कोशात ‘कवि’, ‘गुरु’

सारख्या शब्दांची ऱ्हस्वान्त व दीर्घान्त अशीं दोन्ही रूपें दाखवलीं आहेत. वस्तुत: मोल्सवर्थ - कोशाची पुनरावृत्ति काढताना, ती यथामूल काढणें अपेक्षित होतें; कारण तो एक ऐतिहासिक दस्त आहे. त्यामध्यें ह. अ. भावे यांनी आपल्या मनाने व अनधिकाराने गैरफेर करणें हा खरें पाहतां दखलपात्र गुन्हाच आहे. एकंदरींत, कोणत्याहि तत्सम शब्दाचें मराठी कोशात मूळ रूप कसें दाखवावें याबाबत विद्वानांमध्येंच एकमत नाही, किंबहुना सर्वांचीच संभ्रान्त अवस्था आहे.

पुन्हा नियम ५ खालील स्पष्टीकरणानुसार, तथाकथित तत्सम ऱ्हस्वान्त शब्द समासांत पूर्वपदीं संस्कृतप्रमाणेंच ऱ्हस्वान्त लिहावेत असें ठरवण्यात आलें आहे. पण बालपणापासून दीर्घान्तच शब्द शिकणाऱ्या मुलांना कोणते शब्द मुळात ऱ्हस्वान्त आहेत व कोणते नाहीत हें कसें समजणार ? त्यांनी कोशांकडे वळावें तर त्यांमध्येंहि एकवाक्यता नाही. १९६२ सालच्या नियमकर्त्यांचें बालपण जुन्या शुद्धलेखनात व्यतीत झालें असल्याने, त्यांना जशी 'तत्सम', 'तद्भव' या व्याकरणिक संज्ञांची ओळख होती, तशी ती नव्या पिढीला नसल्यामुळें, नव्या पिढीला या नियमांचा अर्थच कळत नाही ही वस्तुस्थिती आहे. थोडक्यांत १९६२ सालच्या विद्वानांनी आपल्या वेळच्या पिढीचें ज्ञान गृहीत धरून जे नियम 'तयार केले' आहेत, ते नव्या पिढीच्या दृष्टीने निरर्थक ठरतात.

असे शब्द समासांत ऱ्हस्वान्त लिहावेत या नियमाच्या बाबतीतहि गोंधळाचीच स्थिति आहे. पूर्वींच्या काळीं मराठीत बहुधा दोन किंवा तीन पदांचे समास असत, त्यामुळें त्यांतील पदें सरसकट जोडून लिहिलीं जात. उदा. कविमन, कृष्णमेघ, राष्ट्रपतिपद इ., परंतु कालमानानुसार, आतां दोन - तीनपेक्षा जास्त पदसंख्येचे समास सर्रास वापरले जातात व त्यामुळें अनेक पदांची लांबलचक आगगाडी न करतां, सामासिक पदें सुटीं सुटीं लिहिण्याची प्रथा रूढ आहे. उदा. सर्व संस्थानामें - जसें 'राज्य मराठी विकास संस्था', 'मार्ग परिवहन महामंडळ', इ. याचा उलटा परिणाम असा होत आहे कीं, पदें सुटीं सुटीं लिहिल्यामुळें, कांहीना - अनेक विद्वानांनादेखील ते सामासिक शब्दप्रयोग आहेत हेंच मुळीं समजत नाही व त्यामुळें ते अशा शब्दसंहतीतील मूळचीं ऱ्हस्वान्त पदेंदेखील चुकीने दीर्घान्त लिहितात - उदा. महाराष्ट्र राज्य साहित्य आणि संस्कृती मंडळ. महामंडळाने एक मान्यवर पदाधिकारी डॉ. गं. ना. जोगळेकर यांच्या कार्याध्यक्षत्वाखालीं पुण्याच्या साहित्य परिषदेतील वसतिगृहावर 'अतिथी निवास' अशी पाटी लावली आहे. त्यांचें हें अज्ञान म्हणावें कीं त्यांनी केलेला हा नियमभंग होय असें म्हणावें ? असे शब्दसमूह म्हणजे सामासिक शब्दसमूह नव्हेत असें जर विद्वानांचें म्हणणें असेल तर हे समूह म्हणजे व्याकरणदृष्ट्या नेमकें काय आहे तें सांगण्याची जबाबदारी या विद्वानांवर येऊन पडते. पण तीहि जबाबदारी ते टाळतात. (श्री. दिवाकर मोहनींच्या मतें हे सर्व सामासिक शब्दसमूह असल्यामुळें तीं पदें जोडून लिहिणें क्रमप्राप्त आहे; त्यांच्या

या मताशीं मी पुरती सहमत नाही. चार-पांच पदें जोडून लिहिण्यामुळें वाचन कंटाळवाणें होऊं शकतें व पदविग्रह करणें कठीण होऊन बसतें. म्हणून, या समूहांतील शब्द सुटे सुटे पण एकेरी अवतरणचिन्हांत लिहिणें सोयीचें होईल असें मला वाटतें.)

अतिरेकी दीर्घीकरणामुळें भल्याभल्या विद्वानांचीहि मति इतकी कुंठित झाली आहे कीं 'समास' किंवा 'सामासिक शब्दसमूह' या संकल्पनेविषयीं त्यांनी दाखवलेलें अज्ञान हें नुसतें 'अज्ञान' म्हणून दुर्लक्षिण्याजोगें नाही, तर तें 'अक्षम्य अज्ञान' या कोटीत मोडतें. 'कर्तरि प्रयोग' व 'कर्मणि प्रयोग' या व्याकरणिक संज्ञा संस्कृतमधून 'तत्सम' अखंड रूपांत उचललेल्या आहेत. 'कर्तरि' व 'कर्मणि' ही संस्कृतमधील सप्तम्यन्त रूपें असून, 'कर्तरि / कर्मणि प्रयोग' हा शब्दप्रयोग म्हणजे 'अलुक् समास' होय हें सर्वश्रुत आहे. अशा सामासिक शब्दसमूहांतील पूर्वपदांचें विकृतीकरण करतां येईल काय व तें करणें समर्थनीय आहे काय? परंतु मराठीतील जवळजवळ सर्व विद्यमान व्याकरणकार व इतर संस्कृत विद्वान् - प्रा. कृ. श्री. अर्जुनवाडकर (मराठी व्याकरण - वाद आणि प्रवाद), मा.ना. आचार्य (मराठी व्याकरण विवेक), वा. के. लेले (वाक्यकोश), लीला गोविलकर (मराठी व्याकरण), प्रकाश परब (मराठी व्याकरणाचा अभ्यास), डॉ. गं. ना. जोगळेकर ('अंतर्नाद' - दिवाळी २००४ मधील लेख) हे सर्वजण 'कर्तरी / कर्मणी प्रयोग' असें लिहितात. कोणताहि शब्द संस्कृतमधून एकदा मराठीत अवतीर्ण झाला कीं तो दीर्घान्तच लिहिला पाहिजे असा जर त्यांचा युक्तिवाद असेल तर मग 'तथास्तु', 'नेति नेति' या शब्दांचेंहि दीर्घीकरण करण्यास प्रत्यवाय नसावा. मराठी साहित्य - क्षेत्रातील धुरीणांचे हें ढिसाळ लेखन पाहून मला तर खरोखरीं त्यांच्या (अ) ज्ञानाची कींव करावीशी वाटते. मराठी विद्वानांचे व्याकरणिक संज्ञांबद्दलचें हें गाढें ज्ञान (?) लक्षात घेतां, सामान्य जनांच्या मराठी व्याकरणज्ञानाबद्दल तर कांही न बोलणेंच युक्त!

नवलेखन - नियमांचे दुसरें वैशिष्ट्य म्हणजे तथाकथित अनुच्चारित (माझ्या मतें, अस्पष्टोच्चारित) अनुस्वारांची हकालपट्टी. १९६२ सालच्या विद्वानांनी सर्वच अनुस्वारांची उच्चारणाशीं सांगड घातली ही गोष्ट अत्यंत घातक ठरली. जुन्या शुद्धलेखनातले कांही अस्पष्टोच्चारित अनुस्वार हे सानुनासिक उच्चारांशीं निगडित होते ही गोष्ट खरी होती व ते उच्चार सार्वत्रिक नव्हते. त्यामुळें ते अनुस्वार वगळणें हें रास्त ठरलें. तथापि, ज्या अस्पष्टोच्चारित अनुस्वारांना व्याकरणिक प्रयोजन होतं. अथवा जे व्युत्पत्तिसूचक वा अर्थभेदक होते अशाहि अनुस्वारांना तिलांजलि देणें ही गोष्ट मराठीच्या मुळावर आली. तृतीया वा सप्तमी विभक्तीचे अनुस्वार, नपुंसकलिंगदर्शक अनुस्वार काढून टाकल्यामुळें व्याकरणाचे घोटाळे होऊं लागले, कित्येकदा अर्थाबाबत संदिग्धता निर्माण झाली व भाषांतर करणें अवघड होऊन बसलें. संदर्भावरून सर्व अर्थ समजतो हा विद्वानांचा दावाहि पोकळ आहे. कारण, कधीं कधीं संदर्भहि अपुरा असतो. उदा. ती व्यक्ती परदेशी होती.

या वाक्याचें भाषांतर करावयाचें झालें तर foreigner या शब्दाने करावें कीं abroad या शब्दाने करावें ? विशेषत:, कवितांमध्ये शब्द अपुरे असल्यामुळें भाषांतर अधिकच अवघड होऊन बसतें. ‘रात्री’ याचें भाषांतर nights होईल कीं during nighttime असें होईल ?

(शांत शांत उत्तररात्री, मंद मंद वारे।)

इंग्रजीमध्यें I go, You go, He / She / It goes अशी व्याकरण-रचना असते. नुसतें He / she / It go असें म्हटलें तरी संदर्भावरून अर्थ समजतोच. मग 'goes' असें क्रियापद वापरण्याची गरज काय ? गरज नसली तरी ती त्या भाषेच्या व्याकरणाची एक शिस्त आहे व प्रत्येक भाषेच्या व्याकरणात कांही ना कांही शिस्त असते. मराठी समाजाने मात्र कित्येक वर्षांपूर्वींच ही शिस्त बिघडवून टाकल्यामुळें, आम्हीं संस्कृतमधील ‘श्वा - युवा - मघवा’ प्रमाणें ‘चंद्रमुखी, मृत्युमुखी व युक्ता मुखी’ या तीनहि शब्दांना एका माळेत गुंफून टाकलें आहे. ‘गुंततां हृदय हे कमलदलाच्या पाशी की पाशीं ?’ याचाहि आम्ही विवेक करूं इच्छीत नाहीं. म्हणतात ना - ‘विवेकभ्रष्टानां भवति विनिपात: शतमुख:।’

नव्या नियमावलीतील १५ व्या नियमानुसार, ‘केशवसुतपूर्वकालीन पद्य व विष्णुशास्त्री चिपळूणकरपूर्वकालीन गद्य यांतील उतारे छापताना ते मुळानुसार छापावेत’ अशी अपेक्षा आहे. या नियमातील पूर्वार्ध बरोबर असला तरी, नव्या पिढीच्या पत्रकारांच्या हातांना व्याकरणशुद्ध अनुस्वारांची सवयच राहिलेली नसल्यामुळें, वृत्तपत्रांत संतवाङ्मयातील उतारे छापतानाहि ते त्यांतील अर्थपूर्ण अनुस्वार (उदा. देही / देहीं, रूपी / रूपीं) गाळूनच टाकतात. सदर नियमाचा उत्तरार्ध तर कमालीचा तर्कदुष्ट आहे. कोणत्याहि कालखंडातील शिष्टमान्य लेखनपद्धति पुढील काळात अप्रचलित झाली तरी, तिला अप्रमाण वा अशुद्ध ठरवतां येत नाही व ठरवणें इष्टहि नाही हें श्री. दिवाकर मोहनी यांचें प्रतिपादन अत्यंत संयुक्तिक आहे. कै. मो. रा. वाळंबे यांच्या ‘शुद्धलेखनप्रदीप’ च्या अरुण फडके - संपादित नव्या आवृत्तीत आणि डॉ. प्रकाश परब यांच्या ‘व्यावहारिक मराठी’ या पुस्तकात अशुद्ध व शुद्ध उताऱ्यांचे तौलनिक तक्ते दिलेले असून, त्यामध्यें जुन्या शुद्धलेखनातील कांही शुद्ध शब्द ‘अशुद्ध’ म्हणून दाखवले आहेत. हा मर्यादेचा अतिक्रम नव्हे काय ?

त्याचप्रमाणें, केशवसुतांपासून पुढिलांचे लेखन नव्या नियमांनुसार छापावें असें म्हणण्याचा महामंडळाला व भाषा सल्लागार मंडळाला अधिकार होता काय ? या नियमांचें इमानेंइतबारें पालन करून, केशवसुतांची कविता छापली [‘आई ग, तर वद माते (तें)’] तर अर्थहानि होणार नाही काय ? वस्तुत: दिवंगत साहित्यिकांचें व्याकरणशुद्ध लेखन बदलण्याचा कोणालाहि अधिकार नाही. त्याचप्रमाणें, कै. इंदिरा संत, ना. घ. देशपांडे, पु. शि. रेगे व बा. भ. बोरकर या कवींनी नवीन नियम झुगारून देऊन, आपली कविता

व्याकरणशुद्ध अनुस्वारांसकट छापली. त्यांना या ‘नियमभंगा’ बद्दल गुन्हेगार ठरवतां येईल काय? उलट, शासन - महामंडळानेच या कवींच्या सर्जनशीलतेवर अनाठायीं निर्बंध घातल्याबद्दल दोघेंहि दोषी आहेत असेंच म्हणावें लागेल. सानुस्वार कविता लिहिणाऱ्या कवींच्या हयातीनंतर त्यांच्या कविता निरनुस्वार पद्धतीने उद्धृत करणाऱ्या प्रकाशक - संपादकांनी मूळ अर्थाचा कसा अनर्थ घडवून आणला तें मीं ‘लोकसत्ता’ मधील माझ्या लेखांकांमधून साधार सिद्ध केलें आहे. (‘अनुस्वारांची कैफियत - आम्हांला वगळा, गतप्रभ झणीं होतील काव्यांगणें!’) शासनमान्य नियमांपुढें मान तुकवून, ज्या आधुनिक कवींनी (कुसुमाग्रज, वसंत बापट, विंदा करंदीकर, मंगेश पाडगांवकर व शांता शेळके) आपल्या कवितांतून व्याकरणशुद्ध अनुस्वार हद्दपार केले त्या कवींनी अर्थाच्या बाबतीत, स्वत:च्याच कवितेवर कसा अन्याय केला तेंहि मी ‘लोकमत’ मधील माझ्या लेखांकांमधून (‘ये मऱ्हाठियेचिये नगरीं। अविद्येचा सुकाळु करीं॥’) दाखवून दिलें आहे. उदा. शांता शेळके यांची ‘रेशीमरेघा’ ही लावणी -

रेशमाच्या रेघांनी....
..... हात नका लावू माझ्या साडीला॥
जात होते वाटेनं मी तोऱ्यात
अवचित <u>आला</u> माझ्या होऱ्यात,
तुम्ही माझा पदराचा शेव का हो ओढिला?
हात नका लावू माझ्या साडीला॥

संपूर्ण कविता द्वितीय पुरुषाला उद्देशून लिहिली असताना, अवचित हा कोण तृतीय पुरुष मध्येंच उपटला तेंच समजत नाही. परंतु कवयित्रीला इथेंहि ‘द्वितीय पुरुष’ च अभिप्रेत आहे हें संपूर्ण कविता वाचल्यावर महत्प्रयासाने कळतें. पण या कवितेंत ‘आलां’ असा सानुस्वार शब्द असता तर, ‘(तुम्ही) आलां’ हा नेमका अर्थ निष्पन्न झाला असता व वाचकाला तें विनायास कळलें असतें. थोडक्यात, महामंडळाचें ‘बाबावाक्य प्रमाण’ मानून आमच्या तमाम साहित्यिकांनी व्याकरणाची तर हानि केलीच, शिवाय, भावी पिढीचेंहि नुकसान केलें. नुसत्या सूचक अनुस्वारांतून आशयघन कविता साकारण्याचें कसब कवींच्या नव्या पिढीला कधीं अवगत झालेंच नाही, नव्हे आपण तें त्यांना अवगत करून दिलें नाही. व्याकरणशुद्ध अनुस्वारांना फाटा दिल्यामुळें भाषेची अर्थसूचकता आपण गमावून बसलों व फार मोठ्या काव्यसौंदर्याला मुकलों. परिणामीं, नव्या कवींच्या कवितेला अभिव्यक्तीसाठीं अधिकाधिक शब्दांची गरज भासूं लागली व ती शब्दबंबाळ झाली.

आजकाल मराठीला ज्ञानभाषा बनवण्याच्या वार्ता चालू आहेत. सद्य:स्थिति तरी अशी आहे कीं, मूळ मराठीतून मौलिक संशोधन फारसें होत नाही. आधुनिक विज्ञान व

तंत्रज्ञान आपण इंग्रजीवरून उचलतों आणि भाषांतराच्या माध्यमातून आपण तें मराठीत आणतों. या नवनवीन ज्ञानशास्त्रांतील साहित्य भाषांतरित करताना, आपणांस सुस्पष्ट, कांटेकोर व तरीहि शक्यतों सुगम नि सुभग अश्या परिभाषेची आवश्यकता आहे. अशी परिभाषा घडवण्यासाठीं आपणांस संस्कृत भाषेतील शब्दभांडारातूनच शब्दांची उचल करावी लागणार आहे. म्हणून प्रमाण मराठी भाषेने आपला हा 'सांस्कृतिक' वारसा व अनुबंध जपला पाहिजे. त्यासाठीं, व्याकरण - शुद्धलेखन नियमांमध्येंहि 'संस्कृत हटाव' ही भूमिका घेणें आपल्याला परवडणार नाही. तसेंच, तत्सम, पण भिन्न संकल्पनांमधील सूक्ष्म भेद व्यक्त करण्यासाठीं मराठीतील ऱ्हस्व - दीर्घ भेद व सानुस्वार - निरनुस्वार भेद यांतून निष्पन्न होणाऱ्या अर्थभेदांचाहि आणि उपयोग करून घेतला पाहिजे; तरच मराठी ही ज्ञानभाषा म्हणून आकाराला येईल. (याचा अर्थ असा नव्हे कीं, निरनिराळ्या बोलींच्या रूपाने फुलणारें मराठीतील ग्रामीण, दलित वा ललित साहित्य कमी दर्जाचें आहे. कोणत्याहि भाषेतील साहित्य हें वैचारिक व भावनिक अशा दोन्ही अंगांनी समृद्ध होत असते.)

शासनमान्य लेखनप्रणालीने 'उच्चारानुसार लेखन' हें तत्त्व अंगीकारल्याचा दावा केला असला तरी तो पूर्णांशाने अमलात आणलेला नाही. खरें पाहतां, कोणत्याहि भाषेतील व्यावहारिक लेखन हें तंतोतंत उच्चारानुसारी नसतें. एवढेंच नव्हे तर, सर्वसाधारणपणें प्रत्येक भाषेचे शिष्टमान्य उच्चारण - संकेत व शिष्टमान्य लेखनसंकेत यांत थोडीबहुत तफावत असतेच. व दोहोंचे निकष वेगवेगळे असतात. इंग्रजी लेखनक्षेत्रातहि 'उच्चारानुसार लेखन' (phonetic spelling) कीं 'शुद्धलेखनानुसार उच्चारण' (spelling pronunciation) हा वाद अधूनमधून झडत असतो. तथापि, अद्याप तेथें उच्चारवादाची सरशी झालेली नाही. (अमेरिकन लोकांनी ब्रिटिशांच्या स्पेलिंगमध्यें केलेले बदल उच्चारानुसारी नाहीत, ते किरकोळ बदल आहेत.) मराठीच्या बाबतीतहि १९३० सालीं 'महाराष्ट्र साहित्य परिषदे' ने पुढीलप्रमाणें निवेदन प्रसिद्ध केलें होतें - ''केवळ उच्चाराप्रमाणें शुद्धलेखन असावें हें तत्त्व या मंडळाला संमत नसून, परंपरा, वर्तमानकालीन प्रचार, व्युत्पत्ति, व्याकरण व उपयुक्तता यांचा शुद्धलेखन ठरवण्याच्या कामीं विचार करावा.''

('शुद्धलेखनविवेक' - डॉ. द. न. गोखले, १ ली आवृत्ति, १९९३, पृ. १०).

म. सा. प. चें हें निवेदन अत्यंत समतोल असून, महामंडळाने कोणतीहि एकांगी वा एकांतिक भूमिका न स्वीकारतां, सदर निवेदन पुन्हा विचारात घ्यावें आणि समंजस व सुबुद्ध विचारान्तीं मराठी लेखनप्रणालीचा फेरविचार करावा आणि मराठी व्याकरणाची पुन:प्रतिष्ठापना करावी.

म्हणून मराठी लेखनप्रणालीचा व पर्यायाने व्याकरणाचा फेरविचार करायचा झाला

तर, आतां इतक्या प्रदीर्घ कालानंतर पुन्हा मागें फिरणें शक्य आहे का व व्यवहार्य आहे का हा प्रश्न उभा राहतो. ही गोष्ट कमालीची अवघड आहे हें मलाहि मान्य आहे. पण आपल्या दोषांकडे डोळेझाक न करतां, दोषांकडे डोळे उघडे ठेवून पाहणें ही दोष सुधारण्याची पहिली पायरी होय असें कै. श्री. के. क्षीरसागर म्हणत. इच्छा असेल तर मार्ग सुचतो. रोगाचें नेमकें निदान न करतां, जुजबी मलमपट्टी केली तर रोग बळावतो, मूळ पाया खचलेला असेल तर, वरच्या डोलाऱ्याची मामुली डागडुजी करून उपयोग नाही, तो वरचेवर ढासळतच राहणार व 'आग रामेश्वरीं, बंब सोमेश्वरीं' अशी आपली अवस्था होणार. या रोगाचें मूळ शोधून काढून, त्यावर जालीम इलाज केला तरच हा रुग्ण वांचेल. म्हणून, मराठी शिक्षणाची नव्याने पायाभरणी करून तो मजबूत केला पाहिजे. त्यासाठीं मराठीच्या विद्वानांनी अंतर्मुख होऊन मराठीच्या भवितव्याचा विचार करावा, तळमळीने प्रेरित होऊन एकत्र यावें, आपसांतले रागलोभ व अभिनिवेश बाजूला ठेवून विचारविमर्श करावा, विचारमंथन करावें आणि नवी लेखनव्यवस्था वा प्रणाली क्रमाक्रमाने व टप्प्याटप्प्याने कशी अंमलात आणतां येईल त्याची आंखणी करावी. सर्वप्रथम, आजच्या घडीला ज्या मोजक्या व्यक्ती जुनें शास्त्रीय शुद्धलेखन लिहूं शकतात व लिहूं इच्छितात, त्यांच्यावरील बहिष्कार उठवावा. कोणत्याहि वृत्तपत्रांनी वा प्रकाशकांनी असें लेखन नाकारूं नये; तरच असें लेखन लोकांच्या डोळ्यांसमोर येईल व त्या लेखनाला प्रतिष्ठा मिळेल.

मराठी विद्वानांना गांभीर्याने यांपैकीं कांहीच करावयाचें नसेल तर, देव मराठीचें रक्षण करो. झोपीं गेलेल्याला जागें करतां येतें, पण झोपेचें सोंग घेतलेल्याला जागें करणें कठीण. सद्य:स्थितीत मात्र 'मराठी व्याकरण' हा शब्दप्रयोग म्हणजे मला तरी 'वदतो व्याघात'च वाटतो!

शब्दसंकेत

‘धुरिण’, की ‘धुरीण’?

■ ■ ■

‘भाषा आणि जीवन’ च्या मागील अंकात (वर्ष १३: अंक १ : हिवाळा १९९५) ‘मला उत्तर हवंय्’ या मथळ्याखाली माझा एक लेख प्रसिद्ध झाला, त्यात मी ‘धुरिण’ हा शब्द वापरला होता. ‘धुरिण’ (ऱ्हस्व) हे लेखन बरोबर आहे, या माझ्या ठाम समजुतीप्रमाणे मी मुळात ‘रि’ ऱ्हस्व लिहिला होता. परंतु बहुधा संपादकांनी तो दुरुस्त करून ‘धुरीण’ असा छापला असावा. हाच लेख काही योगायोगाने ‘रुची’ च्या सप्टेंबर १९९५ च्या अंकात प्रसिद्ध झाला, त्यामध्ये मात्र तो मुळाबरहुकूम ‘धुरिण’ असा छापण्यात आला. तो लेख वाचून दोन विद्वानांची मला पत्रे आली. नागपूरच्या श्री. दिवाकर मोहनींनी ‘धुरीण’ (दीर्घ) हेच वर्णलेखन बरोबर आहे, असे ठामपणे कळवले, तर धारवाडचे प्रा. डॉ. अमृतराव यार्दी यांनी ‘धुरिण’ या ऱ्हस्व वर्णलेखनाविषयी शंका व्यक्त केली. तेव्हापासून माझे विचारचक्र व शोधसत्र चालू झाले.

यासंबंधी मी पुणे विद्यापीठाच्या संस्कृत विभागातील तज्ज्ञ मंडळी (डॉ. सरोजा भाटे व ग्रंथपाल श्री. गोस्वामी) व डेक्कन कॉलेजमधील श्रीमती प्रतिभा पिंगळे यांच्याशी विचारविनिमय केला, काही संस्कृत शब्दकोश तपासले, इतर संदर्भ पाहिले. त्याचे फलित असे:

सर्वच संस्कृत शब्दकोशांमध्ये ‘धुर्’ (स्त्री) व ‘धुरा’ (स्त्री) (१ जू, जोखड २ नेतृत्वाची जबाबदारी) या शब्दांची नोंद आहे. पाणिनीच्या अष्टाध्यायीतील ‘धुरौ यड्ढकौ’ (४.४.७७) या सूत्रानुसार ‘धुर्’ शब्दापासून ‘धुरं वहति इति धुर्य:, धौरेय:’ अशी विशेषणे सिद्ध होतात. ‘ख: सर्वधुरात्’ ४.४.७८) या सूत्रानुसार ‘धुरा’ शब्दापासून ‘सर्वधुरां वहति इति सर्वधुरीण:’ याप्रमाणे, तर ‘एकधुराल्लुक् च’ (४. ४.७९) या सूत्रानुसार ‘एकधुरां वहति इति एकधुरीण:’ अशी विशेषणे सिद्ध होतात. म्हणजे ‘धुर्’ या शब्दापासून

'धुर्य: ' व 'धौरेय:' आणि 'धुरा' या शब्दापासून 'धुरीण: ' हे विशेषण बनते, हे नक्की झाले. संस्कृत शब्दकोशांत 'धुरिण' अशी स्वतंत्र नोंद दिलेली नाही व मराठी शब्दकोशांनीही संस्कृत कोशांचे अनुसरण करून 'धुरीण' या (दीर्घयुक्त) शब्दालाच स्थान दिले आहे.

पण 'धुरिण' हाही शब्द चूक नाही, असे मला अंत:प्रेरणेने वाटत होते. माझ्या समजुतीप्रमाणे संस्कृतीमध्ये 'धुरिन्' असा शब्द अस्तित्वात असावा व 'धुरिण' हे त्या शब्दाचे प्रथमेतील अनेकवचनी रूप असावे आणि संस्कृतमधील कित्येक अनेकवचनी रूपे मराठीत एकवचनी वा अनेकवचनी विशेषणे म्हणून वापरली जातात, असा दाखला आहे. उदा. श्रीमन्त (सं.) श्रीमंत (म) गुणवन्त (सं) गुणवंत (म) याच धर्तीवर 'धुरिण' हे अनेकवचनी रूप मराठीत एकवचनी वा अनेकवचनी विशेषण म्हणून वापरले जाते, असा माझा समज होता.

पण मुळात 'धुरिन्' या शब्दाला आधार काय ? संस्कृतमध्ये 'शश: ' किंवा 'दण्ड: ' यांसारख्या अकारान्त पुंलिंगी नामांवरून 'शश: अस्ति अस्य इति शशिन्', 'दण्ड: अस्ति अस्य इति दण्डिन्' अशी विशेषणे तयार होतात. 'धुरिन्' शब्दाची व्युत्पत्ती शोधायची, तर 'धुर:' असा अकारान्त पुंलिंगी शब्द अस्तित्वात असावा लागेल. म्हणून शोधाशोध सुरू झाली. तेव्हा मला पुढील शब्दकोशांत 'धुर्' व 'धुरा' या शब्दांच्या जोडीला 'धुर' असा पुंलिंगी शब्द सापडला.

1) Sanskrit - English Dictionary - Monier Williams
धुर: (m) Mbh & Co.

2) Sanskrit - Hindi - English Dictionary - सूर्यकान्त धुर : (पु), धुरंधर:

3) Sanskrit - wörter buch
धुर: (m)

४) गीर्वाणलघुकोश - जनार्दन विनायक ओक
धुर: १ जोखड २ जबाबदारी वे. सं. ३.७

(ताते चापद्वितीये वहति रणधुरं को भयस्यावकाश:) याप्रमाणे माझी अंत:प्रेरणा मला जे सांगत होती, त्याला निदान सैद्धांतिक आधार मिळाला. मात्र मी लावलेल्या अन्वयार्थानुसार 'धुरिण' हे 'धुरिन्' या विशेषण नामाचे प्रथमा अनेकवचनी रूप असल्याने ते संस्कृत शब्दकोशात दाखवले जाणे अपेक्षित नाही, म्हणून तेथे ते सापडणार नाही. तसेच हेही खरे की, 'शशिन्' वा 'दण्डिन्' या शब्दांप्रमाणे 'धुरिन्' हा शब्द प्रचलित नसल्याने त्याचाही संस्कृत शब्दकोशांत निर्देश नाही. अखेरीस 'शास्त्राद् रूढिर्बलीयसी' हेच खरे!

बोलका पत्थर

■ ■ ■

‘पाषाणस्य’ विशेषांकासाठीं लेख लिहावा अशी संपादकांनी विनंती केली तेव्हा, मला ‘अमरकोशा’ तली नामावली आठवली -

पाषाण प्रस्तर ग्रावोपलाश्मान: शिला दृषत् ॥६४०॥

एकच संकल्पना व्यक्त करणारे हे विविध शब्द. पण तरीहि प्रत्येकाची व्यक्त होण्याची तऱ्हा निराळी, प्रत्येकाचं रूप आगळं नि क्षेत्र वेगळं - अशी ही एकतेतून प्रकट होणारी विविधता!

सामान्यत: ‘पाषाण’ या शब्दाशीं कठोर, कोरडा, निर्जीव वा निर्विकार असण्याचा भाव निगडित आहे. निर्दय काळजाच्या माणसाला मराठींत ‘पाषाणहृदयी’, फारसींत ‘संगदिल’ (‘संग’ म्हणजे पाषाण), तर इंग्रजींत Stony-hearted म्हणतात. इंग्रजींत Stone-blind, store - deaf, stone - faced व stone - dead असे विविधांगी शब्द रूढ आहेत. ‘लोकां सांगे ब्रह्मज्ञान। आपण कोरडा पाषाण’ या म्हणीतून ढोंगी माणसाचा दगडी निगरगट्टपणा सूचित होतो. पण अशा या अभंग वाटणाऱ्या पाषाणालाहि भेदून बाहेर येणारी औषधी वनस्पति म्हणजे ‘पाषाणभेद’.

त्याचप्रमाणें, या पाषाणाच्या अंगीं कधीं कधीं आपल्या नुसत्या स्पर्शानें अन्य हीण धातूचं सोनं करण्याचाहि गुणधर्म असतो. म्हणून ज्ञानेश्वर म्हणतात -

पाषाणामाजीं परिसु। जैसा रसाआंत सिद्धरसु।

(ज्ञानेश्वरी - १०.७६)

संस्कृतात अशा पाषाणाला ‘स्पर्शमणि’ म्हणतात, तर प्राकृतात त्याचें ‘परीसमणि’ किंवा ‘पारसमणि’ असें रूपांतर होतें. (कारण, ‘परीस’ किंवा पारस हा ‘स्पर्श’ चा

अपभ्रंश होय.) परीस पाषाणाला इंग्रजीत 'Philosopher's Stone' असा प्रतिशब्द आहे. येथें Philosopher म्हणजे 'तत्त्वज्ञानी' असा अर्थ नसून, हीणकस धातूचें बावन्नकशी सोन्यात रूपांतर करण्याची किमया करणारा 'किमयागार' हा त्या शब्दाचा पुराण अर्थ अभिप्रेत आहे. loadstone यालाहि 'चुंबकपाषाण' असा प्रतिशब्द रूढ आहे.

प्राकृतात 'पाषाणा' चें 'पाखाण' होतें. (च्यूतांकुराचा थोरकांडीं। प्रमदांचे हृदयपाखाण फोडी-शिशुपालवध), तर हिंदीच्या बोलींमध्यें तो 'पाहन' रूपात व्यक्त होतो. महात्मा कबीर म्हणतात-

पाहन पूजे हरि मिलै तो मैं पुजूँ पहार (पहाड)।
ताते तो चाकी (चक्की) भली, पीस खाय संसार।।।

संगमरवराला मराठींत 'आरसपान' असाहि एक पर्याय शब्द आहे. मुळात 'आदर्शपाषाण' म्हणजे 'आरशासारखा नितळ पाषाण' अशा अर्थीं तो शब्द होता. 'पाषाण' चा अपभ्रंश होऊन, 'पान' असें रूपांतर झालें, म्हणून तो 'आरसपान.'

'प्रस्तर' हा संस्कृत शब्द अलिकडे rock-climbing म्हणजे 'प्रस्तरारोहण' या शब्दप्रयोगात वापरला जातो. पण या संस्कृत शब्दाचीं तद्भव रूपें हिंदीत ('पत्थर') आणि मराठीत ('पाथर' किंवा 'फत्तर') पूर्वापार रूढ आहेत. 'ईंट का जवाब पत्थर से' असा वाक्प्रचार आहे. मराठीत दगडफोडीचं काम करणाऱ्याला 'पाथरवट' किंवा 'पाथरफोड' म्हणतात. निष्ठुर माणसाला 'फत्तराचं काळीज' असतं म्हणतात. पण जर कधीं अशा, माणसाचं हृदय द्रवलं तर, 'फत्तराला पाझर फुटला' असं म्हटलं जातं. वैज्ञानिक दृष्ट्याहि, फत्तरामध्यें भेगा असल्या तर, त्यांत पाणी सांठून राहतं आणि मग त्यातून झरे स्रवूं लागतात. 'पाषाणभेद' वनस्पतीचं प्राकृत नांव 'पाथरफोडी' असं आहे, तर पावसाळ्यात दगडावर उगवणाऱ्या मसालेदार 'दगडफुला' ला हिंदीत 'पत्थरफूल' म्हणतात. इंग्रजीतला petroleum हा शब्द 'Petro' या ग्रीक मूलशब्दावरून आलेला असून, त्याचा अर्थ rock असा आहे. 'प्रस्तर' आणि 'Petro' हे एकमेकांचे दूरचे भाऊबंदच असावेत, म्हणून 'Petrol' याला 'प्रस्तरिल' असा प्रतिशब्द द्यायला कांही हरकत नाहीं, असं मला वाटतं.

'ग्रावा' हा शब्द प्राकृत भाषांमध्यें फारसा प्रचलित नाही. पण 'दगडाचं काळीज द्रवणं' ही कल्पना मात्र बहुतेक भाषांमध्यें रूढ आहे. भवभूतीच्या 'उत्तररामचरित' नाटकाच्या पहिल्या अंकात, राम, सीता व लक्ष्मण हीं तिघंजण एका चित्रकाराने चितारलेला त्यांचा जीवनपट निरखत असताना, जनस्थानाचं चित्र डोळ्यांसमोर येतं. तेव्हा त्यांच्या जुन्या आठवणी जागृत होतात. सीतावियोगाने राम विह्वल झालेला असताना शून्य जनस्थानात 'उजाड आश्रम उरे काननीं। कोठें सीता जनकनंदिनी' असा विलाप करीत

आणि ‘सांग कदंबा, ... सांग अशोका ...., कुठें चंदना .... गौरांगी ती ?’ (गीतरामायण) असं वृक्षलतांना हाकारत शोक करणाऱ्या रामाचं चित्र पाहून, ‘अपि ग्रावा रोदित्यपि दलति वज्रस्य हृदयम्।’ अशा शब्दांत लक्ष्मण रामशोकाचं हृदयद्रावक वर्णन करतो. इंग्रजीतल्या gravel या शब्दाचाहि एक अर्थ ‘लहान दगडगोटे’ असा आहे. त्याचंहि ‘ग्रावा’ या शब्दाशीं नातं नसेल ना ? (gravel या विकाराला मराठीत ‘मुतखडा’ असं म्हणतात.)

‘उपल’ म्हणजे खडा. गंमत म्हणजे इंग्रजीतील precious stone किंवा gemstone हा भूशास्त्रीय दृष्ट्या मूलत: खडाच असतो, फक्त त्याला पैलू पाडले कीं त्याचं रत्नात रूपांतर होत असल्यामुळं त्याला ‘मौल्यवान् खडा’ असं म्हटलं जातं. संस्कृतमध्यें मात्र नुसत्या ‘उपल’ या शब्दाला ‘मौल्यवान् खडा’ किंवा ‘मणि’ (bead नव्हे) असाहि दुसरा अर्थ आहे. ‘सितोपल’ याला स्फटिकाश्म व काचमणि असे दोन अर्थ आहेत, तर ‘सितोपला’ म्हणजे खडीसाखर (खडेरूपातील साखर). ‘रक्तोपल’ म्हणजे काव किंवा गेरू, तर lapis lazuli हें रत्न ‘नीलोपल’ या नांवानं ओळखलं जातं. वस्तुत: ‘खडा’, ‘गुंडा’ व ‘कंकर’ या तिघांनाहि ‘लहान दगड’ (grit) असाच अर्थ आहे. पण ‘खडागुंडा’ म्हणजे रत्न वा हिरकणी, तर ‘खडेकंकर’ याला ‘जडजवाहीर’ असाहि मौल्यवान् अर्थ आहे. पावसाच्या गारेला इंग्रजीत hailstone, तर संस्कृतात, ‘वर्षोपल’ म्हणतात.

इंग्रजीतील opal या रत्नवाचक शब्दाचं व्युत्पत्तिस्थान ‘उपले’च आहे. पण खुद्द ‘उपल’ हा शब्द मराठीत स्वतंत्रपणें रूढ नाही. म्हणून opal साठीं ‘उपल’ हाच प्रतिशब्द घ्यायला काय हरकत आहे ?

‘हरळु’ या कानडी शब्दावरून आलेला ‘हरळ’ या शब्दाचाहि अर्थ ‘लहान खडा’ असाच आहे. फादर स्टीफन ‘मराठी भाषेची प्रशस्ति’ गाताना म्हणतात -

जैसी हरळांमाजिं रत्नकिळा। कि रत्नामाजिं हिरा निळा।
तैसी भासांमाजिं चोखाळ। भासा मराठी॥

[‘हरळांमध्ये तेजस्वी (‘कीळ’ म्हणजे तेज) रत्नखडे’ जसे उजळून दिसतात, त्याप्रमाणें सर्व भाषांमध्यें मराठी भाषा उठून दिसते.]

‘खडा’ हा शब्द (‘पाषाण) खंड’ या अर्थानें व्युत्पन्न झाला असावा असा एक तर्क आहे. ‘खड्या’ चं थोडं बृहद् रूप म्हणजे खडक. एकदा शिवाजी महाराजांना ‘आपण लाखांचा पोशिंदा आहोंत’ अशी अहंभावना झाली, म्हणून रामदासस्वामींनी त्यांना गडावरचा खडक फोडून त्यातून बेडकी काढून दाखवली अशी आख्यायिका सांगतात. रामदासस्वामी म्हणतात -

आम्ही काय कुणाचें खातों रे। तो राम आम्हांला देतो रे।
खडक फोडितां सजिव रोडकी। पाहिली सर्वांनी बेडकी॥

सकृद्दर्शनीं हा अविश्वसनीय चमत्कार वाटला तरी, खडकांमधील भेगांतून पाण्याचा संचय होऊं शकत असल्याने, तेथें बेडकीचा वास असणं असंभवनीय नाही. सलग खडकाळ जमिनीला 'कातळ' (sheetrock) म्हणतात. भक्कम चिरेबंदीने घडवलेले गड आणि किल्ले हे तर इतिहासाचे साक्षीदारच म्हणायचे.

'अश्म' किंवा 'अश्मा' म्हटलं की आपल्याला 'अश्मयुग' (Stone Age) आठवतं. आदिम मानवाचा संस्कृतीच्या दिशेनं जो प्रवास झाला त्याचा प्रारंभिक टप्पा म्हणजे 'अश्मयुग.' त्या युगात त्याने प्रथमतः आपलीं हत्यारं दगडापासूनच बनवली. 'हत्यार' (म.) किंवा 'हथियार' (हिं.) म्हणजे हातांनी हाताळावयाचें अवजार किंवा शस्त्र. दैनंदिन व्यवहार पार पाडण्यासाठीं 'शाण' म्हणजे 'निसणा' (धार लावण्याचा दगड) अथवा 'निकष' म्हणजे 'कसवटी' किंवा 'कसोटी' (कस लावून पाहण्याचा दगड) अशांसारख्या अवजारांची आवश्यकता भासते आणि शत्रूपासून संरक्षण करण्यासाठीं शस्त्रास्त्रांची जरुरी असते. या दोन्ही गरजा भागवण्यासाठीं मानवाने त्या काळीं दगडांचा वापर केला. प्राचीन काळीं दगडफेकीचीं युद्धं होत असत. इंग्रजी catapult व संस्कृत 'भुशुंडि' या दोहोंना दगडफेक करणारं यंत्र असाच अर्थ आहे. मानवी इतिहासात उत्पत्ति - स्थिति - लय अशा चक्रनेमिक्रमाने युगामागून युगं लोटलीं, परंतु प्रत्येक युगान्तानंतरहि तत्कालीन निसर्गाचे जे अवशेष राहिले ते खडकांमध्ये चेपले जाऊन तेथें अश्मीभूत होऊन राहिले. म्हणूनच खडकांमध्ये आजहि कांही प्राण्यांचे वा वनस्पतींचे जे अवशेष दिसतात त्यांना 'जीवाश्म' (fossil) असं म्हणतात व गतेतिहासाचा मागोवा घेताना या पाऊलखुणा उपयोगीं पडतात. माणसाला 'मुतखडा' किंवा 'पित्तखडा' यांसारखे जे विकार होतात त्यांना इंग्रजीत 'stone' व आयुर्वेदात 'अश्मरी' अशी संज्ञा आहे.

'शिला' किंवा 'शिळा' म्हटलं कीं, गौतमाच्या शापाने शिळा होऊन पडलेली अहल्या आठवते. प्रभु रामचंद्रांनी पदस्पर्शाने तिचा उद्धार केला व ती पुनरुज्जीवित झाली. शिळावस्था म्हणजे निर्जीवपणा किंवा जडता. त्यावरूनच 'जडशीळ' (शिळेसारखा जड) हा शब्द आला. 'शिळा' हा शब्द मराठीच्या बोलीभाषेत 'शीळ' होऊन येतो, तर हिंदीत तो 'सिल' रूपात अवतीर्ण होतो. 'सिलबट्टा' म्हणजे पाटा - वरवंटा. 'शिला' हा शब्द 'शिलालेखां' शींहि (stone inscriptions) निगडित आहे. मुद्रणकलेचा प्रारंभ होण्यापूर्वीं भूर्जपत्रांवर लिखाण होत असे, मात्र तें काळजीपूर्वक जपावं लागे. पण मोठ्या शिला खोदून, त्यांवर लिखाण कोरलं कीं ते शिलालेख चिरस्थायी होत. अशा शिलाखंडांमध्यें खोदकाम करून, चित्रं कोरलीं कीं, अजरामर लेणीं साकारत असत. मुद्रणकलेचा प्रारंभ बहुत करून 'शिळामुद्रण' रूपाने झाला असावा. विशिष्ट प्रकारें तयार केलेल्या शिळापृष्ठभागावर कागदावरील मजकूर ठेवून व त्याचे ठसे घेऊन मुद्रण

करणें म्हणजे 'शिळामुद्रण'. यालाच इंग्रजीत lithography म्हणतात. 'litho' या ग्रीक शब्दाचा अर्थ 'शिळा' असा आहे. पण litho किंवा lite हीं पदें इंग्रजीत स्वतंत्रपणें वापरलीं जात नाहीत. तीं सामासिक शब्दांच्या पूर्वपदीं (उदा. lithophyte) किंवा उत्तरपदीं (उदा. laccolith, laccolite) येतात.

संस्कृतातला 'हृषद्' हा शब्द मराठीत रूढ नाही. पण 'दगड' हा शब्द त्यापासून व्युत्पन्न झाला असावा असा एक तर्क आहे. गोविंदाग्रज 'श्रीमहाराष्ट्रगीत' या कवितेत महाराष्ट्राला 'राकट देशा, कणखर देशा, दगडांच्या देशा' असं संबोधून, पुढें म्हणतात -

"सह्याद्रीच्या सख्या। जिवलगा। महाराष्ट्र देशा।
पाषाणाच्या देहीं वरिसी तूं हिरव्या वेषा.....॥"

'फक्त तुझी जर दगडी भिवई' ही बा. सी. मर्ढेकरांची कविता सुप्रसिद्धच आहे.

मराठीतलं बरंचसं 'अपौरुषेय वाङ्मय' दगडी जात्याच्या तालासुरावर रचलं गेलंय. 'जात्यावर बसलं कीं ओवी सुचते' अशी म्हणच होती. प्रा. भगवंतराव देशमुख यांनी अलीकडेच 'दगडी जात्याचा रेशमी गळा' या पुस्तकात जात्यावरच्या ओव्या व अन्य स्त्रीगीतं ग्रथित केलीं आहेत. संस्कृतमधील 'घरट्ट' या शब्दावरून आलेला 'घरट वा घरोटा वा घिरट' हा शब्द बहुश: ग्रामीण भागात प्रचलित आहे. बहिणाबाई चौधरी 'घरोट' या स्त्रीगीतात 'घरोट' व 'जातं' या दोहोंची तुलना करतात -

"अरे जोडतां तोडलं
त्याले नातं म्हनूं नही
ज्याच्यातून येतं पीठ
त्याले 'जातं' म्हनूं नही"

जातं घरघर वाजतं म्हणून त्याला 'घरोटा' म्हणावं, असं त्यांचं म्हणणं. पुढं त्या म्हणतात -

"अरे घरोटा घरोटा
तुझ्यातून पडे पिठी
तसं तसं माझं गानं
पोटातून येतं व्होटीं॥"

'दगडा' चा दुसरा भाऊबंद म्हणजे 'धोंडा.' मूर्ख, अक्कलशून्य माणसाला 'धोंडा' म्हणतात. थोडक्यात, 'धोंडा' म्हणजे ठोंब्या. म्हणूनच मूर्तिपूजा करणाऱ्यांनी धोंड्याला शेंदूर फासून त्याचा देव केला तरी, 'पावला तर देव, नाही तर धोंडा' असं म्हणण्याचा प्रघात पडला. तुकाराम महाराज म्हणतात -

तीर्थी धोंडा पाणी,
देव रोकडा सज्जनीं ।।

'धोंडा' याचं स्त्रीलिंग रूप 'धोंड.' ही बहुधा मोठी असते. ती कोणाच्या तरी 'मार्गातली धोंड' असते किंवा कोणाच्या तरी 'उरावरची धोंड' असते.

पाषाण या अर्थाचा फारसीतील 'संग' हा शब्द समासात बहुधा पूर्वपदीं येतो. उदाहरणार्थ,

'संग-मर्मर' किंवा 'संग-मरवर'. ('मर्मर' हाहि marble याचाच सगोत्री आहे.) कारण दोन्ही शब्दांचा उगम marmos / marmor या ग्रीक लॅटिन शब्दांतच आहे. मराठी माणसांनी मात्र 'संग - मरवर' या शब्दाची 'संगम - रवर' अशा प्रकारें फोड करून, त्याचें उच्चारण

थोडक्यांत, आपण ज्याला 'पाषाण' म्हणून हिणवतों तो वाटतो तेवढा पाषाणहृदयी नाही, तर त्याच्या अंगीं नाना कळा आहेत. त्यातून झरे पाझरूं शकतात, त्याला धुमारे फुटूं शकतात, त्याच्या पोटातून तेल काढतां येतं - 'प्रयत्नें वाळूचे कण रगडितां तेलहि गळे।', एवढंच नव्हे तर त्याला घासूनपुसून पैलू पाडले तर तो रत्नपदालाहि पोचतो आणि चिंतामणि होऊन आपले सर्व मनोरथहि पुरवतो.

ते पाषाणहि आघवे। चिंतारत्नें कां नोहोवें।
तिये भूमिके कां न यावें। सुवर्णत्व ।।
(ज्ञाने. १०.१६४३)

ज्ञान आणि Knowledge
(एक पूर्श्चात्त्य योग)

■ ■ ■

'मुक्त शब्द' मासिकाच्या मार्च २०११ च्या अंकात श्री. निशिकांत ठकार यांनी केलेला एका जपानी कथेचा अनुवाद वाचनात आला. ('देवाची सर्व मुले नाचू शकतात' - मूळ लेखक हारूकी मुराकामी) त्यातील एक परिच्छेद असा होता -

''योशियाला वडील नव्हते. जन्मल्यापासून फक्त आईच होती आणि तिने त्याला तो लहान असताना वारंवार असे सांगितले होते - आपला प्रभू हाच तुझा पिता आहे -''

योशिया सतरा वर्षांचा झाला तेव्हा त्याच्या आईने त्याला त्याच्या जन्माचे (जवळपास) रहस्य उघड करून सांगितले. ती म्हणाली की, - ''आता सत्य कळून घेण्याइतका तू मोठा झाला आहेस - मी माझ्या कुमारवयात गहन अंधारात वावरत होते..... तेव्हा मला प्रेम नसलेल्या वेगवेगळ्या माणसांचे ज्ञान झाले. ज्ञान होणं म्हणजे काय हे तुला माहीतच असेल, होय ना?''.... ''त्याच्या आयुष्यातल्या या टप्प्यापर्यंत त्याला स्वत:सच अनेक वेगवेगळ्या प्रेम नसलेल्या मुलींचे ज्ञान झाले होते...''

संपूर्ण कथेत आणखी दोन-तीन ठिकाणी 'ज्ञान घेणे', 'ज्ञानात', 'ज्ञान मिळवणे', 'ज्ञानात्मक संबंध' असे उल्लेख आले आहेत. ते उल्लेख वाचून मी प्रथम भांबावून गेलें. पृ. ६० वर फक्त एका ठिकाणी ''.. तुझा दुसऱ्या कुणा पुरुषाशी संबंध आला असला पाहिजे.'' असा एक थेट उल्लेख आहे.

त्यावरून मला 'छान्दोग्योपनिषदा'तील जबालेची समांतर कथा आठवली. जबालेचा पुत्र जेव्हा विद्या घेण्यासाठी गुरूकडे जातो तेव्हा ते त्याला त्याचा कुलवृत्तान्त म्हणजे आई-वडिलांची नावं विचारतात. त्याला आपल्या पित्याचं नाव माहीत नव्हतं. म्हणून मातेकडे येऊन त्याने तिला बापाचं नाव विचारलं तेव्हा जबाला उत्तरली - ''बह्वहं चरन्ती परिचारिणी यौवने त्वामलभे।'' ''अनेकांची परिचारिणी म्हणून मला वावरावे लागल्याने,

त्या ओघात मला तुझ्या रूपाने अपत्यप्राप्ती झाली. ''सबब तुझा नेमका बाप कोण हे मी सांगू शकत नाही.'' 'परिचारिणी' याचा कोशगत अर्थ 'दासी' असा असून, 'दासी' या शब्दाला 'वेश्या', 'रांड' असाही एक अर्थ आहे. (दास्या: पुत्र: - रांडलेक-शिवी). वेश्याव्यवसायाच्या निमित्ताने तिचा अनेकांशी संबंध आल्याने, तिला आपल्या पुत्राचा नेमका पिता कोण हे सांगता आले नाही.

उपर्युक्त दोन कथांमध्ये विलक्षण साम्य असून, दोहोंचा भावार्थ सारखाच आहे. पण जपानी कथेच्या अनुवादातील 'ज्ञान' या शब्दाने मला बुचकळ्यात टाकले. 'ज्ञान' शब्दाला 'शरीरसंबंध' वा 'समागम' असा अर्थ आहे का याचा उलगडा होईना. अकस्मात् मला इंग्रजीतील knowledge हा शब्द आठवला. पूर्वी केव्हातरी कायद्याचे शिक्षण घेत असताना, 'शरीरसंभोग' या अर्थाचा carnal knowledge हा शब्द वाचल्याचे स्मरत होते. त्याअर्थी 'ज्ञान' हे knowledge या शब्दाचे भाषांतर असावे असे वाटले. पण मूळ कथा तर जपानी होती. मग knowledge शब्द कुठून आला असेल? मग तत्काळ अनुवादक श्री. निशिकांत ठकार यांच्याशी संपर्क साधला. त्यांच्याकडून कळले की, सदर कथा त्यांनी मूळ जपानीतून थेट भाषांतरित न करता, तिच्या इंग्रजी भाषांतरावरून अनुवादित केली होती. पण मग नुसत्या knowledge या शब्दाला 'संभोग, समागम' असा अर्थ आहे का याचा शोध घेण्यास सुरुवात झाली.

इंग्रजी अर्थपरंपरा -

सर्व प्रख्यात व प्रमाण इंग्रजी शब्दकोशांमध्ये, to know या क्रियापदाला archaic या सदराखाली to have sexual intercourse with असा अर्थ दिलेला असून, knowledge या शब्दालाही sexual intercourse असा एक पुराणा अर्थ दिलेला आहे. इंग्रजीतील पुराण वाङ्मय म्हणजे बायबल. म्हणून बायबलचा रस्ता पकडला. श्री. अशोक हिवाळे यांनी मला बायबलमधील महत्त्वाचे संदर्भ व त्यांची वेगवेगळी मराठी भाषांतरे उपलब्ध करून दिली. त्यानुसार -

१) जुना करार : Genesis Chap. 4, verse 1 - And Adam <u>knew</u> Eve his wife; and she conceived; and bare Cain,.... (King James version 1611) उत्पत्ती अध्याय ४, वचन १ :
आदामाने आपली स्त्री हव्वा हिला <u>जाणले</u>; ती गर्भवती होऊन तिने काइनाला जन्म दिला... (बायबल सोसायटी - सुधारित आवृत्ती)

२) नवा करार: Matthew Chap. 1 - Verses 24-25 Then Joseph... took unto him his wife. And he <u>knew</u> her <u>not</u> till she had brought forth her first - born son : and he called his name JESUS.

तेव्हा .... त्याने आपल्या पत्नीचा स्वीकार केला, तरी तिला प्रथमपुत्र होईपर्यंत त्याने तिला जाणले नाही.

(बायबल सोसायटी - सुधारित आवृत्ती)

बायबलची आजवर अनेकजणांनी भाषांतरे केली आहेत. त्यांपैकी प्रारंभीच्या काळातील पंडिता रमाबाईंसकट बहुतेक अनुवादकांनी to know याचे शब्दश: 'जाणणे' असेच भाषांतर केले आहे. भाषांतरकारांना त्या शब्दाचा खरा अर्थ कळला नव्हता का? बहुतेक तसे नसावे. त्यांना खरा अर्थ माहीत असूनही केवळ सभ्योक्ति (euphemism) म्हणून त्यांनी तसे केले असावे. पण पुढील काळात मूळ हिब्रू भाषेतील बायबल इंग्रजीत आणताना, काही अनुवादकांनी to know ऐवजी have relations with, have sex with, know carnally, sleep with / together = (have sexual relations with - Webster इत्यादी) अशांसारखी भाषांतरे केली, तर मराठी अनुवादकांनी 'प्रसंग करणें, - पाशी निजणे, - शी संग करणे, शरीरसंबंध करणे' इत्यादी शब्दांनी अनुवाद केलेला दिसतो. अर्वाचीन काळाबद्दल सांगायचे तर, फादर फ्रान्सिस दिब्रिटो यांच्या 'सुबोध बायबल' मध्ये त्यांनी 'शरीरसंबंध' असा शब्द योजला आहे. (खंड २ - नवा करार - पृ. ५२३-५२४ - राजहंस प्रकाशन), तर मंगेश पाडगांवकर यांच्या 'बायबल: नवा करार (भाषांतर व मुक्त चिंतन)' या स्वैर अनुवादात '.... तिला वासनेने स्पर्श केला नाही', अशी शब्दयोजना केली आहे. (पृ. ३२ - मौज प्रकाशन)

आणखी एक गंमतीचा भाग असा की, knowledge याला conversance / conversation (घनिष्ठ परिचय) असाही एक अर्थ असून, to converse या क्रियापदाला to have sexual intercourse (Webster's Encyclopaedic unabridged Dictionary of English Language) असा एक लुप्तार्थ (Obs.) आहे. त्यामुळेच इंग्लिश कायद्यात criminal conversation म्हणजे adultery असा अर्थ अभिप्रेत असतो. intercourse या शब्दात 'पारस्परिक व्यवहार' ही मध्यवर्ती कल्पना असून, त्यालाही 'सामाजिक व्यवहारा' प्रमाणे 'sexual intercourse' हाही एक अर्थ आहेच. शिवाय, 'पारस्परिक व्यवहार' या अर्थाच्या commerce या इंग्रजी शब्दालादेखील 'सामाजिक / आर्थिक व्यवहारा' च्या जोडीला 'sexual intercourse' असाही अर्थ आहे.

संस्कृत अर्थपरंपरा - मग मी संस्कृत प्रतिशब्दांकडे मोहरा वळवला.

गम् : (प्रथम गण - परस्मै.) to know किंवा knowledge या अर्थाचे संस्कृत शब्द म्हणजे 'गमन' हे नाम होय. 'गम् / गमन' या शब्दांना 'जाणे' हा प्राथमिक अर्थ असला तरी, 'जाणणे' (अवगम्, अधिगम्, इत्यादी) असा अर्थ तर आहेच, शिवाय 'संभोग करणे' (संग, संगम, संगमन, इत्यादी - पंचतंत्र, याज्ञवल्क्यस्मृति) हाही अर्थ आहे;

हे ‘वेश्यागमन’, ‘मात्रागमन’, इत यादी शब्दांवरून सिद्ध होते.

विद् : १) (द्वितीय गण - परस्मै.) जाणणे, अनुभवणे.

२) (षष्ठ गण - उभय.) - १. मिळविणे, २. विवाह करणे (मनुस्मृति:)

‘विद्’वरून तयार झालेल्या ‘वेत्तृ’ या नामाला a husband or an espouser असाही एक अर्थ आहे. (Sanskrit - English Dictionary - V. S. Apte); to espouse = to marry हे समीकरण प्रसिद्ध आहेच. पण to marry याला ‘विधिवत् विवाह करणे’ याव्यतिरिक्त to unite intimately तसेच marriage या शब्दाला any close or intimate association or union असाही दुसरा अर्थ आहे. (Webster). आश्चर्याची गोष्ट अशी की, पाणिनिपूर्व वाङ्मयात, उदाहरणार्थ ऋग्वेदातील ‘सूर्यासूक्ता’त जवळजवळ याच अर्थाने ‘विद्’ धातूचा प्रयोग झालेला दिसतो.

ऋग्वेद - दशम मंडल - सूक्त ८५ - मंत्र क्र. ४० (९७०६)

सोम: प्रथमो विविदे गन्धर्वो विविद उत्तर: ।
तृतीयो अग्निष्टे पतिस्तुरीयस्ते मनुष्यजा: ॥४०॥

Soma first obtained the bride; the Gandharva obtained her next; Agni was your third husband; your fourth husband is born of man.

Rigveda Samhita - English Translation by H.H. Wilson .... pg. 403

पण राहून राहून मला एक प्रश्न असा पडला होता की, वस्तुत: to know याच्याशी ‘ज्ञा’ (नवम गण - परस्मै.) या संस्कृत धातूचा व्युत्पत्तिदृष्ट्या थेट व घनिष्ट संबंध असतानाही, ‘ज्ञा’ या धातूला कोणत्याही प्रचलित शब्दकोशात ‘संभोग’ वाचक अर्थ दिल्याचे का सापडत नाही? मग निदान पाणिनिपूर्व प्राचीन वाङ्मयात तरी तसा अर्थ असावा असे माझे मन मला सांगू लागले. म्हणून मी त्या दिशेने शोध घेण्यास प्रारंभ केला.

उपसर्गरहित अवस्थेतील केवळ ‘ज्ञा’ या धातूला मात्र असा अर्थ मला कुठेही सापडला नाही. म्हणून मी ‘ज्ञा’ धातूची उपसर्गयुक्त रूपे शोधली. त्यांपैकी, ‘संज्ञान’ व ‘प्रज्ञा’ वा ‘प्रज्ञान’ अशी तीन रूपे मला संभोगार्थाशी जवळीक करणारी असल्याचे आढळून आले.

संज्ञानम् : शुक्लयजुर्वेद (वाजसनेयि सं.) काण्वसंहिता - अध्याय ३४, २ रा अनुवाक - मंत्र १ :-

संधये जारं गेहायोपपतिमार्त्यै परिवित्तं
निर्ऋत्यै परिविविदानमराध्या एदिधिषु: पतिं

निष्कृत्यै पेशस्कारी ँ संज्ञानाय स्मरकारीम्।
प्रकामोद्यायोपसदँ वर्णायानुरुधं बलायोपदाम्॥१॥

वेगवेगळ्या देवतारूपांना वेगवेगळे बळी देण्याविषयीचा हा मंत्र आहे. त्यांपैकी 'संज्ञान' देवतेसंबंधीच्या टीका पुढीलप्रमाणे -

आनंदबोध टीका : संज्ञानाय देवतायै स्मरकारीं कामकारिणीम्।
अनंताचार्य टीका : संज्ञानाय स्मरकारीं मददीप्तिकरीम्॥४७॥
सायणभाष्य : संज्ञानाय समानज्ञानाभिमानिने स्मरकारीं मन्त्रौषधादिभिः भर्तृः कामोत्पादिकाम्... (पृ. २९३)

'स्मरकारी' म्हणजे 'पुरुषाची वा पतीची कामभावना चेतवणारी / चाळवणारी' (a woman exciting passions), याबाबत वरील तीनही टीकांमध्ये एकमत आहे.

''संज्ञान देवतेला कामप्रेरक स्त्रीचा बलि द्यावा'' असा याचा भावार्थ आहे. तथापि, 'संज्ञान' या शब्दाविषयी फक्त सायणाने भाष्य केले आहे. त्यातील 'अभिमानिने' या शब्दाने माझे लक्ष वेधून घेतले. वेगवेगळ्या कोशांत मला सापडलेले अर्थ पुढीलप्रमाणे -

१) अभिमानित रतिसंभोग (गीर्वाणलघुकोश)
२) अभिमानोऽ र्थादिदर्पे प्रणयहिंसयो:। (अमरकोश - २५५६)
३) अभिमानितम् copulation, sexual intercourse
(Lexicographers अमरसिंह, हलायुध, हेमचंद्र, इ.)

(Monier - William's Sanskrit - English Dictionary - pg. 67.)

उपर्युक्त मंत्रातील 'जार', 'उपपति' अशांसारखे बहुतेक निर्देश 'प्रणय / शृंगार / कामक्रीडा (amour), याच्याशीच निगडित आहेत. 'प्रणय' या शब्दालादेखील 'संघटन, सलगी' (गीर्वाणलघुकोश) असे अर्थ असून इंग्रजीतील liason (an illicit intimate relation relationship between a man and a woman) याच्याशी तो समानार्थक आहे.

डेक्कन कॉलेजमधील 'संस्कृत शब्दकोश विभागा'च्या लेखालयात मला आणखी एक नोंद सापडली -

संज्ञानमसि कामधरणम्। (तैत्तिरीय संहिता - IV - २.४.१
भारद्वाज श्रौतसूत्र - ५.५.२
तैत्तिरीय ब्राह्मण - १.२.१.१७)

तेथील पत्रिकांवर you are harmony, fulfilment of all desires, असा अर्थ लिहिलेला होता. पण 'शुक्लयजुर्वेदा'चा संदर्भ लक्षात घेता, वरील वचनाचा आणखीही

एक अर्थ संभवतो. तो म्हणजे - you are union, fulfilment of sex. (union = uniting in marriage, also sexual intercourse असाही एक अर्थ वेबस्टर आदी शब्दकोशांत दिलेला आहे.)

प्रज्ञा : to know या क्रियापदाचे संस्कृत अर्थ शोधताना, मोनीअर-विल्यमच्या इंग्रजी-संस्कृत शब्दकोशातील एका नोंदीपाशी मी थबकले. ती नोंद अशी -

(to) know... (carnally) प्र + ज्ञा, सम् + गम् .... संग (पृ. ४८९)

म्हणून मी मोनीअर-विल्यमच्या संस्कृत-इंग्रजी कोशात 'प्रज्ञा' ही नोंद शोधली तेव्हा तेथे पुढील मजकूर आढळला -

प्रज्ञा = the enemy of AdiBuddha, through the union with whom the latter produced all things - MWB;

Monier - William's Buddhism (MWB) या ग्रंथात पुढीलप्रमाणे उल्लेख आहे -

Sometimes, however, this Adi-Buddha is said to have produced all things through union with Praj ñ ā, in which case he is rather to be identified with personal Creator Brahm. - pg. 204.

यावरून बौद्ध तत्त्वज्ञानात 'प्रज्ञा' या शब्दाला विशेष अर्थ असल्याचे आढळले. '2500 Years Buddhism' (संपादक : पी. व्ही. बापट, सर्वपल्ली राधाकृष्णन् यांची प्रस्तावना: प्रकाशक: प्रकाशन विभाग, भारत सरकार - आ. १९५९) या ग्रंथातील पृ. ३६५ वरील मजकूर पुढीलप्रमाणे -

"The process of enlightenment is therefore represented by the most obvious, most universal symbol imaginable : the union of love, in which the active element (उपाय) is represented by a male, the passive element (प्रज्ञा) by a female figure,...."

<u>प्रज्ञान</u> : 'प्रज्ञा' कडून 'प्रज्ञान' कडे वळले. 'प्रज्ञान' याचे wisdom आदी अर्थ सर्वपरिचित आहेत. पण ऐतरेय उपनिषदात एक वेगळाच अर्थ सापडला. त्यात एक श्लोक आहे -

यदेतद् हृदयं मनश्चैतत्। संज्ञानमाज्ञानं विज्ञानं प्रज्ञानं मेधा दृष्टिर्धृतिर्मनीषा जूतिः स्मृतिः सङ्कल्पः क्रतुरसुः कामो वश इति सर्वाण्येवैतानि प्रज्ञानस्य नामधेयानि भवन्ति ॥२॥

विविध अंतःकरणप्रवृत्तींची यात चर्चा असून, 'प्रज्ञान' या संज्ञेच्या वेगवेगळ्या प्रतिशब्दार्थांचा उल्लेख केलेला आहे. त्यावरील 'शांकरभाष्या' त या सर्व अर्थांचे स्पष्टीकरण आहे. त्यांपैकी 'काम' आणि 'वश' ह्या प्रतिशब्दांचे विवेचन करताना शंकराचार्य म्हणतात -

".... कामोऽ संनिहितविषयाकाङ्क्षा तृष्णा, <u>वशः</u> स्त्रीव्यतिकराद्यभिलाषः...."

त्यांच्या मते ‘काम’ म्हणजे अप्राप्त वस्तूंबद्दलची तृष्णा, तर ‘वश’ याचा अर्थ ‘स्त्रीव्यतिकराची अभिलाषा’ होय. ‘व्यतिकर’ म्हणजे ‘संयोग, संबंध’ होय.

इतर टीकाकारांची भाष्ये :

१) भारद्वाज रामानुजाचार्य यांची ‘प्रतिपदार्थदीपिका’ -
वशः = स्त्रीसम्पर्काद्यभिलाषा;

२) रामानंद यांचे ‘आनन्दभाष्यम्’ -
वशः = अङ्गनालिङ्गनाद्यभिलाषा;

(ऐतरेयोपनिषद् : प्रका. संस्कृत संशोधन संसद् - मेलकोटे १९९७ पंचम खंड - पृ. ६८)

‘कल्याण’ या हिंदी नियतकालिकाच्या उपनिषद्विषयक अंकात (वर्ष २३ वे - अंक १ला) ‘वश’ ‘स्त्रीसहवास / संसर्ग आदि की अभिलाषा’ असा अर्थ दिला आहे. हिंदी भाषेत ‘सहवास’ म्हणजे ‘मैथुन, संभोग’, आणि संस्कृतमध्ये ‘संसर्ग’ म्हणजे ‘मैथुन’ होय.

थोडक्यात, ‘संज्ञान’, ‘प्रज्ञा’ व ‘प्रज्ञान’ या सर्व शब्दांशी ‘संभोग / मैथुन’ ही संकल्पनादेखील निगडित आहे असे म्हणता येईल.

अर्वाचीन काळातील मराठी साहित्यक्षेत्रातील एक दिग्गज म्हणजे इतिहासाचार्य (कै.) वि. का. राजवाडे होत. साहित्य अकादमीने प्रसिद्ध केलेल्या ‘राजवाडे लेखसंग्रह’ (१ ली आ. १९५८, २ री आ. १९६७) या पुस्तकातील ‘मगध’ या लेखात (पृ. ९३-९४) राजवाडे म्हणतात -

“.... know... जाणणे ह्या धातूचा संबंध संस्कृत ‘ज्ञा’ धातूशी आहे व know- स्त्रीसंग करणे ह्या धातूचा संबंध ‘जन्’ - उत्पन्न करणे ह्या धातूशी आहे. इंग्रजीत दोन्ही धातूंचा अपभ्रंश होऊन त्याचा उच्चार ‘नो’ असा एकच झालेला आहे. ‘ज्ञा’ तील ‘ज्’ बद्दल 'k' व ‘ञ्’ बद्दल 'n'; आणि ‘जन्’तील ‘ज्’ बद्दल 'k' व ‘न’ बद्दल 'n' अशा दोन्ही धातूंतील व्यंजनांच्या खुणा इंग्रजी अपभ्रंशात एकच राहिल्यामुळे दोन्ही धातूंचा एकच उच्चार होतो. अर्थावरून मात्र दोन निरनिराळे धातू आहेत हे ओळखता येते....”

वरील विवेचनात राजवाड्यांनी इंग्रजी व संस्कृत धातुरूपांची तुलना केली आहे. त्याप्रमाणे फक्त इंग्रजीपुरता विचार केला तर, आपणास gnosis (Gk-gno) आणि genesis (GK-genos, L-genus) या दोहोंमधील, तसेच संस्कृतपुरता विचार केल्यास, ‘ज्ञान’ (ज्ञान संभोगक्रिया) व ‘जनन’ या दोहोंतील निकट जैवसंबंध आणि भाषिक सगोत्रसंबंधदेखील लक्षात येईल.

कविवर्य बा. सी. मर्ढेकर यांनी ‘पूर्व’ व पाश्चात्त्य’ या शब्दांचा संयोग करून

‘पूश्चर्चात्त्य.’ असा नवीनच शब्द घडवला होता असे माझ्या ऐकीवात आहे. त्याप्रमाणे ‘(ज्ञा) (ज्ञा)’ व ‘जन्’ या धातुरूपांत धातुरूपांच्या संयोगातून घडलेले ‘ज्ञान’ रूप आणि 'gno' व 'genos' यांच्या संयोगातून साकारलेले, 'know' हे रूप यांचे तादाम्य हा एक अपूर्व असा ‘पूश्चर्चात्त्य’ योगच म्हणावा लागेल!

अजयोऽयम् अजेयाकारो....

■ ■ ■

आमच्या शाळेत सेनापती बापटांचा नातू शिकत होता. त्याचं नाव होतं 'अजेय'. पण शिक्षकांनी किंवा इतर विद्यार्थ्यांना त्याला चुकीने 'अजय' अशी हाक मारली की तो तत्काळ दुरुस्ती करीत असे - 'माझं नाव 'अजय' नाही, 'अजेय' आहे. (त्याच्या आजोबांनी बहुतेकवरून त्याला त्याच्या नावाचा अर्थ 'अजिंक्य' आहे असं समजावून दिलं असावं.) तेव्हापासून माझ्या डोक्यात एक गोष्ट ठसून गेली होती की, 'अजय' याचा अर्थ 'अजिंक्य' असा नसून, 'अजय' म्हणजे 'ज्याचा जय होत नाही' असा अर्थ आहे आणि म्हणून गौरवार्थी नाव ठेवायचं झाल्यास, 'अजय' नव्हे तर 'अजेय' हाच शब्द बरोबर आहे.

अलिकडेच प्रकाशित झालेल्या माझ्या 'व्याकरणशुद्ध लेखनप्रणाली' या पुस्तकात मी चूक-बरोबर शब्दांची जी तौलनिक यादी दिली आहे, तीमध्ये या शब्दजोडीचा त्याप्रमाणे उल्लेख केला आहे. ते वाचून एका जाणकार वाचकाने मला कळवलं की, कै. वा. शि. आपटे यांच्या संस्कृत-इंग्रजी शब्दकोशात 'अजय' या शब्दाचा विशेषणार्थ **'invincible'**, **'unconquerable'** असा दिलेला आहे. मी ती गोष्ट पडताळून पाहिली आणि खरोखरीच आपट्यांच्या कोशात 'अजय' या शब्दाचा विशेषणार्थ देताना आपट्यांनी त्याचा अर्थ **'invincible'** असा दिल्याचं मला आढळलं. (आश्चर्याची गोष्ट अशी की लगेच पुढे 'अजय' म्हणजे **'defeat'** असा एकदम विरोधी नामार्थही त्यांनी दिलेला आहे.) मोनिअर विल्यम्स् यांच्या कोशातहि मला हीच वस्तुस्थिती आढळली. मात्र दोन्ही कोशांत 'अजय' नंतर 'अजय्य' **(= invincible)** ही नोंदहि दिली आहे. परंतु दोन्ही कोशांत 'अजय्य' या शब्दाच्या वापराची उदाहरणे दिलेली असली तरी, 'अजय' शब्दाच्या प्रयोगाची उदाहरणे मात्र दिलेली नाहीत.

तीन-चार संस्कृत-तज्ज्ञांशी चर्चा केली, पण 'अजय' या शब्दाची 'अजिंक्य' या अर्थाने व्याकरणसिद्धी कशी होते ते निश्चितपणे कोणीही सांगू शकले नाही.

अखेरीस डेक्कन कॉलेजच्या 'संस्कृत शब्दकोश प्रकल्पा'कडे मोर्चा वळवला. या प्रकल्पाच्या दुसऱ्या खंडात 'अजय' शब्दाचे दोन परस्परविरोधी विशेषणार्थ सापडले - **1) invincible; 2) One who cannot win.**

गंमत अशी की, येथे पहिल्या शब्दार्थप्रयोगाची अनेक उदाहरणे दिलेली आहेत. (उदा. अथर्ववेद, अग्निपुराण इ.) परंतु या अर्थाला व्याकरणाचा कोणताही आधार दिलेला नाही. याउलट, दुसऱ्या अर्थाच्या पुष्ट्यर्थ 'काशिकावृत्ति' या टीकेमधील एक वार्त्तिक उद्धृत केले आहे :-

अच् क इत्येवमन्तमशक्तौ गम्यमानायामुत्तरपदं
नञः 'परमन्तोदात्तं भवति। अपचो यः पक्तुं न शक्नोति। अजयः।'

पण या अर्थ प्रयोगाचे एकहि उदाहरण या खंडात दिलेले नाही. (मात्र 'अजय' याचा नामार्थ **'non-victory, defeat'** असा येथेहि दिला आहे.)

या साऱ्या खटाटोपातून मी एक निष्कर्ष काढला की, इंग्रजीत ज्याप्रमाणे अनेक अपसंज्ञा **(misnomers)** रूढ झाल्या आहेत त्याप्रमाणे 'शास्त्राद् रूढिर्बलीयसी' म्हणून 'अजय' या शब्दाला 'अजिंक्य' या अर्थाने रूढीची मान्यता मिळालेली आहे. तथापि, या शब्दसिद्धीला शास्त्रीय व्याकरणाचे पाठबळ नाही. वस्तुतः 'अजय' म्हणजे 'न जयति असौ' अर्थात् नञ् उपपद तत्पुरुष समास आहे किंवा 'न जयः यस्य' अर्थात् बहुव्रीहि समास आहे. कै. वा. शि. आपटे यांनी दिलेला 'नास्ति परैः जयो यस्य' हा समासविग्रह म्हणजे 'स्थितस्य गतिश्चिन्तनीया' अशातला प्रकार होय. (म्हणूनच 'अजय्य' किंवा 'अजेय' हे अधिक समर्पक शब्दहि व्यवहारातून बाद ठरू नयेत.)

महाभारत युद्ध संपून युद्धात पांडवांना जय मिळाला तरी, त्यात झालेल्या भीषण संहारामुळे व्यथित झालेला युधिष्ठिर नारदाला म्हणतो - 'जयोऽयम् अजयाकारो भगवन् प्रतिभाति मे।' (महा. शांतिपर्व - अ. १)

'अजय' ची शब्दसिद्धी कळल्यावर मलादेखील तसंच काहीसं म्हणावंसं वाटलं - अजयोऽयम् अजेयाकारो ......

भाषांतर

भाषांतरांचे मूल्यांकन - एक अत्यावश्यक प्रक्रिया

■ ■ ■

'अनुवाद' व 'भाषांतर' ह्या दोन संज्ञा सर्वसाधारणपणें एकमेकींच्या पर्यायवाची म्हणून वापरल्या जातात. परंतु त्या दोहोंत सूक्ष्म भेद करावयाचा झाला तर, 'अनुवाद' ही संज्ञा आपल्याला एकाच भाषेतील अनुकृतीसाठीं वापरतां येण्यासारखी आहे. विंदा करंदीकरांनी 'अनुभवामृता' चें जें अर्वाचीनीकरण केलें त्याला 'अनुवाद' म्हणतां येईल. 'भाषांतर' या संज्ञेत मात्र सरळ सरळ दुसऱ्या भाषेतील अनुकृति असाच अर्थ अभिप्रेत असतो. आजवर भाषांतरविषयक चर्चासत्रांतून वा नियतकालिकांतून बहुश: जागरूक भाषांतरकाराला येणाऱ्या अडचणींचा ऊहापोह झालेला दिसून येतो. भाषांतर कौशल्यासाठीं भाषांतरकाराला मूल भाषेचें उत्तम आकलन व लक्ष्य भाषेवर प्रभुत्व असणें आवश्यक असतें ही गोष्ट निर्विवाद आहे. पण भाषांतराच्या मूल्यांकनाचा प्रश्न उपस्थित होतो तेव्हा, मूल्यांकन करणारी व्यक्ति ही त्रयस्थ असावी लागते. मग अशा त्रयस्थ तटस्थ व्यक्तीकडून योग्य प्रकारें मूल्यांकन होण्यासाठीं तिच्या अंगीं कोणत्या गुणांची अपेक्षा करणें योग्य ठरेल हा विचार प्रस्तुत ठरतो. अशा परीक्षक व्यक्तीला मूल भाषा व लक्ष्य भाषा या दोहोंचेंहि चांगलें ज्ञान असलें तर 'सोने में सुगंध' वा दुग्धशर्करा असा योग जुळून येतो. ही आदर्श स्थितीच म्हणावी लागेल. पण अनेकदा तशी वस्तुस्थिती नसते. मग किमान त्या व्यक्तीला लक्ष भाषेची तरी पुरेशी जाण असावी लागते. पण तेवढ्यानेहि भागत नाही. परीक्षकाकडे त्या त्या क्षेत्रातली पुरेशी जाणकारीहि असावी लागते.

भाषांतरक्षेत्रातहि ललित साहित्य, शास्त्रीय वा वैचारिक साहित्य आणि तांत्रिक व निमतांत्रिक साहित्य अशीं साधारणपणें ठळक अशीं तीन दालनें आहेत; आणि भाषांतराची यशस्विता अजमावणारेहि प्रत्येकीं दोन दोन घटक असतात. ललित साहित्याच्या प्रांतात भाषांतराचा आस्वाद घेणारा सामान्य वाचक व त्याची वृत्तपत्रांतून वा नियतकालिकांतून

चिकित्सा करणारा जाणकार ग्रंथपरीक्षक, शास्त्रीय साहित्याचा बाबतीत स्वभाषेतून शास्त्रीय ज्ञान मिळवण्यास उत्सुक असलेले विद्यार्थी वा ज्ञानार्थी, तर दुसरीकडे त्या भाषांतराची अचूकता तपासणारे त्या त्या क्षेत्रातील निजभाषक तज्ज्ञ आणि तांत्रिक वा व्यावसायिक साहित्यापुरतें बोलायचें तर, ज्यांच्यासाठीं तें भाषातर केलें आहे ते अल्पशिक्षित कामगार, शेतकरी वा सामान्यजन व त्या भाषांतराचा सरस - नीरसपणा जोखणारे त्या तांत्रिक क्षेत्रातले जाणकार - ही सर्व मंडळी आपापल्या परीने भाषांतराचें कळत - नकळत मूल्यमापन करीत असतात.

ललित साहित्यातहि विविध वाङ्मय-प्रकारांनुसार भाषांतराच्या कसोट्या बदलतात. कथा, कादंबरी, नाटक, इ. सारख्या गद्य साहित्याचें मूल्यांकन हें कवितेच्या मानाने सोपें असतें. पण कवितेच्या बाबतीत मात्र कवितेच्या भाषांतराइतकेंच त्याचें मूल्यांकनहि अवघड असतें. मुळात स्वभाषेतल्या कविताहि खऱ्या अर्थानें कळण्यासाठीं अंगीं कमावलेली जाणकारी असावी लागते. एकंदरींत कवितेचा प्रांत दुर्गमच म्हणावा लागेल. म्हणूनच बलवंत जेऊरकर म्हणतात त्याप्रमाणें 'कवितेचा यशस्वी अनुवाद हा तिचा अनुनादच असतो.' ललित वाङ्मयाच्या बाबतीत संस्कृतिभेदामुळें भाषांतरात ज्या अडचणी उपस्थित होतात त्या तर सर्वश्रुतच आहेत. पण क्वचित्प्रसंगीं भाषांतरकाराच्या आकलनातदेखील एखादी सूक्ष्म उणीव राहिल्यामुळें भाषांतरात जो दोष निर्माण होतो तो चांगल्या शिजलेल्या भातात दांतांखालीं येणाऱ्या खड्यासारखा खुपतो. 'भारत सेवक' वामनराव पटवर्धन यांच्यावरील एका पुस्तकाच्या संपादनाचें काम करीत असताना माझ्यापुढें कै. न. र. फाटक यांनी नामदार गोखल्यांवर लिहिलेल्या चरित्राचा एक संदर्भ आला. त्यामध्यें म. गांधींनी गोखल्यांविषयीं काढलेले उद्गार उद्धृत केले होते- "महाराष्ट्रात प्रपंच आणि सरळपणाचा अभाव असल्याचें ऐकतों. पण या माणसात (म्हणजे गोखल्यांमध्यें) सरळपणाखेरीज दुसरें कांहीच दिसत नाही." असें एक वाक्य होतें, यांतल्या 'प्रपंच' या शब्दाचा अर्थ कांही केल्या लागेना, कारण 'प्रपंच' या शब्दाला मराठीत 'विस्तार', 'संसार' वा 'भेदभाव' एवढेच अर्थ असल्याचें मला माहीत असून ते या संदर्भात अप्रस्तुत होते. मूळ पुस्तकावरूनहि तें वाक्य तपासलें, तेथेंहि तोच शब्द होता. आता 'स्थितस्य गतिश्चिन्तनीया' या न्यायाने अर्थ लावणें भाग आलें. तेव्हा अंदाज असा केला कीं, मुळात म. गांधी हें वाक्य मराठीत बोलले नसणार, ते हिंदीत वा गुजरातीत बोलले असणार. म्हणून 'प्रपंच' या शब्दाचे हिंदीतील व गुजरातीतील अर्थ तपासले. तेव्हा दोन्ही भाषांत 'प्रपंच' याला 'कपट कारस्थान' असा एक जादा अर्थ आढळला व तोच इथें प्रस्तुत वाटत होता. (य. रा. दात्यांच्या 'महा. शब्दकोशा'तहि हा अर्थ दिलेला असला तरी, विद्यमान मराठीत तो लुप्त झालेला दिसतो.) प्रत्यक्षात झालें तें असें कीं, अनुवादकाच्या भूमिकेतील न. र. फाटकांनी 'प्रपंच' या शब्दाचें सुयोग्य मराठी भाषांतर

करण्याऐवजीं मूळ शब्द तसाच ठेवला आणि त्या शब्दाला मराठीत वेगळे अर्थ असल्यामुळें सर्व घोटाळा झाला.

डॉ. अपर्णा झा यांनी भाषांतरित केलेल्या मन्ना डे यांच्या 'जीबनेर जलसाघरे' या आत्मकथेत "न्यू थिएटर्समध्ये अनेक गुणीजन होते" या वाक्यातील 'गुणीजन' या शब्दाने माझी झोप उडवली. 'गुणीजन' म्हणजे 'गुणवंत माणूस' एवढाच संस्कृत व मराठी अर्थ माहीत होता व तो त्या ठिकाणी समर्पक वाटत नव्हता.

संगीत क्षेत्रातहि 'गुणीजन, गुणीजान वा गुणीदास' हे शब्द कानांवर होते, पण त्या क्षेत्रात वावरणाऱ्या व्यक्तींनाहि त्याचा नेमका अर्थ सांगतां आला नाही. अखेरीस मला असा शोध लागला कीं, मुळात व्रज या हिंदी बोलीतील 'गुनिजन' म्हणजे 'गायक-कलावंत' या अर्थाच्या शब्दाचा 'गुणीजन' हा संस्कृत पेहराव चढवलेला नवा अवतार होय. अशा एकट्यादुकट्या दोषामुळें संपूर्ण अनुवादच फसला असें म्हणतां येत नसलें तरी, असे शब्द ठळकपणें डोळ्यांत भरतात.

शास्त्रीय साहित्याच्या भाषांतरात अनेकदा संस्कृतनिष्ठ परिभाषेचा अवलंब करावा लागतो, पण भाषांतरकार कितीहि विषयतज्ज्ञ असले तरी संस्कृतची पुरेशी जाण नसल्याने त्यांच्याकडून कित्येकदा गफलती होतात. 'आकाशवाणी' वरील 'नातं निसर्गाशीं' या मालेतील भाषणें ऐकताना मला हा अनुभव येतो. rodents म्हणजे 'कुरतडखोर प्राणी' या अर्थाने 'कृंतक' या शब्दाऐवजी हे वक्ते बहुश: 'कृदन्त' ही व्याकरणसंज्ञा वापरतात. angiosperm व gymnosperm या संज्ञांना वास्तवात 'आवृतबीजी' व 'अनावृतबीजी' असे प्रतिशब्द आहेत. परंतु, 'आवृत' व 'आवृत्त' आणि 'अनावृत' व 'अनावृत्त' या दोहोंतील सूक्ष्म भेद न कळल्यामुळें त्यांच्याकडून सर्रास 'आवृत्तबीजी' व 'अनावृत्तबीजी' असे उल्लेख केले जातात आणि लेखकाने कदाचित् बरोबर लिहिलें असलें तरी 'आकाशवाणी' वरील निवेदक लेखकावर कडी करतात. 'जिवाणूं' म्हणजे 'क्षुद्र जीव' आणि 'जीवाणु' म्हणजे 'सूक्ष्म जीव' हा भेदहि अनेकांच्या लक्षात येत नाही व शास्त्रीय लिखाणात दोहोंची गल्लत होते.

'कायदा' या निमतांत्रिक क्षेत्रातील भाषांतरात तर कांटेकोरपणाला ढळ पोचूं नये म्हणून फारच काळजी घ्यावी लागते. जनसामान्यासाठीं सोपें भाषांतर करण्याच्या मोहापोटीं कित्येकदा अव्याप्त वा अतिव्याप्त भाषांतर केलें जातें व त्यापायीं कोणाच्या तरी गळ्याला तांत लागण्याचा अनवस्था प्रसंग ओढवूं शकतो. असाच एक किस्सा एक जागामालक व कारखानदार यांच्यांत जागेसंबंधी भाडेकरार झाला. मूळ दस्त इंग्रजीतून झाला व त्याचें भाषांतरहि करण्यात आलें. कारखानदाराने प्रथम काचेच्या बांगड्या तयार करण्याचा कारखाना सुरू केला व त्याप्रमाणें मराठी दस्तात 'काचेच्या बांगड्या' असाच उल्लेख होता. कांही वर्षांनी भाडेकरूने तें उत्पादन थांबवून, काचेच्या दुसऱ्या वस्तूंचे उत्पादन

सुरू केलें, पण मालकाने त्यास आक्षेप घेतला. प्रकरण कोर्टात गेलें; तेव्हा न्यायाधीशांनी मराठीबरोबरच मूळ इंग्रजी दस्तऐवजहि मागवला. त्यात पाहिलें तर, तेथें glassware हा व्यापकार्थी शब्द होता. पण मराठी भाषांतरात मात्र 'काचेच्या बांगड्यांचा कारखाना' असें अव्याप्त भाषांतर होतं. न्यायाधीशांनी मूळ इंग्रजी दस्ताला प्रामाण्य देऊन, भाडेकरूच्या बाजूने निकाल दिला. हा होता चुकीच्या भाषांतराचा प्रताप. म्हणूनच 'भाषा संचालनालया'त चालणाऱ्या विधिअनुवादांवर नेहमीं एका विधितज्ज्ञ समितीचा अंकुश असतो. ती समिति कायद्यांच्या भाषांतरांची चिकित्सा व परीक्षण करीत असते.

मूल्यांकन क्षेत्रातहि प्रकाशनपूर्व व प्रकाशनोत्तर मूल्यांकन असे दोन विभाग पडतात. मी बहुश: प्रकाशनोत्तर मूल्यांकनाविषयीं चर्चा केली आहे. पण अनुवादित ग्रंथांच्या प्रकाशकांना पूर्वपरीक्षणाची गरज असते.

याच कारणास्तव सर्व प्रकारच्या भाषांतरांचें वेळोवेळीं परीक्षण व मूल्यांकन होणें जरुरीचें असतें. माझ्या माहितीप्रमाणें, 'अंतर्नाद' वा अलिकडेच नव्याने सुरू झालेलें 'मुक्त शब्द' हें नियतकालिक अशा कांही नियतकालिकांमधून अशीं परीक्षणें प्रसिद्ध होत असतात. माणगांवच्या 'अनुवाद सुविधा केंद्रा' तर्फे सर्वस्वीं अनुवाद वा भाषांतर या विषयाला वाहिलेलें 'मायमावशी' हें नियताकलिक चालवलें जातें. वर्षाकाठीं वासंतिक व दिवाळी असे दोन अंक प्रसिद्ध होतात. त्यांतूनहि दर्जेदार परीक्षणलेख प्रसिद्ध होतात. 'केल्याने भाषांतर' या द्वैमासिकातील 'भाषा आणि जीवन' या त्रैमासिकातील भाषांतर परीक्षणेंहि लक्षणीय असतात. ही परंपरा अशीच चालू राहिली पाहिजे आणि तशी ती चालू राहिली तरच भाषांतरांचा दर्जा अधिकाधिक सुधारेल. धन्यवाद!

भाषांतरविद्या आणि कोशवाङ्मय

■ ■ ■

Translation is like a woman. If it is beautiful, it is not faithful. If it is faithful, it is not beautiful. असे जुन्या काळीं एका लेखकाने म्हटल्याचें माझ्या ऐकिवात आहे. आजच्या स्त्रीवादी जमान्यात वरील विधानाचा पूर्वार्ध जरी मान्य होण्यासारखा नसला तरी, उत्तरार्धाशीं मात्र बहुतांशाने सहमत होण्यास मला हरकत दिसत नाही. म्हणून दोन वेगवेगळ्या भाषा सांस्कृतिक दृष्ट्या व भाषाशास्त्रीय दृष्ट्या देखील एकमेकींच्या जितक्या निकट असतील तितक्या प्रमाणात त्या दोहोंमधील परस्पर व्यवहार अधिक सुकर होऊ शकतो. प्रस्तुत चर्चासत्राचा विषय मुख्यत्वेंकरून इंग्रजी, हिंदी व मराठी या तीन भाषांशीं संबंधित असल्याने, प्रामुख्याने त्यांच्याच संदर्भात हें टिपण प्रस्तुत करीत आहे.

भाषांतर चांगल्या दर्जाचे होण्यासाठी, लक्ष्य भाषेवर अनुवादकाचें बऱ्यापैकीं प्रभुत्व असावें लागतें, तर मूळ भाषेच्या बाबतीत त्याचें त्या भाषेवर प्रभुत्व नसलें तरी तिच्याबाबतचें त्याचें आकलन चांगलें असणे आवश्यक असतें. त्याचप्रमाणें, भाषांतरित करावयाचा मजकूर ज्या ज्ञानक्षेत्राशीं संबंधित असेल त्याच्याशीं अनुवादक सुपरिचित असला पाहिजे. तसा तो नसेल तर निदान त्याने मजकुरातील न कळणाऱ्या भागासंबंधींच्या शंका त्या क्षेत्रातील जाणकारांच्या साहाय्याने निरसन करून घेतल्या पाहिजेत.

प्रस्तुत तीन भाषांपैकीं हिंदी व मराठी या भारतीय कुलातील भाषा असल्याने त्यांचें सांस्कृतिक अधिष्ठान बह्वंशीं समान आहे, तर इंग्रजी ही आपल्याला सर्वस्वीं परकीय आहे. हिंदी व मराठी दोहोंचीहि लिपि देवनागरी आहे. तसेंच त्यांच्या प्रमाण बोलींतील कांही शब्दसंपत्ति ही संस्कृतोद्भव असून तीहि बहुश: समानार्थक आहे व त्यांतील वाक्यांच्या व्याकरणिक संरचनेतहि सादृश्य आहे. त्यामुळें हिंदी व मराठी यांमधील आंतरभारती

व्यवहार इंग्रजीच्या तुलनेत सोपा वाटतो. मात्र, इंग्रजी ही सांस्कृतिक दृष्ट्या व भाषिक संरचनेच्या बाबतीतहि या दोहोंपेक्षां सर्वस्वीं भिन्न असल्याने, इंग्रजीतून हिंदीत वा मराठीत अथवा हिंदी - मराठीतून इंग्रजीत होणाऱ्या अनुवादाचा प्रवास हा कित्येकदा अवघड असल्याचें जाणवतें.

हिंदी - मराठीच्या बाबतीतहि संस्कृतोद्भव शब्दसंपदा बहुतांशीं समानार्थक असली तरी, हे विधान सर्वस्वीं खरें नाही. दोहोंना सामाईक असलेले कांही शब्द सकृद्दर्शनीं समान दिसले तरी ते समानार्थक असतातच असें नाही. उदा.

	हिन्दी	**मराठी**
शिक्षा	education	Punishment
तंत्र	blackmagic	technique
तंत्रज्ञान / विद्या	witchcraft	technology

म्हणून भाषांतर करताना अशा शब्दांच्या बाबतींत विशेष खबरदारी घ्यावी लागते.

वैचारिक वा शास्त्रीय पारिभाषिक साहित्याचें भाषांतर करताना प्रमाणबोली वापरावी लागते तेव्हा कांही पारिभाषिक शब्द प्रथमपासून उपलब्ध असतात, तर कांही पारिभाषिक शब्द नव्यानें कृत्रिमपणें घडवावे लागतात व ते बहुश: संस्कृतच्या अंगाने वा आधारें घडवतां येतात. तथापि, ललित साहित्याची भाषा ही कित्येकदा प्रादेशिक बोलींशीं जवळीक करणारी असल्याने, त्या बाबतीत दोन्ही भाषांतील स्थल कालाचें व त्यांतील पात्रांच्या सामाजिक स्तराचें भान ठेवावें लागतें. एखाद्या प्रादेशिक कादंबरीचें भाषांतर करावयाचें झालें तर, मूळ भाषेतील स्थल, काल व व्यक्ती यांना अनुरूप होईल असा समांतर लेखपट लक्ष्य भाषेत शोधावा लागतो.

भाषांतराच्या बाबतीत कोशवाङ्मयाचे महत्त्व वादातील आहे. कोशवाङ्मय हें कोणत्याहि भाषांतराचें प्राथमिक अधिष्ठान होय. भाषांतर हा दोन भाषांमधील व्यवहार असल्याने सकृद्दर्शनीं द्वैभाषिक कोश ही त्याची प्राथमिक गरज असते. हिंदी-मराठीच्या बाबतीत 'महाराष्ट्र राष्ट्रभाषा सभे' ने प्रकाशित केलेले गो. प. नेने व श्रीपाद जोशी विरचित हिंदी - मराठी व मराठी - हिंदी शब्दकोश हे सर्वसाधारणपणें प्रमाण भाषेतील भाषांतरांच्या बाबतीत उपयोगी असे कोश आहेत. परंतु ललित साहित्याच्या बाबतीत अनेकदा मराठी-मराठी वा हिंदी - हिंदी अशा एकभाषिक कोशांचीहि गरज भासते. कारण त्यामध्यें बोलीभाषेतील शब्दहि मिळतात. द्वैभाषिक कोशात एखादा प्रतिशब्द मिळाला व त्यानंतर तोच प्रतिशब्द एकभाषिक कोशात पहिला तर तेथें त्याला इतरहि कांही पर्यायांवाची शब्द मिळूं शकतात व त्यांपैकीं आपणांस समर्पक वाटेल तो प्रतिशब्द आपण निवडूं शकतों किंवा वेगवेगळ्या ठिकाणीं वेगवेगळे प्रतिशब्द वापरून व

भाषांतरातला एकसुरीपणा घालवून आपण त्यात वैविध्य आणूं शकतों. मराठीच्या बाबतीत कै. य. रा. दाते आणि मंडळींचा आठ - खंडी 'महाराष्ट्र शब्दकोश' द. ह. अग्निहोत्री यांचा चार खंडी 'अभिनव मराठी शब्दकोश' प्र. न. जोशी यांचा 'आदर्श मराठी शब्दकोश' हे मराठीतील महत्त्वाचे शब्दकोश म्हणतां येतील. १९७३ सालीं 'महा. राज्य लोकसाहित्य समिति' च्या वतीने महा. सरकारच्या शिक्षण विभागाने प्रकाशित केलेला डॉ. सरोजिनी बाबर यांचा मराठी - मराठी - इंग्रजी 'लोकसाहित्य शब्दकोश' हा तर एक विलक्षण शब्दकोश म्हणावा लागेल. 'साहित्य - संस्कृति मंडळा' तर्फे चालू असलेलें मराठी - मराठी शब्दकोशाचें काम गेलीं कित्येक वर्षें या ना त्या कारणाने रखडलें होतें. गतवर्षींच डॉ. रामदास डांगे यांच्या संपादकत्वाखालीं त्याचें पुनरुज्जीवन झालें आहे. तसेंच नालंदा शब्दकोश, रामशंकर शुक्ल ऊर्फ 'रसाल' यांचा 'भाषा शब्दकोश', कालिकाप्रसाद - कृत 'बृहत् हिंदी शब्दकोश' व डॉ. हरदेव बाहरी यांचा हिंदी - हिंदी शब्दकोश हे हिंदीमधील ठळक शब्दकोश म्हणतां येतील.

इंग्रजी - हिंदीच्या बाबतीत, फादर कामिल बुल्के यांनी रचलेल्या इंग्रजी - हिंदी शब्दकोशाचें महत्त्व आजहि वादातील आहे. याउलट, हिंदीतून इंग्रजीकडे प्रवास करताना, डॉ. हरदेव बाहरी यांचेंच नांव प्रामुख्याने घ्यावें लागतें. पण अलिकडे ऑक्सफर्ड व मीनाक्षी या प्रकाशन - संस्थांनीहि या क्षेत्रात पदार्पण केलें आहे. इंग्रजी - मराठी अनुवादाच्या बाबतीत, मागील शतकात कै.नी. बा. रानडे यांची Twentieth Century English-Marathi Dictionary आज एकविसाव्या शतकातहि तितकीच उपयुक्त आहे, तर मोल्सवर्थ आणि शास्त्रीमंडळी यांनी तयार केलेला मराठी - इंग्रजी शब्दकोश तर कोशवाङ्मयाचा एक मानदंडच आहे.

आताच्या चर्चासत्राचा विषय इंग्रजी - हिंदी - मराठी या तीन भाषांपुरता मर्यादित असला तरी, या तिहींतील भाषांतरांसाठी इतरहि कांही भाषांचे कोश उपयोगी पडतात असा माझा अनुभव आहे. हिंदी भाषेत उर्दूमधून आलेली शब्दसंपदा लक्षणीय प्रमाणात आहे. नुक्ता चिह्नामुळें अशा उर्दूमूलक शब्दांचें वेगळेंपण लक्षात येतें. अशा शब्दांचा अन्वयार्थ लावताना, उत्तर प्रदेश हिंदी संस्थानने प्रकाशित केलेला, मुहम्मद मुस्तफा खाँ 'मद्दाह' यांचा उर्दू - हिन्दी शब्दकोश कामीं येतो, तर मराठीच्या बाबतीत कै. श्रीपाद जोशी यांचा साहित्य संस्कृति मंडळाने प्रकाशित केलेला उर्दू - मराठी शब्दकोश देखील अत्यंत उपयुक्त आहे. मराठी - हिंदी या दोन्हींच्या संबंधांत संस्कृत भाषेचेंहि महत्त्व असाधारण आहे. कारण त्या दोन्ही भाषांतील कांही संकल्पना समजून घेण्यासाठीं कधीं कधीं आपणांस संस्कृत कोशांचें साहाय्य घ्यावें लागतें. या क्षेत्रात कै. वा. शि. आपटे यांनी संस्कृत-इंग्रजी व इंग्रजी-संस्कृत शब्दकोश आणि कै. जनार्दन विनायक ओक

यांनी संस्कृत-मराठी असा 'गीर्वाणलघुकोश' सिद्ध करून खरोखरी अजोड कामगिरी केली आहे.

विसाव्या शतकापर्यंत पारंपरिक विषयांना व ललित साहित्याच्या भाषांतराला महत्त्व होतें. पण एकविसावें शतक हें ज्ञानविज्ञानाचें युग म्हणतां येईल आणि इंग्रजी ही जवळजवळ आपली ज्ञानभाषा झाली आहे. त्यामुळें वैज्ञानिक क्षेत्रातील नवें ज्ञान देशी भाषांमध्यें आणायचें झालें तर, आपणांस भाषांतराची कास धरावी लागेल. सध्या तरी इंग्रजीकडून हिंदीकडे वा मराठीकडे अशी भाषांतर-प्रक्रियेची एकतर्फी दिशा आहे. तो प्रवास उलट दिशेने होत नाही. कारण आधुनिक ज्ञान आपल्याकडे इंग्रजीच्याच माध्यामातून येतें. या कार्यासाठीं इंग्रजी - हिंदी वा इंग्रजी - मराठी अशा पारिभाषिक कोशांची आवश्यकता भासते. भारत सरकारच्या गृह-मंत्रालयातील राजभाषा विभागाने वा केंद्रीय हिंदी निदेशालयाने इंग्रजी - हिंदी असे विविध पारिभाषिक कोश तयार केलेले आहेत, तर महाराष्ट्र सरकारच्या भाषा संचालनालय या विभागाने विद्वज्जनांच्या परिभाषा समित्या स्थापन करून अनेक इंग्रजी - मराठी पारिभाषिक कोश सिद्ध केलेले आहेत. भाषा संचालनालय या खात्यामार्फत प्रत्येक राज्य कायद्याचें व कित्येक महत्त्वाच्या केंद्रीय अधिनियमांच्या मराठी भाषांतराचें काम चालतें. त्याच्या अनुषंगाने या विभागाने १९८० सालच्या आसपास 'न्यायव्यवहार कोश' हि तयार केला होता. पण प्रत्यक्षात १९९८ सालीं त्याची पहिली आवृत्ति प्रकाशित झाली व दुसरी आवृत्ति प्रकाशित होण्याच्या मार्गावर आहे.

खाजगी पातळीवरहि अधूनमधून असे कोशलेखनाचे प्रयत्न झालेले दिसतात. मारुति चित्तमपल्ली यांचा 'पक्षिकोश' हें अलिकडचें ठळक उदाहरण म्हणून सांगतां येईल. एरव्हीं, निसर्गविषयावरचीं अनेक पुस्तकें साहित्यव्यवहारात येत आहेत. पण कोशसंपदा मात्र तेवढ्या प्रमाणात उपलब्ध होत नाही. याचें मुख्य कारण म्हणजे त्यासाठीं लागणारी वर्षानुवर्षें बैठक मारून काम करण्याची चिकाटी आणि त्याला आवश्यक तें आर्थिक पाठबळ यांची वानवा. अलिकडच्या काळातील दुसरा एक लक्षणीय कोश म्हणजे मालतीबाई इनामदार यांनी रचलेला 'जीवसृष्टि शब्दकोश' होय. २००० सालीं मालतीबाईंनी तो पूर्णत: कष्टाने व खर्चाने प्रकाशित केला. पूर्वायुष्यात हिंदी शिक्षिका असलेल्या या बाईंनी 'जीवशास्त्र' ह्या एकदम वेगळ्या प्रांतात प्रवेश करून, तज्ज्ञांच्या साहाय्याने त्या क्षेत्रातील पारिभाषिक संज्ञांची व शास्त्रीय नांवांची ओळख करून घेतली आणि वानससृष्टि व प्राणीसृष्टि यांमधील नांवांचा कोश तयार केला. त्यामध्यें वनस्पतींचीं व प्राण्यांचीं इंग्रजी शास्त्रीय व सामान्य व्यावहारिक नांवें आणि हिंदी, मराठी व संस्कृत नांवेहि दिलीं आहेत. जोडीला उत्कृष्ट छायाचित्रेंहि दिलीं आहेत. परंतु सगळा एकहाती कारभार व त्यांत उतारवय - त्यामुळें त्यांना कोशाची पुरेशी प्रसिद्धि करतां आली नाही व

वितरकांवर अवलंबून राहावें लागलें. त्यांना स्वतंत्र प्रकाशक मिळाला असता तर त्यांना ही दगदग करावी लागली नसती. बृहत् कोशांना व्यावसायिक प्रकाशक मिळणें ही एक दुरापास्त गोष्ट आहे.

आत्मप्रौढीचा दोष पत्करूनहि मी माझ्या 'शब्दानंद' ह्या त्रैभाषिक व विषयवार शब्दकोशाचा उल्लेख करतें. फार जुन्या काळचा म्हणजे १९३० सालचा इंदूर येथील श्री. अनंत सीताराम काळेले यांचा 'दि रॉयल डिक्शनरी' अर्थात् 'राजकोश', १९५१ सालीं प्रसिद्ध झालेला नागपूरच्या स. ना. कुलकर्णींचा चौभाषी 'व्यवहारकोश', १९६८ सालचा वि. दि. नरवणे यांचा १६ भारतीय भाषांचा 'भारतीय व्यवहार कोश' आणि अगदीं अलिकडचा श्री. गणेश ओतुरकर ह्यांचा 'चौभाषी व्यावहारिक शब्दकोश' हे सर्व विषयवार शब्दकोश (Classified Dictionary) क्षेत्रातले माझे पूर्वसूरी. वरील कोश कालमानानुसार सध्या अपुरे पडत असले तरी, त्यांनी केलेली कामगिरी निश्चितच संस्मरणीय आहे आणि त्यांच्या पदचिह्नांचा मागोवा घेतच मी माझ्या कोशाची वाटचाल केली असल्याने मी त्या सर्वांविषयीं कृतज्ञ आहें.

माझ्या शब्दकोशात मी सत्तर विषय व त्यांचे उपविषय निवडले असून त्या प्रत्येक विभागात बहुश: सामान्य संज्ञा व कांही प्रमाणात पारिभाषिक संज्ञा अंतर्भूत केल्या आहेत. सदर कोशाचे दोन भाग केलेले असून, पहिल्या भागातील प्रत्येक विषयात प्रथम इंग्रजी संज्ञा व त्यापुढें हिंदी व मराठी प्रतिशब्द दिलेले आहेत. सर्वसाधारणपणें एका ओळींत मावतील तेवढे जास्तीत जास्त प्रतिशब्द देण्याचा माझा प्रयत्न आहे. जर कोणाला एखाद्या विशिष्ट विषयावर इंग्रजीच्या अनुषंगाने हिंदीत वा मराठीत लिखाण वा भाषांतर करावयाचें असेल तर त्याला पहिल्या भागाचा उपयोग होऊं शकेल. मात्र ह्या प्रत्येक विषयविभागात त्या त्या विषयातील आवश्यक तेवढीच प्राथमिक शब्दावली दिली आहे व त्या त्या विषयातील तज्ज्ञांनी त्या शब्दावलीच्या आधारें आपापल्या विषयातील प्रगत शब्दावली सिद्ध करावी अशी अपेक्षा आहे. दुसऱ्या भागात पहिल्या भागातील सर्व इंग्रजी संज्ञांची संकलित सूची, तसेंच सर्व हिंदी व मराठी प्रतिशब्दांच्या अकारविल्हे सूच्या (पृष्ठांकासहित) दिलेल्या आहेत. त्यामुळें इंग्रजी, हिंदी व मराठी या तीनहि भाषांतील उलट-सुलट भाषांतर - व्यवहार सुकर होऊं शकतो. गतवर्षी म्हणजे मार्च २००७ सालीं श्री. दत्तात्रेय पाष्टे यांच्या 'डायमंड पब्लिकेशन्स्' च्या सौजन्याने माझा शब्दकोश प्रसिद्ध झाला. प्रकाशकांची गुणग्राहकता, सौजन्य आणि धाडस यांशिवाय माझे कष्ट फळाला आले नसते. जुना मोल्सवर्थूचा शब्दकोश यथामूल प्रसिद्ध करणारे 'शुभदा सारस्वत' चे श्री. शरद गोगटे आणि 'महाराष्ट्र शब्दकोश' चें पुनर्मुद्रण करणारे 'वरदा बुक्स्' चे श्री. ह. अ. भावे ह्या प्रकाशकांनीहि मराठी साहित्यावर अनंत उपकार करून ठेवले आहेत.

मात्र निव्वळ उभय भाषांमधील विपुल शब्दसंपदा हाताशीं असली तरी तेवढ्याने

कार्यभाग होत नाही. त्या व्यतिरिक्त अनुवादकाला दोन्ही भाषांच्या व्याकरणिक संरचनेतील भेदांची जाण असणें आवश्यक असतें. मूळ वाक्याचा भावार्थ नेमकेपणाने लक्ष्य भाषेत उतरवणें हें कसबाचें काम आहे. ललित कृतींच्या भाषांतरात अनुवादकाच्या प्रतिभेला बराचसा मुक्त वाव असतो व उत्तम भाषांतर हा त्याच्या प्रतिभेचा आविष्कारच असतो. विशेषत: एखाद्या भाषेतील म्हणी व वाक्प्रचार दुसऱ्या भाषेत शब्दश: भाषांतरित करतां येत नाहीत. त्यासाठीं लक्ष्य भाषेत समांतर म्हणी व वाक्प्रचार शोधावे लागतात. कै. वि. दि. नरवणे यांनी 'भारतीय कहावत संग्रह' सिद्ध करून अनुवादकांचें बरेंचसें काम सोपें करून ठेवलें आहे.

याउलट, शास्त्रीय साहित्याच्या - विशेषत: कायद्याच्या अनुवादाच्या बाबतीत, प्रतिभेच्या स्वैर संचाराला आळा घालून, कांटेकोरपणाचें बंधन पाळावें लागतें. कायद्याच्या बाबतीत दोन प्रकारचीं भाषांतरें अभिप्रेत असतात. सामान्य जनतेच्या माहितीसाठीं वृत्तपत्रांतून जेव्हा एखादा कायदा अनुवादित करावयाचा असतो तेव्हा, अनुवादकाला वाक्यरचनेचें बरेंचसें स्वातंत्र्य असतें. हा अनुवाद शब्दनिष्ठ नसला तरी अर्थनिष्ठ असावा लागतो. मात्र जेव्हा शासकीय कामाचा भाग म्हणून सरकारी अनुवादकांना एखाद्या इंग्रजी कायद्याचा अधिकृत मराठी वा हिंदी अनुवाद करावयाचा असतो तेव्हा त्यांना प्रथम अर्थनिष्ठता आणि नंतर शब्दनिष्ठता व भाषेचा डौल या क्रमाने उत्तम अनुवादाच्या कसोट्या पार कराव्या लागतात. निकषांचा हा प्राधान्यक्रम असला तरी, प्रत्यक्ष अनुवादकार्यात त्यांना एकाच वेळीं या तीनहि निकषांची पूर्तता करावी लागते. वाक्यरचनेच्या बाबतीत, आगामी काळात सदर कायद्यात दुरुस्ती झाली तर ती अनुवादातहि सहजगत्या बसवतां आली पाहिजे याचें अवधान सांभाळावें लागतें, तर कायदेशीर संज्ञांच्या भाषांतराच्या बाबतीत, अव्याप्ति व अतिव्याप्ति हे दोन्ही दोष टाळावे लागतात. त्यासाठीं 'न्यायव्यवहार कोशा' सारख्या शब्दकोशांचा व संज्ञाकोशांचाहि उपयोग होतो. अलिकडे वेगवेगळ्या शास्त्रांतील संज्ञाकोश व माहिती कोशहि वेगाने प्रसिद्ध होत आहेत हें सुचिह्न आहे. या क्षेत्रात पं. महादेवशास्त्री जोशींचा 'भारतीय संस्कृति कोश', महाराष्ट्र सरकारच्या 'विश्वकोश मंडळा' चा 'मराठी विश्वकोश' तसेंच अशोक जोशींचा 'कृषिकोश', 'भटकळ फाउंडेशन' चा व 'साहित्य - संस्कृती-मंडळा' चा 'वाङ्मय कोश' यांचाहि प्रसंगविशेषीं अनुवादकार्यात उपयोग होऊं शकतो. 'सामाजिक ज्ञानकोशा'सारखे ग्रंथ प्रसिद्ध करणाऱ्या 'डायमंड पब्लिकेशन्स्' नेहि या क्षेत्रात बरीच आघाडी मारली आहे.

एखाद्या संकल्पनेसाठीं उपलब्ध शब्दार्थकोशांत जर प्रतिशब्द मिळाला नाही अथवा मिळालेला प्रतिशब्द आपणांस समर्पक वाटला नाही तर, इंग्रजी शब्दकोश वा ज्ञानकोश अगर उपर्युक्त संज्ञा - माहितीकोश यांच्या आधारें ती संकल्पना पूर्णपणें समजून घेतल्यानंतर सुयोग्य प्रतिशब्द घडवणें हें काम कल्पक अनुवादकाकडून अपेक्षित असतें. त्यासाठीं

संज्ञा - संकल्पना कोशांची गरज भासते. ह्या अर्थानें भाषांतर विद्या हें शास्त्रहि आहे आणि कलाहि आहे.

सारांश, कोशवाङ्मय हा अनुवादकार्याचा पाया आहे. तो पाया जितका भरभक्कम व समृद्ध असेल तितक्या प्रमाणात अनुवादकार्याचा इमला व डोलारा दिमाखात उभा राहूं शकेल. म्हणून अनुवादकांनी कोशवाङ्मयाचा जास्तीत जास्त लाभ करून घ्यावा असें माझें त्यांना आवाहन आहे. कारण भाषांतर चुकीचें झालें तर तो दोन भाषक समाजांमधील अडसर ठरेल, पण तें बिनचूक व सुयोग्य झालें तर तो त्या दोघांना जोडणारा पूल ठरूं शकेल.

कायद्याचा अनुवाद : गरज, अडचणी व मूल्यमापन

■ ■ ■

गरज

महाराष्ट्र राज्याच्या विधिमंडळाने १९६५ साली 'महाराष्ट्र राजभाषा अधिनियम, १९६४' हा कायदा संमत करून, त्याच्या कलम ५ अन्वये, 'नेमलेल्या दिवसांपासून राज्य सरकारचे सर्व कायदे मराठीतून करण्यात येतील', असे जाहीर केले. परंतु हा 'नेमलेला दिवस' कोणता असणार, त्याविषयी एक टीप देण्यात आली व राज्य शासन एक अधिसूचना काढून ती तारीख जाहीर करील, असे तीत म्हटले. हे कलम लगेच अमलात न आणण्यामागील हेतू स्तुत्य होता. मूळ कायदा मराठी भाषेतून करता येण्याइतपत मराठीची पूर्वतयारी करण्यास पुरेसा अवधी मिळावा, असा इरादा होता. परंतु गेली ३० वर्षे नाना सबबी सांगून महाराष्ट्र शासनाच्या विधी व न्याय विभागाने हे कलम अमलात येऊ दिले नाही. तथापि, उशिरा का होईना, अलिकडेच मराठीच्या नशिबी तो भाग्ययोग आला. विद्यमान सरकारने अलिकडेच एक अधिसूचना काढून ता. १५ ऑगस्ट, १९९५ पासून हे कलम अमलात येईल, असे जाहीर केले आहे. महाराष्ट्र सरकार त्याबद्दल अभिनंदनास पात्र आहे. याचा अर्थ असा की, यापुढे महाराष्ट्र विधिमंडळाने केलेल्या कायद्यांची मूळ भाषा मराठी राहणार आणि इंग्रजी व हिंदी या अनुवाद-भाषा होणार आहेत. म्हणजेच यापुढे राज्य कायद्यांपुरती तरी कायद्यांचा मराठीत अनुवाद करण्याची (तत्त्वत:) गरज पडणार नाही.

तथापि, भारतासारख्या बहुभाषिक देशात कोणती तरी एक भाषा ही कायद्याची मूळ भाषा राहते व इतर भाषांना अनुवाद-भाषांचा दर्जा मिळतो व अशा देशात अनुवादांची गरज कायम असते. केंद्रीय कायद्यांच्या संबंधात सांगायचे, तर मराठीची मूळ भाषा कधीच होणार नाही व त्यांच्यापुरती तरी ती अनुवाद-भाषा राहणार आहे. त्यामुळे केंद्रीय

कायद्यांचे मराठीतून अनुवाद करावे लागणार आहेत. म्हणूनच हे अनुवाद जास्तीत जास्त सुभग व अर्थदृष्ट्याही काटेकोर कसे होतील, याचा विचार करणे अपरिहार्य ठरते.

त्यामधील अडचणी

कायद्याच्या मूळ मसुद्याला इंग्रजीत authoritative text म्हणजे 'प्रमाण पाठ' असे म्हणतात, तर त्याच्या सरकारमान्य अनुवादाला authorised translation म्हणजे 'प्राधिकृत अनुवाद' असे म्हणतात. याचा अर्थ असा की, अनुवाद-भाषेतील मसुद्यामधील एखाद्या शब्दयोजनेच्या अन्वयार्थाबाबत वाद वा शंका उपस्थित झाल्यास, कायद्याचा मूळ भाषेतील पाठ्य प्रमाण समजावा. कायद्याचा मूळ मसुदा तयार करणे व त्याचा अनुवाद करणे या दोहोंमध्ये एक स्पष्ट सीमारेषा आहे. पहिल्या बाबतीत कायद्याचा मसुदाकार स्वत:च्या मनातला अभिप्राय उत्तम रीतीने व्यक्त करू शकतो. दुसऱ्या बाबतीत, मसुदाकार व अनुवादक या दोन व्यक्ती बहुधा वेगवेगळ्या असतात. त्यामुळे अनुवाद करणाऱ्यावर तीन जबाबदाऱ्या येतात -

१) मूळ मसुदाकाराचा नेमका अभिप्राय काय, याचे यथार्थ आकलन करणे;

२) तो अभिप्राय अनुवाद-भाषेत काटेकोरपणे मांडणे; व

३) त्याच वेळी अनुवाद-भाषेचा डौल सांभाळणे.

मूळ अभिप्रेत अर्थाशी तंतोतंत प्रामाणिक राहण्यासाठी शब्दनिष्ठ अनुवाद केल्यास, कित्येकदा अनुवाद-भाषेचा डौल बिघडतो. अनुवाद भाषेचा डौल सांभाळण्याच्या नादात कधी कधी अर्थाच्या काटेकोरपणाला ढळ पोचतो व अनुवादात कधी अव्याप्तीचा, तर कधी अतिव्याप्तीचा दोष उद्‌भवतो. म्हणून कायद्याचा अनुवाद करताना, अनुवादकाला मूळ कायद्याचा काटेकोरपणा व अनुवाद-भाषेचा डौल या दोन्ही डगरींवर आपले पाय घट्ट रोवावे लागतात.

अनुवादकाची जबाबदारी येथेच संपत नाही. कायद्यात वारंवार दुरुस्त्या होत असतात. सद्य:स्थितीत प्रथम इंग्रजीतील कायदा दुरुस्त होतो व मग अनुवादात दुरुस्ती होते. मूळ अनुवाद जर पुष्कळ भाषा-स्वातंत्र्य घेऊन केलेला असेल, तर अनुवादात दुरुस्त्या करणाऱ्याची जबाबदारी वाढते, त्याला बरीच अवधाने सांभाळावी लागतात. घाईगर्दीत एखाद्या ठिकाणी दुरुस्ती करण्याचे राहून जाते. परिणामी, अनुवाद कितीही सुभग असला, तरी त्यात अर्थाची हानी झाल्यास तो अनुवाद व्यर्थ ठरतो. म्हणूनच कायद्याचा अनुवाद हा मूळ कायद्याइतकाच प्रमाण ठरवणे धोक्याचे असते.

सारांश, कायद्याचे भाषांतर करताना, शक्य तो चुकांना वाव राहू नये, यासाठी प्रथमत: अर्थनिष्ठता, नंतर शब्दनिष्ठता व मागाहून भाषासौंदर्य हा तत्त्वक्रम पाळून भाषांतर करणे अपरिहार्य ठरते. पण प्रत्यक्ष अनुवाद करताना अनुवादकाला या तिनही गोष्टींचे

अवधान एकदमच सांभाळावे लागते.

संविधानातील अनुच्छेद ३४८ (२) (बी) अनुसार केंद्रीय कायद्यांचा इंग्रजी मसुदा हाच प्रमाण असला, तरी 'राजभाषा अधिनियम १९६३' द्वारे त्यांचा हिंदी अनुवादही प्रमाणपाठ ठरवण्यात आला आहे.

त्यानंतर संसदेने 'Authorised Translations (Central Laws) Act, 1973' संमत केला. त्यानुसार सर्व राज्यांच्या अधिकृत राजभाषांमधील केंद्रीय अधिनियमांचे अनुवाद हे अधिकृत अनुवाद म्हणून जाहीर करण्यात आले. परंतु अलिकडेच त्याचा शीर्षकात दुरुस्ती करण्यात येऊन 'Authorised Translation' या शब्दप्रयोगाऐवजी "Authoritative Text' अशी शब्दयोजना करण्यात आली. त्यामुळे प्रादेशिक भाषांमधील अधिकृत अनुवादांनाही मूळ कायद्याइतकाच प्रमाण दर्जा मिळाला आहे. परंतु अनुवादांना केवळ कायद्याने असा दर्जा मिळाल्याने कार्यभाग होणार नाही. हे अनुवाद त्या त्या राज्यांमध्ये ज्या यंत्रणांमार्फत होतात, त्यांमध्ये सर्वथैव पात्रतेचे अनुवादक आहेत काय, याची खातरजमा करावी लागेल. आजही केंद्र सरकारच्या विधी व न्याय मंत्रालयात कायद्यांचा मसुदा प्रथम इंग्रजीतून केला जातो व नंतर तो हिंदीत भाषांतरित केला जातो. परंतु विधीन्याय मंत्रालयाच्या हिंदी विभागातील अनुवादकांकडून इंग्रजी प्रारूपकारांइतकीच शैक्षणिक अर्हता अपेक्षिली आहे व त्यांना वेतनमान, इ. बाबतींत समान दर्जा दिलेला आहे. तसेच, त्यांना 'अनुवादक' या पदनामाऐवजी 'प्रारूपकार' असेच संबोधिले जाते. एवढी आदर्श परिस्थिती असतानाही प्रत्यक्षात हिंदी अनुवादांचा एकंदर दर्जा समाधानकारक आहे की नाही, याबद्दल मला स्वत:ला शंका आहे. पण आताच्या चर्चेचा तो प्रस्तुत विषय नव्हे.

महाराष्ट्र राज्यामध्ये याउलट काय परिस्थिती आहे. त्याचा आढावा घेणे उद्‌बोधक ठरेल. १९७० सालानंतर महाराष्ट्र राज्यात केंद्रीय योजनेनुसार आधुनिक स्वरूपात केंद्रीय अधिनियमांचा अनुवाद करण्याचे काम एका तज्ज्ञ विधी समितीच्या मार्गदर्शनाखाली भाषा संचालनालयात सुरू झाले. अर्थात् हजारो केंद्रीय अधिनियम आतापर्यंत संमत झाले आहेत. पण त्या सर्वांचे क्रमश: भाषांतर करणे आता केवळ अशक्य आहे व तसे करणे व्यवहार्यही नाही. म्हणून केंद्र सरकारने महत्त्वाच्या केंद्रीय अधिनियमांच्या अग्रक्रम सूच्या तयार करून पाठवल्या. त्या नुसार सुमारे १० वर्षे काम चालले. संविधानासकट जवळ जवळ सर्व महत्त्वाच्या केंद्रीय अधिनियमांची भाषांतरे पूर्ण होऊन प्रसिद्धही झाली आहेत. परंतु १९८० सालानंतर विधी समिती विसर्जित करण्यात आली. तोवर भाषा संचालनालयातील कर्मचारी वर्गाची काय परिस्थिती होती? महाराष्ट्र सरकारच्या विधी न्याय विभागातील प्रारूपकारांच्या शैक्षणिक पात्रतेचा अनुवादवर्ग भाषा संचालनालयात नव्हता. त्यांना त्यांच्याप्रमाणे दर्जाही नाही व वेतनमानही नाही. सुरुवातीला

दहा वर्षे तज्ज्ञ विधी समितीचे मार्गदर्शन लाभल्यामुळे अनुवादाला एकंदरीत गुणवत्ता होती. पण १९८० सालापासून कोणाही तज्ज्ञांच्या मार्गदर्शनाअभावी पुढील काम चालले आहे. त्यामुळे त्यांनी केलेल्या केंद्रीय कायद्यांचा अनुवाद हा कायद्यातील तरतुदीननुसार प्रमाण दर्जाचा ठरवण्यात आला असला, तरी प्रत्यक्षात तो तसा आहे काय, ही वस्तुस्थिती तपासून पाहावी लागेल.

केंद्र सरकारने या विधी-न्याय मंत्रालयासारखी आदर्श परिस्थिती महाराष्ट्र राज्यात निर्माण केली, तरी तेवढ्या पात्रतेचे सुयोग्य अनुवादक मिळणे ही एक कष्टसाध्य बाव आहे. कोणत्याही प्रकारचा अनुवाद करणाऱ्याच्या अंगी किमान दोन अर्हता असणे आवश्यक असते. एक म्हणजे ज्या भाषेतून अनुवाद करावयाचा, त्या भाषेवर त्याचे प्रभुत्व नसले, तरी तिचे आकलन चांगले असावयास हवे आणि त्याचबरोबर तो आशय अनुवाद-भाषेत सुभग लेखनशैलीत मांडण्याची कुवतही त्याच्या अंगी असावयास हवी. कायद्यांच्या अनुवादांच्या बाबतीत, या किमान अर्हतांच्या जोडीला अनुवादकाकडे कायद्याची पदवी असली, तर अर्थात् 'सोनेमें सुगंध' म्हणतात, त्याप्रमाणे अनुवाद अधिक सरस होऊ शकेल. याउलट, असे सांगता येईल की, जो जो कायद्याचा पदवीधर असेल, त्या प्रत्येकाला अनुवादाचे काम सहज जमेल, असे नव्हे, कारण अनुवाद हे शास्त्रही आहे व कलाही आहे. भाषा संचालनालयात असे काही अनुवादक आहेत की, जे कायद्याचे पदवीधर नसूनही अनुवाद-कौशल्याच्या जोरावर व सरावाने उत्तम अनुवाद करू शकतात. परंतु आदर्श विधी अनुवादक घडवण्यासाठी अनुवादक म्हणून किमान गुणवत्ता, कायद्याची पदवी व थोडेसे प्रशिक्षण आणि अखेरीस सराव या सर्व गोष्टी आवश्यक आहेत. मात्र जोवर अनुवाद-कार्य हे दुय्यम दर्जाचे काम समजले जात आहे तोवर या परिस्थितीत बदल होण्याची शक्यता नाही.

उपलब्ध अनुवादांचे मूल्यमापन

या ठिकाणी स्वातंत्र्योत्तर काळात सरकारी यंत्रणेमार्फत झालेल्या अनुवादांचाच विचार प्रस्तुत ठरतो. स्वातंत्र्यपूर्व काळापासून ते महाराष्ट्र राज्याच्या स्थापनेपर्यंत महाराष्ट्र सरकारच्या विधी व न्याय विभागात एक अनुवाद-कक्ष होता व त्याच्यामार्फत केंद्रीय व राज्यकायद्यांचे अनुवाद होत असत. तथापि, तेव्हा या अनुवादांना एक तर मूळ कायद्याइतका दर्जा नव्हता व तितका काटेकोरपणा अपेक्षितही नव्हता. सर्वसाधारणपणे जनतेच्या माहितीसाठी सोप्या भाषेत हे अनुवाद प्रसिद्ध व्हावेत, असा प्रयत्न केला जात असे. या कामावर कोणा तज्ज्ञ समितीची देखरेखही नव्हती. कर्मचारी यंत्रणेकडूनच हे अनुवाद केले जात.

परंतु १९६० साली हा अनुवाद-कक्ष नव्याने स्थापन झालेल्या 'भाषा संचालनालय' या कार्यालयाकडे हस्तांतरित झाला. राजभाषा म्हणून मराठीचा विकास घडवून आणण्याचे महत्त्वाचे कार्य या विभागाकडे सोपवण्यात आले होते. कायद्यांचा अनुवाद हे त्यांपैकी एक महत्त्वाचे अंग होते. परंतु केंद्रीय कायद्यांचे अनुवाद व राज्य कायद्यांचे अनुवाद यांसाठी वेगवेगळ्या यंत्रणा निर्माण करण्यात आल्या; ही दोन्ही कार्ये समांतर पद्धतीने चालत राहिली व त्या दोहोंत एकसूत्रता राहिली नाही, किंबहुना काही व्यावहारिक अडचणींमुळे ते शक्यही झाले नाही.

केंद्रीय अधिनियमांपुरते सांगायचे, तर त्या कामासाठी भाषा संचालनालयात एक कक्ष उघडण्यात आला व एका तज्ज्ञ विधिसमितीच्या मार्गदर्शनाखाली हे काम सुरू झाले. आधी उल्लेख केल्याप्रमाणे, केंद्र सरकारने पाठवलेल्या अग्रक्रम सूच्यांनुसार महत्त्वाचे अनुवाद हाती घेण्यात आले. आतापर्यंत १५० हून अधिक अनुवाद झाले आहेत व त्यांमध्ये भारतीय संविधान, भारतीय दंड संहिता, फौजदारी प्रक्रिया संहिता, दिवाणी प्रक्रिया संहिता, भारतीय साक्षीपुरावा अधिनियम, अशांसारख्या सर्व मूलभूत कायद्यांचा अनुवाद झाला आहे. हे अनुवाद तज्ज्ञांच्या मार्गदर्शनाखाली झाले असल्याने, अर्थदृष्ट्या बहुतांशी निर्दोष आहेत. एक तर हे अनुवाद पूर्ण करण्यासाठी ठराविक कालमर्यादा नव्हती, त्यामुळे समितीच्या सदस्यांना त्यांच्यावर सखोल चर्चा करण्यास सवड मिळाली. सुरुवातीच्या काळात नव्याने ही भाषा घडवायची आहे. या सदूहेतूने प्रेरित होऊन कै. ना. स. श्रीखंडे यांच्या अध्यक्षतेखालील समितीने या अनुवादांचा सर्वांगीण विचार केला. समितीतील सर्व सदस्य हे आपल्या कायदा क्षेत्रात निष्णात तर होतेच. पण बहुतेक सदस्य नुसते व्यावसायिक कायदेपंडित नव्हते; तर संस्कृत-मराठी भाषेचे विद्वानही होते. त्यामुळे या कामाला शास्त्रशुद्ध स्वरूप प्राप्त झाले.

तथापि, या अनुवादांच्या भाषेवर केंद्रीय हिंदी भाषेची नसती दडपणे आली. भारतीय संविधानाच्या अनुच्छेद ३४४ (१) अनुसार १९५५ साली दिलेला अहवाल संसदीय समितीने १९५९ साली संमत केला. त्यामध्ये आयोगाने केलेल्या परिभाषानिर्मितीविषयक शिफारशी संसदीय समितीने स्वीकारल्या. या बहुतेक शिफारशी निव्वळ आदर्शभूत अशाच होत्या. त्यांत आक्षेपार्ह असे काहीही नव्हते. तरीही प्रत्यक्षात अमलात आलेले केंद्र सरकारचे धोरण टीकाविषय का झाले, हा विचार करण्यासारखा प्रश्न आहे. याचे साधेसोपे उत्तर असे की, केंद्र सरकारच्या समित्यांनी वा भाषा अधिकाऱ्यांनी उपर्युक्त शिफारशींचा अर्थ नीट ध्यानात न घेता, तर कधी त्यांतील नेमका भाग दुर्लक्षित करून, तर कधी त्यांतल्या भलत्याच अंगावर अतिरेकी भर देऊन दांडगाईने हे धोरण अमलात आणण्याचा प्रयत्न केला. या प्रयत्नात त्यांनी हिंदी भाषेचे तर नुकसान केलेच, पण इतर प्रादेशिक भाषांवरही विशेषत: मराठी भाषेवर भाषिक अत्याचार केले.

(दोन उदाहरणे matrimoniallaw विवाह विधी wedding rites, Property tax = संपत्तिकर = wealth tax)

(विस्तारभयास्तव उदाहरणे देण्याचे टाळले आहे.)

केंद्रीय योजनेनुसार, भाषा संचालनालयात केलेल्या केंद्रीय कायदे-अनुवादांचा अनुवाद-खर्च व छपाई-खर्च केंद्र सरकार देते. म्हणून भाषा संचालनालयाने तयार केलेल्या अनुवादांना केंद्रीय विधी-न्याय मंत्रालयातील 'राजभाषा खंड' या कार्यालयाची मान्यता घ्यावी लागते. भाषा संचालनालयातील अधिकाऱ्यांना दिल्लीला चर्चेसाठी जावे लागते, तेव्हा तेथील अधिकाऱ्यांना मराठी भाषेचे ज्ञान नसल्याने तेथे फक्त शब्दसूच्यांवर चर्चा होते व त्या ओघात हिंदी भाषेने मान्य केलेले बोजड शब्द मराठीने स्वीकारावेत, असा त्यांचा नुसताच आग्रह नव्हे, तर कधी कधी त्यांचे अक्षरशः दडपण येते. म्हणतात ना, 'अर्थस्य पुरुषो दासः', वास्तसिक, केवळ केंद्र सरकारने खर्च दिला, म्हणून मराठी भाषेनेही दडपणे मानावीत, असा कुठेही नियम नाही. पण प्रत्यक्षात या दडपणांना मान तुकवली गेली, ही वस्तुस्थिती आहे. मराठी अनुवादातील सर्व कठीण शब्दांची गंगोत्री दिल्लीत आहे. अलीकडे ही परिस्थिती काहीशी बदललेली असली, तरी झालेली हानी भरून निघणार नाही. उलट, पूर्वीचे अनुवाद व अलिकडचे अनुवाद यांत परिभाषेच्या दृष्टीनेही तफावत निर्माण होईल. पूर्वीचे छापलेले अनुवाद पुन्हा बदलणे ही फार कठीण गोष्ट आहे. अलिकडेच मराठी संविधानाच्या अनुवादावर भाषा कठीण असल्याचा आक्षेप आल्याने विद्यमान विधिसमितीत त्याचा फेरविचार चालू झाल्याचे कळते.

हिंदी व इतर प्रादेशिक भाषांमधील कायदेविषयक भाषांतरांच्या संबंधात दि. ८ मार्च, १९७० रोजी तत्कालीन केंद्रीय कायदेमंत्री श्री. पी. गोविंद मेनन यांनी 'टाइम्स ऑफ इंडिया' या दैनिकात एक अत्यंत महत्त्वपूर्ण व मननीय लेख लिहिला होता. (Law and Hindi) त्यामध्ये सरकारी भाषा-धोरणासंबंधी त्यांनी आत्मपरीक्षण करून अत्यंत मूलगामी विचार मांडले होते. तथापि, केंद्रीय विधी-न्याय मंत्रालयातील कोणाही अधिकाऱ्यांवर त्याचा प्रभाव पडला नाही व ही दुर्दैवाची बाब होय; आणि त्यांच्या पश्चातही हिंदीच्या व इतर भाषांच्या दुर्दैवाचे दशावतार तसेच चालू राहिले.

याच वेळी महाराष्ट्र राज्याच्या विधिमंडळाने करावयाच्या कायद्यांच्या अनुवादांचा एक स्वतंत्र प्रवाह वाहत होता. 'महाराष्ट्र राजभाषा अधिनियम' चे कलम ५ या वर्षीपर्यंत अमलात आले नसल्याने, आतापर्यंत राज्य कायद्यांच्या मूळ इंग्रजी मसुद्याबरोबर मराठी व हिंदी अनुवाद प्रसिद्ध केले जात. हे काम विधी-न्याय विभागाकडून भाषा संचालनालयाकडे बदली झालेल्या विधी अनुवाद-शाखेकडून केले जाते. राजभाषा अधिनियमाचे कलम ५ लगेच अमलात आले नाही, तरी त्या कायद्यात अशी तरतूद केली होती की, विधिमंडळापुढे विधेयकाचा इंग्रजी मसुदा मांडताना सोबत त्याचा

मराठी व हिंदी अनुवाद मांडला गेला पाहिजे. त्यामुळे एका परीने मराठीचा फायदाही झाला व एका परीने तोटाही झाला. फायदा असा की, कोणत्याही राज्य कायद्याचे मराठी भाषांतर मागे पडले नाही, प्रत्येक कायद्याच्या इंग्रजी मसुद्याच्या जोडीने मराठी अनुवाद उपलब्ध होत गेला. पण वेगळ्या अर्थाने तोटा झाला. एक तर भाषा संचालनालयात या शाखेला कोणाही कायदेतज्ज्ञ व्यक्तीचे मार्गदर्शन मिळाले नाही; कधी अडचणी आल्या, तर विधी-न्याय विभागाकडून म्हणावी तशी मदत झाली नाही. उलट, सरकार पक्षाला इंग्रजी विधेयक मांडण्याची घाई असल्याने व राजभाषा कायद्यातील नियमाची पूर्तता करण्यासाठी केवळ उपचार म्हणून मराठी भाषांतर जोडण्याची खटपट चालत असल्याने, भाषांतर लवकरात लवकर पूर्ण करण्याची निकड लावली जाते. त्यामुळे भाषांतर कसेबसे पुरे करून देण्यापलीकडे भाषा संचालनालयला गत्यंतर उरत नाही, त्यात आवश्यक सफाई आणता येत नाही व अर्थदृष्ट्या त्यात काही त्रुटी राहून जाण्याची शक्यता वाढते. वारंवार मागणी करूनही विधी व न्याय विभागाने या कामावरील देखरेखीसाठी कोणीही तज्ज्ञ अधिकारी उपलब्ध करून दिला नाही. उलट, मराठीशी आमचा सुतराम् संबंध नाही, असे म्हणून सातत्याने विश्वामित्री पवित्रा घेतला.

खरे पाहता, राजभाषा अधिनियमाच्या कलम ५ अनुसार 'नेमलेल्या दिवसा' पासून कायद्याची भाषा मराठी म्हणून जाहीर करणे ही सामान्य प्रशासन विभागाची जबाबदारी होती. त्या विभागाने विधी-न्याय विभागाची वारंवार मनधरणी करून याविषयीची अधिसूचना काढण्यासाठी संमती मागितली. पण विधी-न्याय विभागाने गेली तीस वर्षे संमती दिली नाही. यामागील मेख एवढीच होती की, हे कलम अमलात आले, तर मराठी मसुदा सादर करणे ही सर्वस्वी विधी व न्याय विभागाची जबाबदारी ठरेल, प्रत्येक मसुदा एक तर मुळात मराठीतून करावा लागेल किंवा भाषा संचालनालयाने अनुवाद-रूपाने तो तयार केला, तरी तो काळजीपूर्वक तपासावा लागेल. त्याच्या बिनचूकपणाचे दायित्व पत्करावे लागेल व त्याखाली विधी सचिवांना स्वाक्षरी करावी लागेल. याप्रमाणे गेल्या तीस वर्षांत विधी-न्याय विभागाने मराठीकडे संपूर्ण दुर्लक्ष केले, कसलीही पूर्वतयारी केली नाही. वास्तविक विधिमंडळाने जनतेला दिलेले हे आश्वासन होते. एखादा कायदा करून तो योग्य सबबीशिवाय वर्षानुवर्षं अमलात न आणणे किंवा एखादा कायदा कधीच अमलात न आणण्याच्या इराद्याने तो संमत करणे ही कायद्याची घोर फसवणूक होय, असे एका न्यायाधीशांनी आपल्या निकालपत्रात म्हटल्याचे मला स्मरते. परंतु उशिरा का होईना, सत्तांतर झाल्यावर तरी शासनाला जाग आली. सत्तेचा दट्‌ट्या आल्याबरोबर मराठीचा भाग्यसूर्य उगवला, ही अभिनंदनीय गोष्ट होय.

कलम ५ ची अंमलबजावणी

अमलात आलेल्या अधिसूचनेचा गर्भितार्थ : यापुढे मराठी ही राज्य कायद्यांची अधिकृत मूळ भाषा राहणार आहे. (authoritative text) इंग्रजी व हिंदी या अनुवाद-भाषा राहणार (authorised translations) त्यांना authoritative text म्हणता येणार नाही. प्रत्यक्षात ही प्रक्रिया उलट असली, तरी मराठी पाठाला 'प्रमाण दर्जा' राहणार आहे.

समारोपादाखल एक त्रुटी नजरेस आणून देता येई - एकाच यंत्रणेमार्फत केले जाणारे केंद्रीय कायद्यांचे अनुवाद व राज्य कायद्याचे अनुवाद यांच्यामध्ये अद्याप भाषिक समन्वय करता आलेला नाही. त्या दृष्टीनेही प्रयत्न होणे जरुरीचे आहे.

प्रसारमाध्यमे

प्रसारमाध्यमांतील मराठी

■ ■ ■

१९९९ सालीं पुणें विद्यापीठाच्या वृत्तविद्या विभागाने 'वृत्तपत्र आणि प्रसारमाध्यमांतील मराठींचें जतन व संवर्धन' या मथळ्याखालीं चर्चासत्र आयोजित केलें होतें. त्यावेळीं १० मिनिटांचे एक टिपण मी वाचलें होतें. त्या वेळच्या आणि आजच्या परिस्थितींत फार अंतर पडलेलें तर नाहीच, उलट माझ्या मतें from bad to worse असाच प्रवास झालेला आहे. त्यामुळें आज मी जें टिपण वाचणार आहें. त्यांत कांहींशी पुनरुक्तीच असेल. फक्त वाचनासाठीं जास्त अवधि मिळालेला असल्याने, हें टिपण अधिक विस्ताराने मांडण्याची संधी मी घेणार आहें.

प्रसारमाध्यमांतील एक सुप्रसिद्ध तज्ज्ञ श्री. विश्वास मेहेंदळे यांनी अलिकडेच, 'मीडिया' नांवाचें पुस्तक लिहिलें असून, 'प्रसारमाध्यम' या संज्ञेचा आवाका वृत्तपत्र, नभोवाणी व चित्रवाणी एवढ्यापुरताच मर्यादित नसून तो देहबोली ते उपग्रहबोली इतका व्यापक आहे, हें त्यांनी दाखवून दिलें आहे. तथापि, एकाच वेळीं फार मोठ्या जनसमुदायापर्यंत पोचण्याचें सामर्थ्य फक्त या तीन विशिष्ट माध्यमांकडे असल्याने, त्यांच्याच संदर्भांत बहुश: प्राधान्याने चर्चा केली जाते.

त्याचप्रमाणें, १ मे २००५ रोजीं 'मराठी अभ्यास परिषदे' तर्फे 'प्रसारमाध्यमें आणि मराठीचा विकास' या विषयावर परिसंवाद झाला. परंतु त्यामध्येंहि प्रसारमाध्यमांमार्फत मराठीचा प्रसार व विस्तार होत आहे अशा आशयाची चर्चा झाली, पण त्यांच्यामार्फत मराठीचा विकास साधला जात आहे काय व नसल्यास, तो कसा साधतां येईल या मुद्द्याच्या अनुषंगाने फारशी चर्चा झाली नाही. म्हणून मराठीचा विकास हा केंद्रबिंदू धरून त्या अनुषंगाने विवेचन करण्याकडे माझ्या टिपणाचा रोख राहील.

१९५१ सालीं बडोदें येथील वाङ्मयपरिषदेच्या प्रसंगीं आपल्या अध्यक्षीय भाषणात

भाषादोषांच्या प्रसाराबाबत चर्चा करताना कै. श्री. के. क्षीरसागर म्हणाले होते - ‘‘प्रमाणभूत ग्रंथ परीक्षेला नेमले असतील तरच तरुण मंडळी वाचतात; दैनिकें मात्र विद्वान्-अविद्वान्, वृद्ध, तरुण, बायकामुलें या सर्वांच्या नित्यपाठांत असतात. ग्रंथांच्या मानाने वृत्तपत्रांचें लिखाण लगीनघाईने करावें लागत असल्याने त्यांचा अपराध क्षम्य मानला तरी, त्यांचा दुष्परिणाम मात्र ग्रंथांच्या तुलनेने व्यापक प्रमाणावर व त्वरित होत असतो. म्हणून हा प्रश्न दोषांच्या समर्थनाचा नसून, दोष टाळण्याचा आहे आणि दोष टाळण्याची पहिली पायरी म्हणजे त्या दोषांकडे डोळे उघडे ठेवून पाहणें ही होय.’’ हें विधान इतर प्रसार-माध्यमांनाहि तितकेंच लागू होतें. कारण वृत्तपत्रांसकट सर्व प्रसारमाध्यमें जनतेची भाषा घडवूं शकतात वा बिघडवूंहि शकतात व सध्या दुसरें कार्य जोमाने चालू आहे.

वृत्तपत्रें व ग्रंथ वा पुस्तकें हें मुद्रितमाध्यम लेखनव्यवहारावर आधारित असल्याने तें साक्षरांचें दृक् माध्यम आहे. याउलट, नभोवाणी हें श्रव्य माध्यम आहे, तर चित्रवाणी हें दृक्‌श्रव्य माध्यम आहे. परंतु नभोवाणीवर किंवा चित्रवाणीवर जो भाषणव्यवहार चालतो तोहि मुख्यत: लेखनावरच आधारित असतो. त्यामुळें लेखनव्यवहार हा या सर्व भाषाव्यापाराचा मूलाधार आहे असें म्हणतां येईल. त्याहिपुढें जाऊन असें सांगतां येईल कीं, शुद्धलेखन हा सार्वजनिक लेखनव्यवहाराचा आत्मा होय. शुद्धलेखन कशासाठीं? तर लेखन हें प्राधान्याने डोळ्यांसाठीं असतें. लिखित शब्द डोळ्यांनी वाचल्यानंतर वाचकाच्या मनात कांही प्रतिमा उमटतात व त्यांद्वारें अर्थाचें आकलन होतें. पण तें लेखन शुद्ध नसेल तर, चुकीच्या प्रतिमा उमटून अर्थविपर्यास होईल. (नाटकांची संहिता - असं का? / असं कां? - लेखकापासून दुरावलेले नाट्यकर्मी) ‘पुराणांतली वानगी पुराणात’ अशी मूळ म्हण. (ती चुकीच्या पद्धतीने लिहिली गेल्यामुळें मूळ अर्थ हरवला व ‘वांगी’ या शब्दाच्या आधारें दंतकथा रचल्या गेल्या.) परंतु सध्या सर्वत्र पसरलेलें भाषिक प्रदूषण थोपवण्यासाठीं आपण जे प्रयत्न चालवले आहेत, ते म्हणजे कोसळूं पाहणारा वरचा डोलारा वरच्यावर जुजबी डागडुजी करून सावरण्याचा केविलवाणा प्रयास आहे. मुळांतच अशास्त्रीयतेच्या भुसभुशीत पायावर उभारलेला हा डोलारा केव्हांतरी जमीनदोस्त होणार हें निश्चित आहे. जुन्या काळीं भाषाशुद्धीचा वाद चालू असताना श्री. के. क्षी. असें म्हणाले होते कीं, ‘‘कात्रजचा मूळ पाणीसांठाच दूषित झालेला असताना, सावरकर घरोघरचे नळ शुद्ध करीत बसणार आहेत का?’’ श्री. के. क्षीं., चे हे उद्गार सद्य:स्थितीलाहि नेमके लागू पडतात. म्हणून सध्या प्रचलित असलेली अशास्त्रीय व व्यावहारिक लेखन-नियमावली बदलून त्या जागीं व्याकरणशुद्ध व शास्त्रपूत नियमावलीची प्रतिष्ठापना करणें व तिला ‘शुद्धलेखना’चा दर्जा देणें हा या विकारावरील जालीम उपाय होय.

अतिरिक्त दीर्घीकरण, (संस्कृतमधील कर्तरि / कर्मणि प्रयोग, नेति नेति, ऐतिहासिक, पौराणिक व्यक्तींचीं नांवें...... वाल्मीकि, भवभूति, भारवि, पाणिनि, इ. गीतांजलि,

ययाति, अर्वाचीन लेखकांचीं नावें यथामूल लिहिणें - वि. मो. महाजनि, विष्णु सखाराम खांडेकर), निरनुस्वार लेखन आणि सरसकट स्वरान्त लेखन (१४ वा. नियम - अद्ययावत् / ता, गतिमान् / गतिमत्ता (बुद्धिमत्ता) हीं प्रचलित लेखनपद्धतीचीं ठळक वैशिष्ट्यें सांगतां येतील. १९६२ सालीं लेखनकर्त्यांच्या व टंकलेखनयंत्रांच्या सोयीसाठीं प्रमाण मराठीची लेखनपद्धति बदलण्यात आली. वाचक हा सर्व लेखनव्यवहाराचा केंद्रबिंदू असला पाहिजे हें भान हरवलें. त्यामुळें लेखकाचें लेखन हें त्याला अभिप्रेत असलेलाच आशय नेमकेपणाने वाचकापर्यंत पोहचवूं शकतें काय, किंबहुना आपल्या लिखाणामुळें आपणांस अभिप्रेत नसलेली एखादी भलतीच गोष्ट वाचकाला प्रतीत तर होणार नाही ना हा विचारसुद्धा आजकाल कोणाच्या डोक्यात येत नाही. सरसकट दीर्घीकरणामुळें तत्सम ह्स्वान्त शब्दांचें सामासिक शब्दांतहि दीर्घ लेखन, इंग्रजीच्या अंधानुकरणामुळें दिसणारे इंग्रजीचे मराठी दशावतार (उदा. शब्दयोगी अव्ययें शब्दापासून तोडून लिहिणें), व्याकरणशुद्ध अनुस्वारांना फाटा दिल्यामुळें बिघडलेली लिंग-वचन व्यवस्था (लेणी-लेण्या, जोडवी-जोडव्या, धाबे दणाणले आहेत इ.) पाठ्यपुस्तकांमध्यें परंपरागत जोडाक्षरांऐवजीं तोडाक्षरलेखन ('शुद्‌ध', 'विद्‌या' इ.) असे अनेक भाषादोष हरघडीं नजरेला पडतात. प्रचलित लेखनपद्धतीचे हे विशेष सर्वसामान्य लेखकांच्या व पत्रकारांच्या इतके हाडींमाशीं खिळले आहेत कीं, त्यामुळें त्यांना इतर भाषांच्या भाषिक वैशिष्ट्यांचेंहि भान राहिलेलें नाही. मराठी लेखनात जेव्हा संस्कृत, हिंदी, उर्दू इ. भाषांतून कांही वचनें, कविता, शेर-गझल इ. उद्धृत करण्याचा प्रसंग येतो तेव्हां तीं त्यांना मुळाबरहुकूम ह्स्व-दीर्घ भेद, नुक़्ता, अनुस्वार, पायमोडीचें चिह्न इ. भाषिक वैशिष्ट्यांसह उद्धृत करतां येत नाहीत. (गर्वसे कहो हम हिंदु है, साँस भी कभी बहु थी? 'आयुष्मान', ऐवजीं 'आयुष्यमान', कौन बनेगा करोड़पती?)

१९६२ सालीं नवीन लेखनपद्धति प्रचारात आल्यानंतरहि, पु. शि. रेगे, ना. घ. देशपांडे, इंदिरा संत, बा. भ. बोरकर, आरती प्रभु या कविपंचकाने त्या नियमांचें बंधन झुगारून व 'प्रमाणं अत:करणप्रवृत्तय:' या कालिदासवचनानुसार, स्वत:च्या अंत:प्रेरणेला स्मरून, आपल्या कवितांतून व्याकरणशुद्ध अनुस्वार चालू ठेवले आणि वेळोवेळीं त्यांचा अत्यंत समर्थपणें व कल्पकपणें उपयोग करून घेतला. परंतु इतर लेखक, संपादक, प्रकाशक व पत्रकार यांनी जेव्हा जेव्हा उपर्युक्त कवींच्या कविता अन्यत्र उद्धृत केल्या तेव्हा त्यांनी सरकारमान्य नियमावलीतील १५ व्या नियमाला स्मरून मूळ कवितांतील अस्पष्टोच्चारित अनुस्वार गाळून टाकले व कित्येक ठिकाणीं अर्थाचा अनर्थ केला. मी याचीं कित्येक उदाहरणें देऊं शकेन. (इंदिरा संतांची 'नक्षत्रफुलें' - तीं फुलें वेचितें - ती फुले वेचिते; शांता शेळके - रेशीमरेघा - स. रा. गाडगीळ; वासंती मुझुमदार (वंशकुसुम / निराकार); बा. भ. बोरकर - चिन्मयी - नातें - 'सूत्रचालका खेळतो जसा खेळविसी मातें' - (सुरेश

एजन्सी), कुसुमाग्रजांची 'आम्ही दोघे' व पु. शि. रेग्यांची आपण दोघें ('दोला') - सुलभा हेर्लेकर / (प्रीति आणि प्रतिमा) दोन ध्रुवांवर दोघें / दोघे आपण? - गंगाधर पाटील - संपादक - पु. शि. रेगे यांची निवडक कविता; मराठी प्रेमकविता - संपा. शांता शेळके / अरुणा ढेरे, कारुण्योपनिषद् (बा. सी. मर्ढेकर) (बोरकरांची प्रेमकविता - रा. चिं. ढेरे) - विनय हर्डीकर

महामंडळाच्या १५ व्या नियमानुसार, केशवसुत व चिपळूणकर यांच्यापासून मराठी साहित्यातलें आधुनिक युग सुरू होत असल्यामुळें त्यांच्यापूर्वींचें साहित्य यथामूल उद्धृत करावें व त्यांच्यासकट पुढिलांचें साहित्य नवीन शुद्धलेखनानुसार उद्धृत करावें हें अपेक्षित आहे. या नियमातील पूर्वार्ध बरोबर असला तरी, आजच्या घडीला वृत्तपत्रें तर त्याचें अजिबात पालन करीत नाहीत. वृत्तपत्रांत संतसाहित्य हें तर निरनुस्वार रूपांतच छापलें जातें. मग त्यातील अर्थ हरवला तरी त्याची त्यांना पर्वा नसते. (दि. पु. चित्रे - पुन्हा तुकाराम - भूषणमंडित सदा सर्वकाळ / मुद्रा आणि माळ तुळसी कंठी।) (मज विठ्ठलीं आवडी / गुण गाईन आवडीं।)

उपर्युक्त नियमातील उत्तरार्ध तर मुळांतच चुकीचा आहे. कोणाहि गद्य साहित्यकाराचें वा कवीचें साहित्य उत्तर काळातहि यथामूलच छापावयास हवें. त्याच्या मूळ रूपात ढवळाढवळ करण्याचा अधिकार महामंडळास वा सरकारलाहि नाही, इतरांस तर नाहीच नाही. (केशवसुत - आई ग तर वद मातें?) शेक्सपीअरचें साहित्य नवीन पद्धतीने छापण्याची प्रथा नाही. अप्रचलित म्हणजें अप्रमाण नव्हे (दिवाकर मोहनी), अरुण फडके / प्रकाश परब : अशुद्ध / शुद्ध.

(या संदर्भात मी एक-दोन वृत्तपत्रांशीं संपर्क साधण्याचा तौलनिक तक्ता) प्रयत्न केला. रामचंद्र देखणे. हे, वि. इनामदार, लेखक व पत्रकार दोघे एकमेकांकडे बोट दाखवतात.)

बदलत्या काळाच्या ओघात समाजजीवनात नवनवीन संकल्पना उदयाला येतात आणि वृत्तपत्रादि सर्वच प्रसारमाध्यमांना अत्यंत घाईगर्दींत त्यांचीं भाषांतरें करावीं लागतात. वेगवेगळ्या वृत्तपत्रांमधून वेगवेगळीं भाषांतरें छापून येतात. त्यांमध्यें एकवाक्यता अथवा समन्वय राहात नाही. (उदा. त्सुनामी कीं सुनामी, vat म्हणजे 'मूल्यवर्धित कर' कीं 'मूल्यानुवर्धी कर'? bioengineering, genetic engineering, human engineering, social engineering, environmental engineering या सर्वांमध्ये 'अभियांत्रिकी' हाच प्रतिशब्द वापरणें उचित आहे काय? कीं प्रत्येक ठिकाणीं वेगवेगळे अर्थ अभिप्रेत असल्याने, 'नवरचना', 'परिवर्तन' अशांसारखे वेगवेगळे प्रतिशब्द वापरले पाहिजेत? असे अनेक प्रश्न उभे राहतात.) कित्येकदा चुकीचीं भाषांतरें रूढ होण्याची शक्यता असते.

(उदा. Directorate of enforcement - अंमलबजावणी संचालनालय - सक्तवसुली संचालनालय, sheriff - नगरपाल - न्यायपाल; trafficking in human beings / drugs - मानवी वाहतूक - अपव्यापार) प्रारंभींच्या काळात ही संभ्रमावस्था अपरिहार्य असते. पण लवकरात लवकर केव्हातरी अश्या नवीन संकल्पनांबाबत गांभीर्याने विचार व्हावयास हवा. म्हणून ३-८-२००२ रोजीं मी पुणें पत्रकार संघाला पत्र पाठवून एक सूचना केली होती. सर्व प्रसारमाध्यमांसाठी निवृत्त व जाणकार पत्रकारांचें एक मध्यवर्ती मंडळ असावें. त्यांनी अश्या संकल्पनांवर विचारविनिमय करावा, सुबुद्ध नागरिकांनी आपापल्या सूचना त्यांच्याकडे पाठवाव्यात, त्या विचारात घेऊन मंडळाने निर्णय घ्यावेत व ते सर्व प्रसारमाध्यमांना कळवावेत. पण आजतागायत मला प्रतिसाद मिळालेला नाही.

आकाशवाणी व चित्रवाणी हीं प्रामुख्याने श्रव्य माध्यमें असल्याने, शुद्धलेखनाप्रमाणेच तेथें शुद्धोच्चारणाचीहि अपेक्षा असते. orthography प्रमाणें orthoepy हेंहि एक शास्त्र आहे. उच्चारणाचेहि कांही शिष्टमान्य संकेत आहेत. वस्तुत: 'उच्चारानुसारी लेखना' ऐवजीं 'शुद्धलेखनानुसार उच्चार' असें तत्त्व प्रस्थापित व्हावयास हवें. तसें झालें तर बरेच शब्दोच्चार शुद्ध स्वरूपात ऐकायला मिळतील. तथापि, व्यवहारातील सामान्य शुद्धलेखनात शिष्टोच्चारांचे सर्वच बारकावे दाखवतां येणें शक्य नसतें. त्यामुळें सर्वच अपेक्षित शब्दोच्चार सामान्य शुद्धलेखनात प्रतिबिंबित होतातच असें नाही आणि म्हणून ते लेखनसंकेतांपेक्षां कित्येकदा वेगळे असतात. प्रसारमाध्यमांत जनतेसमोर येणाऱ्या व्यक्तींना या उच्चारशैलीचेंहि प्रशिक्षण देणें आवश्यक आहे. तसें न झाल्यामुळें अलिकडे 'जागृतिक', 'उपचार', 'सांगूता', 'जनूता' अशांसारखे अशुद्ध तुटक शब्दोच्चार कानांवर पडतात. तर कधीं 'द<u>र</u>रोज', 'प<u>र</u>देशी' 'त<u>प</u>शील', 'वी<u>ज</u>' अशांसारखे नको तिथे पूर्णोच्चार ऐकायला मिळतात. सरकारमान्य लेखन - नियमावलीतील १४ व्या नियमानुसार संस्कृतमधून आलेले व्यंजनान्त शब्द पायमोडीने लिहूं नयेत असा दंडक घातलेला असल्यामुळें 'मृद-संधारण', 'दृकश्राव्य' असें लिहिलें जातें व तसें उच्चारलेंहि जातें.

मराठीत तालव्य व वर्त्स्य असे दोन 'ज' आहेत, म्हणून 'जातीयवादी' या अर्थाने 'ज़ात्यंध' केव्हा म्हणायचें आणि 'जन्मांध' या अर्थाने 'ज़ात्यंध' केव्हा म्हणायचें, 'ज़रा' आणि 'जरा' केव्हा म्हणायचें याचा विवेक करावा लागतो. परंतु आकाशवाणीतील नवयुवकांना शब्दोच्चारांचें शास्त्रशुद्ध प्रशिक्षण मिळत नसावें. (त्यांना 'शस्त्र / अस्त्र', 'स्राव / स्रोत' यांतील फरक कळत नाही.) विशेषत:, सकाळच्या बातम्यांच्या वेळीं भाषांतर, इ. पूर्वतयारीला पुरेसा अवधि न मिळाल्यामुळें, निवेदकाला कित्येकदा अडखळत वाचन करावें लागतें. चित्रवाणी हें दृकूश्राव्य माध्यम असल्याने, त्या ठिकाणीं तर अशुद्धलेखन व अशुद्धोच्चारण हे दोन्ही दोष एकवटलेले दिसतात. 'दूरदर्शन' चें 'दुर्दर्शन'

तर आपल्याला रोजच घडतें.

१ ऑगस्ट २००२ रोजीं मीं पुणें आकाशवाणीला पत्र पाठवून, आकाशवाणीवरील निवृत्त जाणकार व्यक्तींची मदत घेऊन (श्री. अवधूत हर्डीकर) विद्यमान तरुण निवेदकांच्या उच्चारणशैलीची वेळोवेळीं समीक्षा करावी व त्यांचें उद्बोधन करावें अशी सूचना केली होती. पण त्याहि पत्राला प्रतिसाद मिळाला नाही.

(हिंदीचा दुष्प्रभाव - माझी मदत कर, कांही क्षणांची दूरी (अवकाश), सजग, पूरप्रभावित क्षेत्र, अमिताभ बच्चन, पल्स पोलिओ टीका करा.) (अनौपचारिक बोलीचा अतिरेक - शिबानी जोशी) आपल्या भाषेत एका विशिष्ट मर्यादेपर्यंत परभाषेतील शब्द प्रविष्ट झाले तर, भाषा समृद्ध होते. 'भाषा बहता नीर' म्हणतात, त्याप्रमाणें वाहत्या भाषा गंगेला अनेक स्रोत येऊन मिळतात. पण याचा अतिरेक होऊन ती मर्यादा ओलांडली गेली कीं भाषेचें प्रदूषण वाढून तिचा प्रवाह कुंठित होतो. याचेंहि भान हवें.

या भाषिक दुरवस्थेमागील कारणपरंपरा शोधायची झाली तर, एक-दोन गोष्टी ठळकपणें लक्षांत येतील. शहरी सुशिक्षित वर्गाचा इंग्रजी माध्यमाकडे वाढता ओढा असल्याने, अशा कुटुंबांतील नवी पिढी मराठी प्रसारमाध्यमांकडे फारशी वळत नाही. याउलट, ग्रामीण अशिक्षित वा अल्पशिक्षित कुटुंबातील नवी पिढी शिक्षणाच्या प्रवाहात आलेली असली तरी, तिला दुर्दैवाने शिक्षणाची पूर्वपरंपरा नसल्याने त्यांचें इंग्रजी कच्चें राहतें. म्हणून इतरत्र वाव नसल्याने हा तरुण वर्ग मराठी पत्रकारिता क्षेत्राकडे वळतो आहे. पण इंग्रजीप्रमाणेच मराठी शिक्षणाचाहि पाया कच्चा राहिल्यामुळें तो याहि क्षेत्रात पुरेसा चमकूं शकत नाही. इंग्रजी माध्यमात शिकलेले मराठी वा अमराठी तरुण मराठी जाहिरातलेखन क्षेत्राकडे वळले तरी, त्यांचेंहि मराठी धेडगुजरीच असतें. त्यामुळें त्यांनीं केलेलीं इंग्रजी जाहिरातींचीं भाषांतरेंहि निकृष्ट दर्जाचीं असतात. पत्रकारिता क्षेत्रात अत्यावश्यक असलेले भाषांतरकलेचे अभ्यासक्रमहि सध्या फारसे उपलब्ध नाहीत. (इंग्रजी वळणाचीं भाषांतरें - which जें कीं ……. (आणि), surprisingly - आश्चर्यकारक रीत्या - आश्चर्याची गोष्ट अशी कीं)

शुद्धलेखन आणि भाषासौष्ठव यांबद्दल सामान्य सुशिक्षित मराठी वर्गाची कमालीची उदासीनता व बधिरता हें आणखी एक कारण संभवतें. भल्याभल्या मराठी वृत्तपत्र-संपादकांचेंहि भाषाज्ञान इतकें कच्चें आहे कीं त्यांना 'रुजुवात' व 'रुजवण' यांमधील फरक कळत नाही. (गर्भाची रुजुवात) ('कार्यग्रस्त' आकाशवाणी) जुन्या काळच्या एका कथेनुसार, विद्वानांच्या एका राज्यात परराज्यातून एक स्वयंमन्य विद्वान् येतो. तो पालखींतून जात असतां, पालखीचा भोई पालखीचा दांडा धरताना सतत खांदेपालट करीत राहतो. हें पाहून पालखीपदस्थ विद्वान् त्याला म्हणतो - ''अपि बाधति ते अयं दण्ड:?'' (''हा दांडा तुला कांचतोय् का?'') भोई उत्तरतो - ''न तथा बाधते यथा

भवत: ‘बाधति’ बाधते।’’ ‘बाधति’ हें अशुद्ध रूप ऐकून य:कश्चित् भोईसुद्धा खंतावला. पण आजच्या जमान्यात कवि कुसुमाग्रजांना ‘नाशिकभुषण’ पदवीचें मानपत्र देणाऱ्या सुशिक्षितांना त्यातील शुद्धलेखन जाणकार तज्ज्ञांकडून तपासून घेण्याचीहि आवश्यकता वाटली नाही. अलिकडे साहित्यसंमेलनांच्या टीचभर निमंत्रणपत्रिकेंत शेंकडों चुका असतात. एकंदरींत, याविषयीं आम जनतेत व मोजक्या अभिजनांमध्येंहि असलेली अनास्थादेखील याच्या मुळाशीं आहे.

आणि last but not the least असें कारण म्हणजे १९६२ सालीं मराठी लेखनक्षेत्रात घडून आलेली अभूतपूर्व पण दुर्दैवी घटना. कोणत्याहि भाषेंत सातत्याने परिवर्तन होणें हा निसर्गनियमच आहे; मात्र तें परिवर्तन स्वाभाविकपणें घडावयास हवें. (पूर्वीं आपण ‘करितों’, ‘धरितों’, असें लिहित असूं - करतों, धरतों.)

परंतु १९६२ सालीं लेखन व्यवहार जनसामान्यांना सोपा करण्याच्या प्रेरणेंतून व टंकलेखन यंत्राच्या सोयीच्या दृष्टिकोनातून शासकीय दंडसत्तेने व्याकरणाला बगल देऊन एक नवी व्यावहारिक लेखनपद्धति अमलात आणली. तत्कालीन शासनाने राज्यकारभाराच्या सोयीसाठीं लेखननियम कांहीसे शिथिल करून तेवढ्यावरच भागवलें असतें. तर ठीक झालें असतें. (मराठेशाहीतील राज्यकारभारात ह्रस्व-दीर्घ भेद नसलेली मोडी लिपि वापरली जात होती हें खरें. तथापि, ज्ञानेश्वरीसारख्या ग्रंथांमध्यें देवनागरी वा बाळबोध लिपीच वापरली जात असे.) परंतु शासकीय दंडसत्तेने सचिवालया पाठोपाठ मराठीच्या साहित्यिक व शैक्षणिक क्षेत्रांतहि हस्तक्षेप केला व मराठी विद्वज्जनांनी तो खपवून घेतला. हें भाषिक परिवर्तन स्वाभाविक नव्हतें. वास्तविक, वानरापासून नर उत्क्रांत व्हावयास हवा. प्रत्यक्षात सरकारने या वानराचें शेपूट कापून त्याचा नर करण्याचा प्रयत्न केला, पण तो फसला आणि मराठीचें लांडें माकड तयार झालें.

आटपाट नगरी होती. राजाने एक दिवस प्रधानजींना बोलावून राज्याची हालहवाल विचारली. प्रधानजी हात जोडून म्हणाले - ‘‘राजेसाहेब, आपल्या राज्यात गुन्हेगारी वाढलीय आणि बजबजपुरी माजलीय. तुरुंगांची संख्या कितीहि वाढवली तरी तुरुंग अपुरे पडताहेच. काय करावं तेंच समजत नाही.’’ राजेसाहेब चिंतातुर होऊन विचारमग्न झाले. तेवढ्यात प्रधानजींनी चुटकी वाजवली आणि ते म्हणाले - ‘‘सांपडला, उपाय सांपडला! आपण असं करूं महाराज - ‘गुन्हा’ या शब्दाची व्याख्याच बदलून टाकूं. ‘सदाचार’ म्हणजे ‘गुन्हा’ आणि ‘शिष्टाचार’ म्हणजे ‘भ्रष्टाचार’ असं जाहीर करूं. म्हणजे काय होईल कीं सदाचारी माणसांची वानवाच असल्यामुळें एखाद्याच तुरुंगाने काम भागेल.’’

१९६२ सालीं मराठी राज्यात नेमकें हेंच घडलें. बहुसंख्येच्या नावाखालीं भाषिक भ्रष्टाचारालाच शिष्टाचार म्हणून मान्यता मिळाली व तत्कालीन शिष्टाचार हा शिक्षापात्र ठरवण्यात आला.

वस्तुत:, शुद्धलेखन हें एक शास्त्र आहे. कोणत्याहि शास्त्राचे मानदंड हे नेहमीं आदर्शभूत असतात. अशा आदर्शांचें तंतोतंत पालन करूं शकणारे जाणकार हे नेहमींच अल्पसंख्य असतात. बहुसंख्याकांना तें जमत नाही. पण तरीहि त्यांच्या डोळ्यांसमोर कायम आदर्श मानदंड असणें आवश्यक असतें. तरच बहुसंख्य जनता त्यांचें अनुकरण करण्याचा यशाशक्य प्रयत्न करील. बहुसंख्याकांच्या सोयीसाठीं शास्त्र शिथिल करावयाचें नसतें, फक्त प्रसंगपरत्वें त्यांच्या कांटेकोर अंमलबजावणीत थोडीशी ढील देणें सयुक्तिक ठरतें. (उदा. पाठ्यपुस्तकांत आदर्श शुद्धलेखन हें असलेंच पाहिजे. पण उत्तरपत्रिका तपासताना, भाषेखेरीज इतर विषयांच्या बाबतीत अशुद्धलेखनाकडे काणाडोळा केल्यास चालूं शकतें. अथवा मंत्रालयीन पत्रव्यहारास शुद्धलेखनाचे कांटेकोर नियम लागू करूं नयेत. हें म्हणणें गैरवाजवी ठरणार नाही.) यंदा शालान्त परीक्षेत मराठी विषयात सर्वाधिक मुलें नापास झालीं. म्हणून व्यावहारिक मराठी शिक्षणाचा निम्न स्तर व शास्त्रशुद्ध मराठी शिकूं इच्छिणाऱ्यांचा उच्च स्तर अशा दोन स्तरांवर मराठीचें शिक्षण द्यावें अशीहि एक सूचना आहे.

व्याकरणशुद्धतेचा बाऊ करूं नये, अर्थ समजला कीं झालें असा व्यावहारिक दृष्टिकोण बाळगणाऱ्यांना भाषेच्या सांस्कृतिक अंगाचें भान नसतें.

(उदा. मी घरला जाईल - 'लोकमत' मधील कविता - बेकारांचे तांडे, दिसे जागोजाग, किस्त्रीम २००२ दिवाळी अंक-कथेचें शीर्षक - 'ते दोघं'; 'दूरदर्शन'वरचा 'चालता-बोलता' कार्यक्रम 'चालता-बोलता चमत्कार') याचे दूरगामी दुष्परिणाम त्यावेळच्या पिढीला लगेच जाणवले नाहीत. कारण त्यावेळीं मध्यम वयात असलेली पिढी जुन्या-नव्याच्या संक्रमणाला साक्षीदार होती. तिच्या जुन्या आठवणी जागृत असल्याने नवीन लेखन पद्धतीच्या आगमनानंतरहि त्या पिढीने व्याकरणाच्या फारश्या चुका केल्या नाहीत. परंतु १९६२ सालानंतर जन्मलेल्या ज्या पिढीने जुनें कांही पाहिलेंच नव्हतें तिने नव्या पद्धतीचा स्वत:ला जसा भावला तसा अर्थ लावला व हें लेखन भरकटत गेलें. डोंगरमाथ्यावरून ढकलून दिलेलें हें लेखनाचें गाडें गेलीं ४५ वर्षें घसरगुंडीला लागलें व आतां आपण एका कड्याच्या टोकाशीं येऊन ठेपलों आहोंत. येथून मागें फिरणें फार अवघड असलें तरी, पुढें पाऊल टाकलें तर कडेलोटच होणार. 'विवेकभ्रष्टानां भवति विनिपात: शतमुख:।' १९६२ सालची चूक आजहि आपल्याला भोंवते आहे. तत्कालीन मध्यमवयीन पिढी आतां उताराला लागली असून, ती आतां वाचक / प्रेक्षक / श्रोता या भूमिकेंत आली आहे. पण आतां गांधीजींच्या तीन माकडांसारखी त्या पिढीची गत झाली आहे. डोळ्यांसमोर जें दिसतें तें पाहावत नाही, म्हणून त्यांनी डोळ्यांवर कातडें ओढून घेतलें आहे, कानांवर जें पडतें तें ऐकवत नाही म्हणून कानांवर हात ठेवले आहेत आणि मनांत आक्रोश चाललेला असूनहि त्याला वाचा फोडण्याचं धाडस नाही, म्हणून त्यांनी

तोंडावर पट्टी बांधून घेतली आहे. थोडक्यात, सहन करतां येत नाही व सांगवतहि नाही अशी त्यांची कोंडी झाली आहे. म्हणून आता या मावळत्या पिढीकडून फारशी अपेक्षा करण्यात अर्थ नाही. पण या फोफावत चाललेल्या विषवल्लीचें समूळ उच्चाटन करावयाचें असेल तर, 'मूले कुठाराघात'च केला पाहिजे.

आपण मूल्यवान् असें बरेंच कांही गमावलें आहे असें सध्याच्या मराठीप्रेमी तरुणांना वाटत असेल तर, तरुण पिढीनेच या बाबतींत पुढाकार घ्यावयास हवा. पण इतकें मागें जाणें शक्य आहे का आणि व्यवहार्य आहे का? हा मोठा प्रश्न आहे. तरीहि प्रश्न सोडवायाचा असेल तर आपणांस क्रमशः मागें जावें लागेल व याची पहिली पायरी म्हणजे माझ्यासारख्या शास्त्रपूत लेखन करूं शकणाऱ्या अल्पसंख्य व्यक्तींवरील बहिष्कार उठवणें व त्यांच्या शुद्धलेखनाला प्रतिष्ठा देणें ही होय.

प्रसारमाध्यमे व भाषाशिक्षण

■ ■ ■

माझ्या नात्यांतला एक मुलगा लहान असताना एकदा ‘तीन चोक तेरा’ हें नाटकाचं पुस्तक त्याच्या हातीं पडलं. तें पुस्तक नीटपणें वाचण्याचं वा समजण्याचं त्याचं वय नव्हतं. पण तो शाळेत जात असल्याने तो अभिनव मथळा त्याच्या डोक्यात ठसला असावा. पुढे केव्हातरी त्याची आई त्याच्या वह्या चाळत बसली असतां, वहीच्या पानावर त्या मुलाच्या हस्ताक्षरांतलं एक वाक्य तिला दिसलं - ‘‘तीन चोक तेरा’ पुस्तकांना असलीं नांवं देऊं नयेत. लहान मुलांचे पाढे चुकतात.’’ हा किस्सा ऐकल्यावर आम्हां सर्वांची हसून हसून पुरेवाट झाली. आपणां सर्वांवर दृश्य मुद्रित माध्यमाचा किती जबरदस्त बरावाईट प्रभाव पडूं शकतो याचं तें एक ठळक उदाहरण होतं.

कोणतेंहि अव्यंग मूल जन्माला आल्यापासूनच आपल्या पंचेंद्रियांच्या साहाय्याने भोवतालच्या वातावरणातून जे संस्कार ग्रहण करतें त्यांतून त्याचें भाषाशिक्षण सहजगत्या होत जातें. लहान मुलाला प्रथमत: आईच्या स्पर्शाची भाषा कळूं लागते. उष्टावण झालें कीं, त्याला अन्नाचा वास आणि मग रस वा चव कळण्यास सुरुवात होते. आईच्या अंगाईगीतांतून कानांवर नाद पडूं लागतो, तिच्या लाडीगोडीच्या बोलण्यांतून शब्दांशीं ओळख होते आणि अक्षरओळख होण्यापूर्वीं चित्रभाषा समजूं लागते. आईचें वा इतर कुटुंबियांचे बोलणें कानांवर पडत असताना, त्यांच्या ओठांची हालचाल त्याच्या नजरेस पडते व मग त्यायोगें त्याच्या चिमुकल्या ओठांतून बोबडे बोल उमटूं लागतात. इथवरचें त्याचें भाषाशिक्षण निसर्गत: व विनायास होतें. हा प्राथमिक टप्पा पार केल्यावर मात्र पुढील भाषाशिक्षण औपचारिकरीत्या, कृत्रिमपणें आणि कष्टपूर्वक साध्य करावें लागतें.

कोणत्याहि औपचारिक भाषाशिक्षणाचीं दोन अंगें असतात - उच्चारण व लेखन. मानवी समाजात प्रथम उच्चारित म्हणजे पर्यायाने ऐकीव भाषा जन्माला आली. ‘भाष्’

म्हणजे 'बोलणे', त्यावरून 'भाषा' हा शब्द सिद्ध झाला हें उघड आहे. कुटुंबातील वडीलधारी माणसें जेव्हा बोलतात तेव्हा तें संभाषण लहान मुलाच्या कानांवर पडतें व त्यातूनच म्हणजे श्रवणातून त्याचें भाषाशिक्षण सुरू होतें. अशिक्षित कुटुंबांत सर्वसाधारणपणें एखादी बोली बोलली जाते व ती नैसर्गिक असते. त्यांच्या उच्चारण पद्धतीवर खास संस्कार झालेले नसतात. पण समाज जसजसा सुशिक्षित होऊं लागतो तसतसें सुशिक्षितांच्या बोलण्यातील उच्चारण-पद्धतीवर विशिष्ट संस्कार होत जातात व त्या उच्चारण-पद्धतीला एक प्रकारचें प्रामाण्य प्राप्त होतें. त्यातूनच 'शिष्टोच्चारण पद्धति' (orthoepy) अथवा उच्चारणाचे प्रमाण - संकेत तयार होतात. मानवी-समाजाच्या इतिहासानुसार, पूर्वीं लोक टोळ्या करून एकत्र राहात. पण जमीन, पाणी इ. सारखी नैसर्गिक साधनसंपत्ती वाढत्या लोकसंख्येला अपुरी पडूं लागल्याने, बऱ्याचशा लोकांनी उपजीविकेचीं नवीं साधनें शोधण्याच्या खटाटोपात स्थलांतर करण्यास सुरुवात केली.

लोक इतस्तत: पांगल्यामुळें, काळाच्या ओघात दूर अंतरावरून जुने नातेसंबंध टिकवण्याच्या गरजेतून पत्र, संदेश, इ. सारख्या साधनांची गरज भासूं लागली व त्यातूनच लेखनकला जन्माला आली. लेखनाद्वारें संपर्क साधायचा झाला तर, ज्याच्याकडे तो संदेश जाणार त्याला वाचतां आलें पाहिजे. कारण लेखन हें वाचनसापेक्ष असतें. जें लिहिलें आहे त्याचा अर्थ वाचकाला उमगायचा असेल तर, दोघांमध्यें अक्षरांचे, शब्दांचे व शब्दार्थांचे सामाईक संकेत असणें आवश्यक ठरतें, तरच लिहिणाऱ्या व्यक्तीला लेखनातून जें व्यक्त करावयाचें आहे किंवा तिला जें अभिप्रेत आहे तेंच नेमकें वाचकाला प्रतीत होईल व लेखनकर्त्याच्या मनातील अभिप्राय वाचकापर्यंत नेमकेपणाने पोचूं शकेल. जुन्या काळची एक ऐकीव कथा आठवते. रेल्वेच्या एका कार्यालयाकडून दुसऱ्या कार्यालयाकडे तारेने एक संदेश गेला - Widows required. ज्या कार्यालयाकडे तो संदेश पोचला तेथील कर्मचारी तो संदेश वाचून बुचकळ्यात पडले. त्यांना 'विधवा पाहिजेत' या संदेशाचा अर्थच समजेना. मग त्यांनी उलट तार पाठवून विचारणा केली. तेव्हा त्यांना widows नव्हे तर windows म्हणजे 'खिडक्या' हव्या होत्या असा उलगडा झाला. मूळ तारेच्या मजकुरात 'n' हे अक्षर चुकीने गाळलें गेलें आणि हा सर्व घोटाळा झाला. याचा अर्थ असा कीं, सामाईक लेखन-संकेतांचेंहि पालन व्हावयास हवें, तरच भौगोलिक अंतराने दुरावलेल्या व्यक्ती-व्यक्तींमधील संदेशव्यवहार सुकर व निर्विघ्न होईल. अशा शिष्टमान्य लेखनसंकेतांच्या शास्त्राला orthography म्हणेज 'प्रमाण लेखनसंकेत' असे म्हणतात.

मात्र उच्चारण व लेखन या दोहोंच्या संकेतांमध्यें तफावत असूं शकते. उदा. इंग्रजीतील principal व principle या दोहोंचा उच्चार सारखा असला तरी लेखन व्यवहारात त्या दोहोंचीं स्पेलिंगें वेगवेगळीं लिहिलीं जातात व त्यामुळें दूर अंतरावरील व्यक्तींना एकमेकांचा

अभिप्राय समजू शकतो. (त्यामुळेंच लेखनकर्त्याच्या 'उच्चारानुसार लेखन' हें तथाकथित तत्त्व अव्यवहार्य व तकलादू असल्याने तें बाद ठरतें.) म्हणूनच खाजगी व विशेषत: सार्वजनिक लेखनव्यवहारात उभयपक्षीं विशिष्ट लेखनशिस्त पाळली जाणें अपेक्षित असतें. विशेषत: वृत्तपत्रें व ग्रंथव्यवहार यांमध्यें तर ही शिस्त कसोशीने पाळली जाणें अत्यावश्यक आहे. थोडक्यात, आधुनिक काळात, गुरुमुख अथवा नभोवाणी यांसारख्या श्रव्य माध्यमांद्वारें व्यक्तीचें ऐकीव भाषाशिक्षण होतें, तर वृत्तपत्रें, नियतकालिकें व ग्रंथ यांद्वारें व्यक्तीचें लेखी भाषाशिक्षण होतें. 'चित्रवाणी' हें श्रव्य व दृश्य माध्यम असल्याने, तीद्वारें दोन्ही प्रकारचें भाषाशिक्षण होऊं शकतें.

ज्ञानाचा वा माहितीचा प्रसार करणारीं तीं प्रसारमाध्यमें होत हें खरें असलें तरी, प्रथम त्या माध्यमांचाच सर्वदूर प्रसार होणें अगत्याचें ठरतें. असा हा परस्परभावी संबंध आहे. प्राचीन काळीं भारतात प्रारंभीं पाठांतर व श्रवण या दोन मार्गांनी ज्ञानाचा प्रसार व भाषाशिक्षण होत असे. त्यानंतरच्या काळात भूर्जपत्रें, ताडपत्रें इ. वर लेखन करण्यास सुरुवात झाली. त्याचप्रमाणें ताम्रपत्रें, विटा किंवा शिळा यांवर लेख कोरण्याचाहि प्रघात होता. पण या सर्वांवर कमालीच्या मर्यादा होत्या. मागाहून मात्र इ. सनाच्या सोळाव्या शतकात युरोपीय लोकांनी भारतात मुद्रणकला आणली. तेव्हापासूनच खरं तर, सर्व भारतभर ज्ञानप्रसार होण्याच्या प्रक्रियेला गति मिळाली. प्रारंभींच्या काळात म्हणजे साधारणपणें १६-१७ व्या शतकात ख्रिस्ती मिशनऱ्यांनी धर्मप्रसाराच्या हेतूने स्थानिक भाषांतून पण प्रथम रोमन लिपीत व मग हळूहळू स्थानिक लिप्यांत बायबल ग्रंथ छापण्यास सुरुवात केली. १६ व्या शतकात पोर्तुगीज मिशनऱ्यांच्या प्रेरणेने प्रथम भारताच्या नैर्ऋत्य किनाऱ्यावर, मलबार प्रांतात व नंतर आग्नेय किनाऱ्यावर, मद्रास प्रांतात मुद्रणयंत्रांचा प्रसार होऊन हळूहळू स्थानिक भाषांतील अक्षरांचे मुद्र (type) पाडण्यास सुरुवात झाली. १७ व्या शतकात पश्चिम किनाऱ्यावरील सुरत येथून, तर पूर्व किनाऱ्यावरील बंगाल प्रांतातून प्रथम बायबल ग्रंथाच्या छपाईस प्रारंभ झाला. इंग्रजांनी भारतात वृत्तपत्रांचाहि श्रीगणेशा केला. जेम्स् ऑगस्टस् हिकी नांवाच्या इंग्रजाने २६ जाने. १७८० रोजीं 'बेंगॉल गॅझेट्' नांवाचें पहिलें साप्ताहिक वृत्तपत्र प्रसिद्ध केलें. त्यानंतर नऊ वर्षांनी मुंबई येथें 'बॉंबे हेरल्ड्' (१७८९), 'बॉंबे गॅझेट्' (१७९०), 'बॉंबे कूरिअर' (१७९२) यांसारखीं इंग्रजी वृत्तपत्रें सुरू झालीं. १८ व्या शतकाच्या अखेरीस बंगालमध्यें देशी भाषांच्या लिप्यांचे खिळे पाडून त्या त्या भाषांत ग्रंथ मुद्रणाचा विशेषत: बायबलचीं भाषांतरें व स्थानिक भाषांचीं व्याकरण-पुस्तकें यांच्या छपाईचा उद्योग डच मिशनमधील डॉ. विल्यम कॅरे याच्या पुढाकाराने सुरू झाला. त्याने १८०५ मध्यें 'मराठी ग्रामर' हें पहिलें मराठी पुस्तक प्रसिद्ध केलें. नंतरच्या काळात प्रथम बंगालमध्यें व नंतर इतरत्र राजा राममोहन

राय यांच्यासारख्या कांही ध्येयवादी राजकीय व सामाजिक नेत्यांच्या प्रेरणेने देशी वृत्तपत्रें सुरू झाली. १८३२ सालीं बाळशास्त्री जांभेकर यांच्या संपादकत्वाखालीं 'दर्पण' हें पहिलें मराठी पाक्षिक वृत्तपत्र प्रसिद्ध होऊं लागलें. १८४० सालीं मुंबई शहरात पहिलें मराठी मासिक निघालें. तेव्हापासून ते दुसऱ्या महायुद्धापर्यंतचा (१९३९) शंभर वर्षांचा काळ हा मराठी मासिकांचा प्रयोगकाळ होता. धर्म आणि कर्तव्य, हौस आणि साहित्यसेवा या हेतूंनी हीं मासिकें निघत होतीं. त्यामुळें सामान्य जनांचें प्रबोधन व रंजन करणें हेंच त्यांचें ईप्सित ध्येय होतें.

स्वातंत्र्यपूर्व काळीं भारतात फक्त वृत्तपत्रें, नियतकालिकें व पुस्तकें या माध्यमांचाच प्रसार होता. 'वृत्तपत्र' हा तर भारतीय स्वातंत्र्य चळवळीचा कणाच होता. त्याचबरोबर, वृत्तपत्रें इकडून तिकडे, म्हणजे एकाच प्रांतात गांवोगांवीं अथवा एका प्रांतातून दुसऱ्या प्रांताकडे पाठवण्याचीं आनुषंगिक दळणवळण साधनेंहि (उदा. बोटी, आगगाड्या, विमाने इ.) पुरेशीं विकसित झालेलीं नसल्याने या माध्यमाच्या प्रसारावर बऱ्याच मर्यादा होत्या. पण तरीहि प्राप्त परिस्थितीत स्वातंत्र्य-चळवळीच्या उद्गात्यांनी ह्या माध्यमाचा पुरेपूर उपयोग करून घेतला व आपले क्रांतिकारक विचार भारताच्या कानाकोपऱ्यापर्यंत पोचवले. १९४७ सालापर्यंत शालेय शिक्षणाबरोबरच ह्या प्रसारमाध्यमांच्या द्वारेंदेखील सामान्य जनतेचें भाषाशिक्षण होत असे. तसेंच, ह्या माध्यमांच्या धुरीणपदीं मोजक्याच परंतु सुशिक्षित व ध्येयवादी व्यक्ती असल्याने आणि शिक्षणाच्या प्रवाहातहि कौटुंबिक शिक्षण-परंपरा असलेल्या सुसंस्कारित वर्गातून येणारे असेच विद्यार्थी असल्याने, दोन्ही पक्षीं हा भाषा व्यवहार नेटकेपणाने होई. त्यात कसलीहि भेसळ वा हीण सरमिसळ होत नसे.

मनोरंजनाच्या क्षेत्रातहि चित्रपट व नाटकें यांनी समाजात उत्तम कामगिरी बजावली. चित्रपटसृष्टीचा तर तो 'प्रभातकाळच' होता आणि नाट्यक्षेत्रातहि 'गंधर्वयुग' अवतरलें होतें. हीं दोन्ही माध्यमें दृक् - श्रव्य अशीं दोन्ही प्रकारचीं असल्याने आणि त्यांतील कलावंत हेदेखील स्वातंत्र्यलढ्याच्या प्रभावाखालीं देशभक्तीच्या ऊर्मीने प्रेरित झाले असल्याने, जनतेला आपण कांहीतरी चांगलें द्यावें या ईर्ष्येने झपाटलेले होते. या कलांचा रसिकतेने आस्वाद घेणाऱ्या रसिकांमध्यें साक्षर सुशिक्षित व निरक्षर अशिक्षित अशा दोन्ही प्रकारच्या रसिकांचा भरणा होता. त्यामुळें निरक्षरांचें वा अल्पशिक्षितांचेंहि ऐकीव पद्धतीने आपोआप भाषाशिक्षण होई.

स्वातंत्र्योत्तर काळात मात्र मोठें सामाजिक स्थित्यंतर झालें. आजवर शिक्षणापासून वंचित राहिलेला फार मोठा बहुजनसमाज शिक्षणाच्या सार्वत्रिक प्रवाहात आला. कोणत्याहि विद्यार्थ्याचें भाषाशिक्षणच नव्हे तर, एकंदरीत सर्वच शिक्षण चांगल्या तऱ्हेने व्हावयाचें असेल तर, शाळेतील शिक्षकांच्या अध्यापनकार्याला पालकवर्गाचीहि साथ

हवी. परंतु ह्या पालकवर्गाला एकतर कौटुंबिक शिक्षणपरंपरा नव्हती, शिवाय दिवसभर पोटाची खळगी भरण्यासाठीं काबाडकष्ट करण्याच्या सक्तीपायीं मुलांकडे लक्ष देण्याइतपत त्यांना फुरसतहि नव्हती. परिणामीं, ह्या मुलांचें भाषाशिक्षण हें सर्वस्वीं शाळेवर अवलंबून होतें. अशा परिस्थितीत, घरात अनघड बोलीभाषेतून व्यवहार व शाळेत प्रमाणभाषा शिकण्याची सक्ती या दुहेरी पेचात सांपडलेल्या मुलांची भाषाशिक्षणाच्या बाबतीत कुतरओढ होत असे. (अजूनहि त्या परिस्थितीत फारसा बदल झालेला नाही.)

वाहतुकीच्या सोयीसुविधा वाढल्याकारणाने स्वातंत्र्योत्तर काळात वृत्तपत्रें, नियतकालिकें व पुस्तकें यांचा उदंड प्रसार झाला. या घटनाक्रमात अनेक चांगल्या गोष्टी घडून आल्या. साक्षरतेचें प्रमाण वाढलें, आम जनतेचें वृत्तपत्रवाचन वाढलें आणि नियतकालिकें व पुस्तकें यांचेंहि वाचन विस्तारलें. कळत - नकळत जनतेचें भाषाशिक्षण सुधारलें. स्वातंत्र्यानंतरच्या प्रारंभींच्या काळातील राजकीय नेत्यांची पहिली पिढी देशाची नव्याने उभारणी करण्याच्या भावनेने भारलेली होती, उदात्त ध्येयवादाने पछाडलेली होती. त्यामुळें आपण सामान्य जनतेपुढें चांगले आदर्श ठेवावेत अशी त्यांची प्रेरणा होती. त्याच काळात ‘ऑल इंडिया रेडिओ’ च्या रूपाने ‘नभोवाणी’ हें नवें माध्यम लोकांना खुलें झालें; तेंहि सरकारी असलें तरी, त्याची सुस्थिति होती. चालू जमान्यात ‘सरकारीकरण’ हा शब्द अपशब्दासारखा वापरला जात असला तरी ‘आकाशवाणी’ हें, अपवादाने का होईना, पण अजूनहि एक सात्त्विक माध्यम म्हणून ओळखलें जातें. आकाशवाणी पूर्वापार महिला, बालगोपाल, शेतकरी, कामगार अशा विविध समाजघटकांसाठीं व शिवाय आम जनतेसाठीं जे विविध कार्यक्रम प्रसारित केले जात ते प्रबोधनपर असूनहि रंजक असत. (व अजूनहि आहेत.) त्यामुळें ते कार्यक्रम ऐकणाऱ्या श्रोतृवर्गावर कळत नकळत ऐकीव भाषाशिक्षणाचा एक सुसंस्कार होत असतो. १९७० सालापर्यंत वृत्तपत्रादि दृश्य माध्यमें व नभोवणी हें श्रव्य माध्यम यांचीच मक्तेदारी होती.

परंतु शिक्षणाचें सार्वत्रिकीकरण झाल्याने, अशा घटनांचे बरे आणि वाईट असे जे परिणाम अपेक्षित असतात ते घडून येणें अपरिहार्यच होतें. त्यापैकीं एक परिणाम म्हणजे समाजाच्या सर्व थरांतून नव्याने शिक्षित होऊन बाहेर पडलेल्या तरुणवर्गाचा वृत्तपत्रसृष्टीत प्रवेश. त्यामुळें टिळक-आगरकरांच्या काळात भाषेला जें एक चोख वळण होतें तें कांहीसें शिथिल होऊं लागलें व भाषादूषणाला सुरुवात झाली. १९५१ सालीं बडोदें येथील वाङ्मय परिषदेच्या प्रसंगीं अध्यक्षीय भाषणात भाषादोषांच्या प्रसाराबाबत चर्चा करताना, सुप्रसिद्ध टीकाकार कै. श्री. के. क्षीरसागर म्हणाले होते -

“प्रमाणभूत ग्रंथ परीक्षेला नेमले असतील तरच तरुण मंडळी वाचतात. दैनिकें मात्र विद्वान्-अविद्वान्, वृद्ध, तरुण, बायकामुलें यांच्या नित्यपाठात असतात.... ग्रंथांच्या

मानाने वृत्तपत्रांचें लिखाण लगीनघाईने करावें लागत असल्याने त्यांचा अपराध क्षम्य मानला तरी, त्यांचा दुष्परिणाम मात्र ग्रंथांच्या तुलनेने व्यापक प्रमाणावर व त्वरित होत असतो.... म्हणून हा प्रश्न दोषांच्या समर्थनाचा नसून, दोष टाळण्याचा आहे आणि दोष टाळण्याची पहिली पायरी म्हणजे त्या दोषांकडे डोळे उघडे ठेवून पाहणें ही होय.'' याचा अर्थ असा कीं, जनतेची भाषा सुविहित पद्धतीने घडवण्याची फार मोठी जबाबदारी वृत्तपत्रांवर व इतरहि प्रसारमाध्यमांवर असते.

दरम्यानच्या काळात संयुक्त महाराष्ट्राची चळवळ यशस्वी होऊन, १९६० सालीं स्वतंत्र महाराष्ट्र राज्याची स्थापना झाली व 'मराठी' ही राज्याची अधिकृत राजभाषा झाली. त्यावेळीं टंकलेखन यंत्र हें सरकारी कारभाराचें मुख्य साधन होतें व त्या दृष्टीने अनुकूल सोयींनीं युक्त करून तें विकसित करण्याची प्रक्रिया सुरू झाली. त्याच सुमारास राज्यकारभार गतिमान करण्याच्या हेतूने मराठी भाषेची लेखनपद्धतीहि कांहीशी सुकर व सोपी करावी असा सत्ताधाऱ्यांकडून आग्रह झाला. वस्तुत: यात गैर असें कांहीच नव्हतें. जुन्या काळीं सुद्धा राज्यकारभार शीघ्र गतीने चालावा यासाठीं बाळबोध लिपीऐवजीं फक्त दीर्घ अक्षरांची सोय असलेल्या मोडी लिपीचा वापर होत असे. त्या दृष्टीने पाहतां, राज्यकर्त्यांची ही मागणी एका अर्थीं रास्त होती. राज्यकारभाराची भाषा ही व्यावहारिक व कामचलाऊ असते हें लक्षात घेऊन, तेवढ्या क्षेत्रांत कांटेकोर नियमपालनाची अपेक्षा न करतां, त्या क्षेत्रापुरती नियमांपासून थोडी सूट दिली असती तर चालण्यासारखें होतें. पण तोवर एरव्हीं शिष्टमान्य झालेली लेखनपद्धति अतिउत्साहाच्या भरात सार्वत्रिक प्रमाणावर बदलण्याचा निर्णय झाला व हें सुलभीकरणाचें वारें मराठी समाजजीवनातील शिक्षण-साहित्य आदि क्षेत्रांतहि घुसलें. त्या काळीं या प्रश्नावर बराच वादंग माजला. अखेरीस, वादविवाद करणाऱ्या उभयपक्षांच्या तडजोडीतून जी नवी नियमावली तयार झाली तीमध्यें तर्कसंगति राहिली नाही. सुलभीकरणामुळें बहुसंख्य जनांनी तिचें उदंड स्वागत केलें व मराठी समाजाने गेलीं ५० वर्षें ती नियमावली तशीच पुढें रेटली. पण या अशास्त्रीय व विसंगतींनी भरलेल्या नियमावलीचे दुष्परिणाम तत्काळ जाणवले नाहीत हें खरें असलें तरी, आजच्या घडीला समाजाचें धुरीणत्व करणारे पत्रकार, साहित्यिक, अध्यापक, इ. मंडळींचें लेखन सुधारलेलें तर नाहीच, शिवाय तें चिंताजनक वाटावें इतक्या थराला गेलें आहे.मग सामान्य जनांची काय कथा ? सुलभीकरणाच्या नांवाखालीं सदर नियमावलीने संस्कृत भाषेशीं असलेला अर्धाअधिक संबंध तोडून टाकला, पर्यायाने हिंदीशींहि आपला संबंध सुटला, पण अधिक गुणांक मिळवणारी भाषा म्हणून संस्कृत विषय घेणाऱ्या विद्यार्थ्यांची कुचंबणा होऊं लागली, दोन टोकांच्या लेखन पद्धतींचा मेळ बसेनासा झाला व मराठी मुलें संस्कृत - हिंदीमध्यें मार खाऊं लागलीं.

शिक्षणक्षेत्रातहि आरक्षणवादाचा पगडा असल्याने, केवळ आरक्षित जागा भरण्याच्या दडपणापायीं गुणवत्तेशीं तडजोड करून, मिळतील त्या उमेदवारांची शिक्षक वर्गात भरती करावी लागते आणि मग अर्ध्याकच्च्या शिक्षकांनी दिलेलें ज्ञान नाइलाजाने मुलांना ग्रहण करणें भाग पडतें. एखाद्या शिक्षकाने चुकीचें शिकवलें आणि जागरूक व सुबुद्ध पालकाने ती चूक सुधारण्याचा प्रयत्न केला तर, ती सुधारणा त्या विद्यार्थ्यालाच भोवते. कारण, आपण बरोबर लिहिलेलें उत्तर शिक्षकाच्या मतें चूक असेल तर विद्यार्थ्याचे गुणांक कापले जाणार ही भीति असते. अशा प्रकारें चुकीच्या अध्यापनातून विद्यार्थ्यांच्या भाषा शिक्षणावरहि विपरित परिणाम होतो.

मधल्या काळात १९७० सालानंतर मात्र 'चित्रवाणी' चा उदय झाला आणि एकंदरींत भारतीय समाजजीवनात एक अभूतपूर्व क्रांति घडून आली. चित्रवाणी हें एकाच वेळीं दृश्य व श्रव्य माध्यम होतें. जनमानसावर त्याचा इतका प्रभाव पडला कीं कांही काळ नभोवाणीची पीछेहाट झाली. तथापि, प्रारंभींच्या काळात 'दूरदर्शन' ही एकमेव सरकारी वाहिनी असून, त्या माध्यमात वावरणारे लोकहि नवनिर्मितीच्या उदात्त भावनेने प्रेरित असल्याने तो प्रभातकाळ मात्र उज्ज्वल ठरला.

तथापि, १९८० सालानंतर विशेषत: १९९० सालानंतर चित्रवाणी क्षेत्रात सरकारी माध्यमाच्या जोडीला विविध खाजगी वाहिन्यांचा प्रवेश झाला व त्याचबरोबर हिंदी-इंग्रजी भाषांचाहि मुक्त वापर व वावर सुरू झाला. त्याच्या जोडीला या भाषांची प्रादेशिक भाषांमध्यें घुसखोरीहि वाढली. चित्रवाणीच्या दृश्य स्वरूपामुळें त्यातील अशुद्धलेखनाचा निरक्षर प्रेक्षकांवर कांही परिणाम होत नाही, मात्र त्या माध्यमातील ऐकीव भाषेचा त्यांच्यावर बरावाईट परिणाम होत असतो. याउलट, साक्षर प्रेक्षक - श्रोत्यांवर त्याचा दुहेरी प्रभाव संभवतो.

त्यात आणखी जागतीकरणाची (globalisation) भर पडली आहे. अलिकडे मोठ्या प्रमाणावर आंतरजातीय, आंतरधर्मीय व आंतरराष्ट्रीय विवाहदेखील सर्रास होऊं लागले आहेत. हे विवाह बहुधा आंतरभाषिकहि असतात. अशा विवाहसंबंधांतून जन्माला येणाऱ्या अपत्यांची जन्मभाषा वा मातृभाषा कोणती समजायची हाहि समाजापुढें मोठा पेंच आहे.

याच काळात शिक्षणक्षेत्रातहि मराठी समाजातील लहान थोर, प्रगत व मागास अशा सर्व थरांचा इंग्रजी माध्यमाकडे ओढा वाढत राहिला. त्यामुळें दिवसेंदिवस देशी भाषांचें महत्त्व कमी होत चाललें. अशा इंग्रजी माध्यमातून तयार झालेली युवा पिढी आता चित्रवाहिन्यांमधून वावरूं लागली आहे. त्यातूनच कधीं टूम म्हणून, तर कधीं नकळतचा संस्कार म्हणून इंग्रजी - मिश्रित मराठी ('इंग्राठी' किंवा 'मिंग्लिश'), 'हिंदी

- मिश्रित - इंग्लिश' ('हिंग्लिश') आणि हिंदी भाषेचा मराठी अवतार ('तू माझी मदत कर') अशांसारख्या संकरित व खिचडी बोली जन्माला आल्या. भाषा ही नाजूक जिभेने, हळुवारपणें व प्रभावीपणें हाताळावयाची गोष्ट असते ही जाणीव दिवसेंदिवस लोप पावूं लागली. शेकडों वाहिन्यांच्या माऱ्यामुळें तरुण पिढीची मराठीच नव्हे तर एकंदरींत सर्वच भाषा बिघडत चालल्या आहेत. त्यातल्या त्यात अजूनहि राष्ट्रीय दूरदर्शन वाहिनीवरील इंग्रजी व हिंदी वृत्तवाचनाचा दर्जा उत्तम असतो. वस्तुत: बहुभाषिकत्व ही गौरवास्पद बाब आहे. पण सर्वच भाषा त्या त्या भाषेचा डौल सांभाळून बोलतां येणे वेगळें आणि सर्वच भाषांची आपसांत भेसळ करून बेंगरूळ भाषा बोलणें वेगळें. एकंदरींत, चोख व डौलदार भाषा बोलणें हें एक विशेष भाषिक कौशल्य आहे व तें कष्टसाध्य आहे ही जाणीव अलिकडे अस्तंगत होऊं लागली आहे.

आंतरजालाची सुविधा उपलब्ध झाल्यापासून तर, जगातील सर्वच ज्ञान झटपट, घरबसल्या व विनायास मिळण्याची सोय झाली. तऱ्हतऱ्हेचीं वृत्तपत्रें, नियतकालिकें, पुस्तकें, निरनिराळे शब्दकोश, संज्ञाकोश वा ज्ञानकोश, इ. सर्व आंतरजालावर उपलब्ध झालें. पण तेथें मिळणारी सर्व माहिती सत्य वा बरोबर आहे असाच सर्वांचा समज होत गेल्याने, ती माहिती पडताळून पाहण्याची कोणाला गरज वाटत नाही. भाषेच्या बाबतीतहि तेंच घडतें. खरें पाहतां, आजकाल कोणीहि व्यक्ति - कधीं कधीं अनधिकारी व्यक्तीदेखील आंतरजालावर चुकीची माहिती भरतात व लोकांना पडद्यावर दिसतें तें प्रमाण वाटतें.

म्हणूनच कै. श्री. के. क्षीरसागर यांचे पूर्वोक्त उद्गार वृत्तपत्रांच्याच नव्हे तर सर्वच प्रसारमाध्यमांच्या बाबतीत लागू पडतात. कारण प्रसारमाध्यमें हीं जनतेची भाषा चांगल्या तऱ्हेने घडवूं शकतात वा बिघडवूंहि शकतात. पण म्हणून आपल्या जीवनात नवनवीं प्रसारमाध्यमेंच नकोत असें म्हणणें शहाणपणाचें ठरणार नाही. कारण अखेरीस प्रसारमाध्यम हें केवळ साधन आहे. कोणत्याहि साधनाचा उपयोग कसा करावा. हें आपल्या हातीं असतें. चाकूने रोगनिवारणार्थ शस्त्रक्रिया करतां येते, त्याप्रमाणें दुसऱ्याचा खूनहि करतां येतो. दिवसेंदिवस बहुतेक सर्वच समाजांमध्यें भाषासौष्ठव वा तिचें सौंदर्य यांची जोपासना करण्यासाठीं जे कष्ट घ्यावे लागतात त्याविषयींची बेफिकिरी वाढत चालली आहे, सोपेपणाच्या नांवाखालीं सवंगपणाचाहि सोस वाढला आहे. अश्या प्रतिकूल परिस्थितीत खऱ्याखुऱ्या भाषाप्रेमींनी एकजूट करून उठाव केला नाही व नेटाने प्रयत्न केले नाहीत तर, भाषा हें मानवी संस्कृतींचे मुख्यांग लयाला जाण्याची शक्यता आहे. श्री. के. क्षीं. च्या शब्दांत सांगायचें तर, "भाषा हें संस्कृतींचें एक सूक्ष्म पण महत्त्वाचें अंग आहे आणि संस्कृतीचें जीवन व मरणहि सूक्ष्म गोष्टींतच असतें..... संस्कृति, शुद्धता आणि माधुर्य यांचें मापन धडापासरीने करायचें नसून, तोळा - माशांनीच करावयाचें असतें."

म्हणूनच भाषेला संभवणारा हा मोठा धोका लक्षात घेऊन, समाजधुरीणांनी समाजाचें स्वत्व व सत्त्व जागवलें तरच, प्रसारमाध्यम या उपकरणाला विधायक वळण देतां येईल, कारण -

क्रियासिद्धिः सत्त्वे भवति महतां नोपकरणे।

संदर्भ :

१) मराठी मासिकांचे पहिले शतक - बा. द. सातोस्कर - जून १९८६, प्रकाशक : शुभदा - सारस्वत पब्लिकेशन्स्.

2) Typography of Devanagari - B. S. Naik - 1965 - (सुधारित १९७१), प्रकाशक : शासकीय मुद्रण व लेखनसामग्री विभाग, महाराष्ट्र शासन.

प्रासंगिक

मराठीतून कायदा - अंमलबजावणी कोठवर?

महाराष्ट्र राज्याच्या विधिमंडळाने १९६५ साली 'महाराष्ट्र राजभाषा अधिनियम, १९६४' हा कायदा संमत करून त्याच्या कलम ५ अन्वये 'नेमलेल्या दिवसापासून राज्य सरकारचे सर्व कायदे मराठीतून करण्यात येतील' असे जाहीर केले. परंतु हा 'नेमलेला दिवस' कोणता असणार त्याविषयी एक टीप देण्यात आली व राज्य शासन एक अधिसूचना काढून मी तारीख जाहीर करील असे त्यात म्हटले. हे कलम लगेच अमलात न आणण्यामागील हेतू स्तुत्य होता. मूळ कायदा मराठी भाषेतून करता येण्याइतपत मराठीची पूर्वतयारी करण्यास विधि व न्याय विभागाला पुरेसा अवधी मिळावा असा इरादा होता. दरम्यानच्या काळात विधि व न्याय विभागाने या दिशेने कोणतीही पावले उचलली तर नाहीतच, पण उलट तब्बल तीस वर्षे नाना सबबी सांगून विभागाने हे कलम अमलात येऊ दिले नाही. इतकी वर्षे महाराष्ट्र विधिमंडळाचा प्रत्येक कायदा हा मूलतः इंग्रजीत होत असे व त्याखाली विधि सचिवांची सही असे. त्यामुळे इंग्रजी मसुदा हाच प्रमाण पाठ (authoritative text) मानला जाई. त्यासोबत भाषा संचालनालयाने केलेला त्याचा मराठी अनुवादही विधिमंडळापुढे ठेवणे कायद्याने बंधनकारक होते. पण मराठी मसुदा हा 'यथार्थ अनुवाद' या सदराखाली भाषा संचालकांच्या सहीने प्रसिद्ध होई. हा अनुवाद अधिकृत अनुवाद (authorised translation) असला तरी त्याला इंग्रजी मसुद्याचे प्रामाण्य नव्हते व अर्थाबाबत शंका उपस्थित झाल्यास इंग्रजी मसुद्याला प्राधान्य मिळे.

पण १९९५ साली सत्तांतर झाल्यानंतर, दि. १५ ऑगस्ट १९९५ रोजीपासून (अधि. क्र. ओ.एफ.एल. - १०९५ / ७३७ / प्र. क्र. ३६ / ९५ / २० ब -) कलम ५ अमलात आणल्याची अधिसूचना महाराष्ट्र सरकारच्या सामान्य प्रशासन विभागाने काढली. तेव्हापासून आजमितीपर्यंत विधिमंडळाची दोन अधिवेशने झाली. त्यांपैकी दुसरे अधिवेशन

फार काळ झाले नाही. त्यामुळे डिसेंबर १९९५ च्या अधिवेशनाचाच विचार येथे प्रस्तुत ठरेल. डिसेंबर १९९५ च्या अधिवेशनात जी विधेयके सादर करण्यात आली व जे कायदे मंजूर करण्यात आले, त्यांच्या मराठी मसुद्यांखाली विधि सचिवांची सही होती. याचा अर्थ असा की, विधि सचिवांच्या सहीने प्रसिद्ध झालेल्या मराठी कायद्यालाच आता प्रामाण्य (authoritative text) मिळणार व इंग्रजी मसुदा हा 'अधिकृत अनुवाद' (authorised translation) समजला जाणार. म्हणजे, एका परीने कलम ५ अमलात आले खरे.

पण त्याचवेळी, पूर्वीच्या प्रथेप्रमाणे नागपूर अधिवेशनासाठी भाषा संचालनायातील अनुवादकांचा ताफा नेण्यात आला होता. वस्तुस्थिती अशी होती की, पूर्वीप्रमाणेच विधि-न्याय विभागाने प्रत्येक कायद्याचा मूळ मसुदा इंग्रजीत तयार केला व भाषा संचालनालयाकडून त्याचा मराठी अनुवाद करून घेतला, फक्त तो विधि सचिवांच्या सहीने प्रसिद्ध करून विधिमंडळापुढे ठेवला. याचा अर्थ असा की, राजभाषा अधिनियमाचे कलम ५ हे तत्त्वत: अमलात आले (came into force) असले तरी, त्याची खऱ्या अर्थाने अंमलबजावणी (implementation) अजून सुरू झालेली नाही.

मात्र अशी वहिवाट तशीच पुढे चालू राहिली तर, विधि-न्याय विभागाच्या दृष्टीने ते जोखमीचे ठरणार आहे. कारण कलम ५ अमलात आले, या घटनेचा गर्भितार्थ असा की, यापुढेही मराठी मसुद्याचे मातृत्व भाषा संचालनालयावर लादले गेले तरी, विधि-न्याय विभागाला त्याचे पितृत्व नाकारता येणार नाही. मराठी मसुद्यातील प्रत्येक शब्दाच्या योग्यायोग्यतेची जबाबदारी विधि-न्याय विभागावरच राहील, त्यासाठी भाषा संचालनालयाला जबाबदार धरता येणार नाही.

वास्तविक, विधि-न्याय विभागाने मुळात मराठीतून कायद्याचा मसुदा तयार करावा व नंतर त्याचा इंग्रजी अनुवाद करण्याची व्यवस्था करावी, हे कायद्यानुसार अपेक्षित आहे. पण विधि-न्याय विभागाच्या कर्मचाऱ्यांना त्याचा सराव नाही ही सबब आणखी काही काळ ग्राह्य धरली तरी, निदान भाषा संचालनालयाने तयार केलेला अनुवाद त्यांनी तपासून त्यावर शिक्कामोर्तब करावे एवढी तरी अपेक्षा रास्त ठरेल.

प्रत्यक्षात, कलम ५ ची खरीखुरी अंमलबजावणी करण्याच्या दिशेने विधि-न्याय विभागाने काय योजना आखल्या आहेत ते अद्याप गुलदस्तात आहे!

(याच संबंधात लेखिकेचा 'लोकसत्ते'च्या अंकात रविवार, २८ नोव्हें. १९९३ रोजी प्रसिद्ध झालेला लेख.)

महाराष्ट्र सरकारने २९ जानेवारी १९९३ रोजी काढलेल्या अधिसूचनेचा फायदा घेऊन, शहर दिवाणी व सत्र न्यायालयाचे न्यायाधीश श्री. हरिभाऊ शिवराम घारे यांनी प्रथमच संपूर्ण निकालपत्र मराठीत लिहून इतिहास घडविला. परंतु अजूनही कायद्यांची

अधिकृत भाषा इंग्रजीच राहिली आहे. मराठीला अद्याप तो मान मिळालेला नाही. आता आपणांस हा प्रश्न जनतेच्या न्यायासनासमोर म्हणजे वेगळ्या अर्थाने 'लोकन्यायालया'त मांडावा लागणार आहे. तत्पूर्वी या प्रश्नाचे सर्वांगीण स्वरूप ध्यानात घेणे आवश्यक आहे.

न्यायालयात मराठीचा प्रवेश होण्याच्या मार्गात तीन अडथळे असू शकतात. १. कायदेशीर तरतुदी, २. मानसिक विरोध, ३. व्यावहारिक अडचणी.

कायदेशीर तरतुदी

भारतीय संविधानाचे अनुच्छेद (आर्टिकल) ३४८ ते ३४९ यांमध्ये न्यायालयांच्या भाषेसंबंधी तरतुदी केल्या आहेत. न्यायालयांच्या कामकाजाची पुढीलप्रमाणे तीन अंगे आहेत :

१. ज्यांवर सर्व न्यायालयीन कामकाज आधारलेले असते, त्या मूळ कायद्यांची भाषा. कायद्यांच्या या अधिकृत भाषेतील पाठास 'प्राधिकृत पाठ' (authontative text) असे म्हणतात व कायद्याला अन्वयार्थ लावण्याच्या दृष्टीने हा पाठ प्रमाण मानला जातो.
२. न्यायालयात प्रत्यक्ष खटल्याचे कामकाज चालू असताना, वकील-अशील आणि वकील-न्यायाधीश आणि न्यायाधीश-वादी-प्रतिवादी, फिर्यादी-आरोपी यांच्यातील संवादाची भाषा; आणि
३. खटल्याअंती न्यायाधीशाने द्यावयाच्या निकालपत्राची भाषा. मूळ कायदे हे संसदेने वा राज्य विधानमंडळाने केलेले असू शकतात.

१) (अ) संसदेने केलेल्या केंद्रीय कायद्यांच्या बाबतीत, संविधान अनुच्छेद ३४८ (२) (बी) द्वारे, त्यांचा मूळ मसुदा हा इंग्रजी भाषेत असेल व तोच त्यांचा मूळ 'प्राधिकृत पाठ' राहील असे जाहीर करण्यात आले आहे. त्यानंतर 'राजभाषा अधिनियम, १९६३' या केंद्रीय कायद्याच्या कलम ५ मध्ये दुरुस्ती करून, कोणत्याही केंद्रीय कायद्याचा अधिकृत (सरकारमान्य) हिंदी अनुवाद हा सुद्धा त्याचा 'हिंदी प्राधिकृत पाठ' म्हणून ठरवण्यात आला. (१-१०-१९७६ रोजी पासून). आतापर्यंत इतर प्रादेशिक भाषांतील अनुवादांच्या बाबतीत, 'प्राधिकृत अनुवाद (केंद्रीय कायदे) अधिनियम, १९७३'. कलम २ द्वारे या अनुवादांना 'प्राधिकृत अनुवाद' असा दर्जा देण्यात आला होता. तथापि, अलिकडेच १९७३ च्या या कायद्याच्या शीर्षकामध्येच दुरुस्ती करून, त्यास 'प्राधिकृत पाठ (केंद्रीय कायदे) अधिनियम, १९७३' असे नवे शीर्षक देण्यात आले. या कायद्याच्या कलम २ (ए) अन्वये आता केंद्रीय कायद्यांच्या प्रादेशिक भाषांतील सरकारमान्य अनुवादांनाही 'प्राधिकृत पाठ' असा दर्जा बहाल करण्यात आला आहे.

काही विशिष्ट केंद्रीय कायद्यांमध्ये राज्यापुरत्या दुरुस्त्या (amendments) करण्याचा अधिकार राज्य विधिमंडळाला असतो. अशांपैकी महत्त्वाच्या जवळजवळ सर्व केंद्रीय कायद्यांचा अधिकृत मराठी अनुवाद एका तज्ज्ञ विधिसमितीच्या मार्गदर्शनाखाली भाषा संचालनालयाने उपलब्ध केलेला आहे. ते असे - 'भारतीय संविधान', 'भारतीय दंड संहिता', 'भारतीय साक्षीपुरावा अधिनियम' व 'फौजदारी प्रक्रिया संहिता' फक्त 'दिवाणी प्रक्रिया संहिता, १९०८' याचा विधि विभागातील एका उपसचिवांनी केलेला मराठी अनुवाद छपाईच्या अंतिम टप्प्यात आहे. त्याचप्रमाणे आतापर्यंत १०० हून अधिक केंद्रीय कायद्यांचे अधिकृत अनुवाद भाषा संचालनालयाचे प्रसिद्ध केले आहेत व ते सर्व आता १९७३ च्या कायद्यान्वये 'प्राधिकृत पाठ' करणार आहेत.

(ब) राज्य विधानमंडळाने केलेल्या कायद्यांच्या बाबतीत अनुच्छेद ३४८ (३) मध्ये केलेल्या तरतुदीनुसार राज्य विधानमंडळ राज्याच्या प्रादेशिक भाषेचा वापर अधिकृत करू शकते व तसे केल्यास राज्य कायद्याच्या (State Act) त्या प्रादेशिक भाषेतील पाठ हा 'मूळ प्राधिकृत पाठ' मानला जाईल व राजपत्रात प्रसिद्ध होणारा त्याचा इंग्रजी अनुवाद हा त्या कायद्याचा 'इंग्रजी प्राधिकृत पाठ' समजला जाईल.

वरील तरतुदीला अनुसरून महाराष्ट्र विधानमंडळाने 'महाराष्ट्र राजभाषा अधिनियम, १९६४' हा कायदा १९६५ साली संमत केला व त्यातील कलम ५ द्वारे 'नेमलेल्या दिवसापासून' मराठी ही राज्य विधानमंडळाच्या कायद्यांची अधिकृत भाषा होईल असे जाहीर केले.

प्रत्यक्षात गेल्या २८ वर्षांत हा 'नेमलेला दिवस' अद्याप उजाडलेला नाही. (दिनांक ३० एप्रिल, १९६६ च्या अधिसूचनेद्वारे फक्त कलम ४ व ६ ही कलमे अमलात आली.) त्यामुळे वास्तवात इंग्रजी हीच अजूनही राज्यकायद्यांची अधिकृत भाषा राहिलेली असून, मराठी ही नुसती अनुवाद-भाषा आहे. अर्थात, न्यायालयांनी ज्यांचा अर्थ लावणे अपेक्षित आहे. त्या कायद्यांच्या इंग्रजी पाठालाच प्रामाण्य द्यावे लागते व मराठीकडे दुर्लक्ष करावे लागते. म्हणून उपरोक्त कायद्याचे कलम ५ सत्वर अमलात आणणे हा यावरील मूलभूत उपाय होय. गंमतीची गोष्ट अशी की, संविधान अनुच्छेद ३४८ (३) अनुसार राज्य कायद्याच्या सरकारी इंग्रजी मसुद्याला 'इंग्रजी प्राधिकृत पाठ' असा दर्जा प्राप्त झाला आहे, तर 'राजभाषा अधिनियम, १९६३' (केंद्रीय) कलम ६ अन्वये राज्य कायद्यांच्या सरकारी हिंदी अनुवादालाही 'हिंदी प्राधिकृत पाठ' हा दर्जा बहाल करण्यात आला आहे. पण 'महाराष्ट्र राजभाषा अधिनियम, १९६४' हा सर्वसाधारणपणे २६ जानेवारी १९६५ पासून अमलात येऊनही केवळ कलम ५ अमलात आलेले नाही. याचा अर्थ असा की, सद्य:स्थितीत महाराष्ट्र राज्याच्या कायद्याचा इंग्रजी मसुदा व हिंदी मसुदा यांना 'प्राधिकृत पाठ' म्हणून मान्यता आहे, मराठी मसुद्याला मात्र ही मान्यता नाही. 'असुनि खास मालक

घरचा' अशी मराठीची स्थिती आहे.

२) उच्च न्यायालयातील प्रत्यक्ष कामकाजाची भाषा हिंदी किंवा त्या त्या राज्याची प्रादेशिक राजभाषा असावी असे राज्यपाल राष्ट्रपतींच्या पूर्व संमतीने जाहीर करू शकतात. [अनुच्छेद ३४८ (२)]. म्हणजे या बाबतीत कायद्याचा काहीही प्रत्यवाय नाही.

'दिवाणी प्रक्रिया संहिता, १९०८' व 'फौजदारी प्रक्रिया संहिता, १८९८' अन्वये महाराष्ट्र शासनाने काढलेल्या दिनांक ३०-४-१९६६ च्या अधिसूचनेद्वारे (उच्च न्यायालय व बृहन्मुंबईतील उच्च न्यायालयाच्या अखत्यारीतील न्यायालये खेरीज करून) राज्यातील इतर सर्व दिवाणी व फौजदारी न्यायालयांची भाषा मराठी राहील असे जाहीर करण्यात आले होते.

तथापि, या अधिसूचनेत मराठीला अपवाद केलेल्या वर्जित (वगळलेल्या) प्रयोजनांची संख्या एवढी मोठी आहे की, अखेरीस नियम कोणत्या प्रयोजनापुरता शिल्लक राहिला आहे तेच लक्षात येत नाही. दिवाणी व फौजदारी व्यवहारांत प्रत्येकी १३ प्रयोजने मराठीपासून 'वर्जित' ठरवली अून, ५-७ प्रयोजनांसाठी मराठीप्रमाणे इंग्रजीही चालू शकेल असे म्हटले आहे.

म्हणून दिवाणी व फौजदारी न्यायालयांतील अधिकाऱ्यांशी सल्लामसलत करून वर्जित प्रयोजनांची संख्या किमान करणे आवश्यक आहे. तसेच, मराठीबरोबर इंग्रजीच्या वापराची मुभा दिलेली प्रयोजने रद्द करून, त्यासाठी फक्त मराठीचा वापर आवश्यक करावा.

३) न्यायालयीन निकालपत्रांच्या बाबतीत मात्र सरकारचे धोरण वेगळे आहे. उच्च न्यायालयाच्या निकालपत्रांवर सर्वोच्च न्यायालयात अपील होऊ शकते किंवा इतर राज्यांतील उच्च न्यायालयांना त्यांचा संदर्भ उपयोगी पडू शकतो. म्हणून उच्च न्यायालयांच्या निवाड्यांची भाषा इंग्रजीच राहील असे अनुच्छेद ३४८ (२) अन्वये म्हटले आहे. पण संविधानाची ही तरतूद बदलणे आपल्या कक्षेत येत नाही.

राज्यातील दुय्यम दिवाणी व फौजदारी न्यायालयांच्या निर्णयांच्या बाबतीतही महाराष्ट्र राज्याने केंद्राचे अनुसरण करून न्यायनिर्णय हे मराठीपुरते 'वर्जित प्रयोजन' ठरवले होते. तथापि, २४ जाने. १९८९ च्या अधिसूचनेद्वारे महाराष्ट्र सरकारने हा अपवाद काढून टाकला. परंतु बृहन्मुंबईतील शहर दिवाणी न्यायालये, तसेच दुय्यम फौजदारी न्यायालये यांच्यापुरता हा अपवाद कायम ठेवला होता. अलिकडे मात्र, २९ जाने. १९९३ रोजीच्या अधिसूचनेद्वारे या न्यायालयांच्या बाबतीतही महाराष्ट्र शासनाने हा अपवाद रद्द ठरवला आणि त्यांचे न्यायनिर्णय व आदेश यांसाठी इंग्रजीच्या जोडीला मराठी ही पर्यायी भाषा म्हणून जाहीर केली. याच अधिसूचनेने न्यायाधीशांना दिलेला अधिकार वापरून, न्या. घारे यांनी (मराठीचा पर्याय निवडला आणि) एका फौजदारी प्रकरणी न्यायनिर्णय मराठीतून जाहीर केला. याबद्दल ते खचितच अभिनंदनास पात्र आहेत.

मानसिक विरोध

याचा अर्थ असा की, न्यायनिर्णयांची भाषा म्हणून मराठी अधिकृत आहे, पण ते ज्यांवर आधारलेले आहेत त्या मूळ कायद्यांची भाषा म्हणून मात्र आजमितीस मराठी अधिकृत नाही. म्हणजे आता ही उलटी गंगा सरकारच्या दिशेने वळवणे भाग आहे.

वस्तुत: कायदा व न्याय यांचा अतूट संबंध आहे. कायदे हा न्यायालयीन कामकाजाचा मूलाधार असून, ते अधिकृतपणे मराठीत केले तर, आपोआपच न्यायालयांची भाषा मराठी होईल. राज्य विधानमंडळाने सांविधिक दृष्ट्या मराठीच्या आगमनाची पूर्वतयारी केली असून, ह्यासाठी 'राजभाषा अधिनियमा'त कलम ५ अंतर्भूत केले आहे. नेमलेल्या दिवसापासून विधेयके, अधिनियम, राज्यपालांचे अध्यादेश आणि त्याखालील आदेश, नियम, इ. ची अधिकृत भाषा मराठी राहील अशी त्यात तरतूद आहे. पण शासकीय अधिसूचनेद्वारे 'राजभाषा अधिनियमा'चे कलम ५ अमलात आणण्याचे सामान्य प्रशासन विभागाने विधि व न्याय विभागाच्या सल्ल्यावरून वेळोवेळी लांबणीवर टाकले आहे. सा. प्र. वि. ने कित्येकदा आग्रह धरूनही विधि विभागाने नाना सबबी पुढे करून, हे कलम अमलात आणण्यास विरोध केला आहे. तसेच, जेव्हा जेव्हा कलम ५ अंमलात आणण्यासंबंधाने विधिमंडळ आमदारांच्या समितीची बैठक झाली तेव्हा तेव्हा, विधि-न्याय विभागाचे संबंधित सचिव अनुपस्थित राहिले आहेत. कारण, ते कलम अमलात आल्यास, त्याच्या अंमलबजावणीची मुख्य जबाबदारी विधि व न्याय विभागावर येईल व तेच नेमके त्यांना नको आहे. भाषा संचालनालयाने वेळोवेळी पुढे केलेला सहकार्याचा हातही त्यांनी झिडकारला आहे. त्यांनी पुढे केलेल्या सर्व सबबींचे निराकारण या लेखाच्या अखेरच्या भागात करण्यात येत आहे. तथापि, या अधिकाऱ्यांचा मानसिक विरोध प्रथम संपला पाहिजे अगर कठोरपणे मोडून काढला पाहिजे.

व्यावहारिक अडचणी

मानसिक विरोध संपला तरी, व्यावहारिक अडचणी सोडवाव्या लागतील. सध्याच्या व्यवस्थेप्रमाणे विधि व न्याय विभागाचे प्रारूपकार मूळ कायदे इंग्रजीत करतात व ते विधि सचिवांच्या सहीने 'प्राधिकृत पाठ' म्हणून प्रकाशित केले जातात. भाषा संचालनालयात त्यांचा मराठी अनुवाद होतो, पण तो भाषा संचालकांच्या सहीने 'यथार्थ अनुवाद' म्हणून प्रसिद्ध होतो. कलम ५ अमलात आणून, मराठीला कायद्यांच्या प्राधिकृत पाठांची भाषा म्हणून मान्यता देण्याचे ठरवल्यास, त्याची मुख्य जबाबदारी विधि व न्याय विभागावर येईल. त्यांना एक तर कायदा मुळात मराठीत तयार करावा लागेल अगर त्याचा मराठी अनुवाद काळजीपूर्वक तपासावा लागेल. सराव नसल्याने विधि विभागाच्या अधिकाऱ्यांना मराठीतून कायद्याचे प्रारूप लेखन (drafting) करणे सुरुवातीला जमणार नाही. म्हणून

सुरुवातीला भाषा संचालनालय अनुवाद तयार करून व तपासूनही देऊ शकेल. परंतु भाषा संचालनालयाची तपासणी निर्णायक म्हणता येणार नाही. कारण, आजच्या घडीला कायद्याचा पदवीधर असा अधिकारी त्या कामावर नेमलेला नाही व यापुढेही तशी शक्यता दिसत नाही. म्हणून प्राथमिक तपासणीनंतर तो अनुवाद विधि विभागाच्या अधिकाऱ्यांनी तपासणे जरुरीचे राहील. त्यांनी तो तपासून दुरुस्त्या केल्यावरच तो विधि सचिवांच्या सहीने प्रसिद्ध करता येईल. तपासणीचा सराव झाला की, हळूहळू त्यांना ही भाषा परिचित होईल व मुळात मराठीतून प्रारूप लेखनही करता येईल. पण विधि विभाग ही जबाबदारी टाळू पाहात आहे.

उपरोक्त व्यवस्था नव्याने होणाऱ्या कायद्यांच्या बाबतीत लागू होईल. परंतु काही कायदे हे दुरुस्तीवजा (Amending Acts) असतात. त्यांना जुन्या कायद्यांचा संदर्भ आवश्यक असतो. त्या बाबतीत असे सांगता येईल की, स्वातंत्र्यपूर्व काळापासून कायद्यांची भाषांतरे मराठीत प्रसिद्ध करण्याची प्रथा चालत आली आहे. मात्र ती भाषा आता जुनी पुराणी झाली आहे. अशा कालबाह्य भाषेतील व परिभाषेतील मराठी कायद्यांचे आधुनिकीकरण करण्याचे काम भाषा संचालनालयात चालू आहे. त्यावर देखरेख ठेवण्यासाठी मध्यंतरी विधि विभागाने आपल्या एका उपसचिवांची सेवाही उसनवार दिली होती. परंतु अकस्मात् मध्येच त्यांना विधि विभागात परत बोलावण्यात आले. तरीही काम चालू आहे.

१९६० सालापासून भाषा संचालनालयातर्फे आधुनिक परिभाषेत प्रत्येक राज्यकायद्याचा मराठी अनुवाद उपलब्ध झालेला आहे. त्यामुळे तीही अडचण आता दूर झाली आहे.

एवढे सहकार्य करूनही विधि व न्याय विभागाने भाषा संचालनालयाला तितकासा प्रतिसाद दिलेला नाही. मुळात ही जबाबदारी विधि व न्याय विभागाची आहे हेच विधि सचिव मानण्यास तयार नाहीत. मराठीसंबंधी जे काही करायचे ते भाषा संचालनालयानेच करायचे आहे, आपला त्याच्याशी संबंध नाही, हा त्यांचा विश्वामित्री पवित्रा निखालस चुकीचा आहे. ही भूमिका बदलल्याशिवाय या दिशेने काहीही प्रगती होणार नाही.

संक्षिप्त शिफारशी

१. राज्य कायदा मराठीतून उपलब्ध करणे ही जबाबदारी विधि व न्याय विभागाची आहे ही गोष्ट त्या विभागाच्या अधिकाऱ्यांवर बिंबवून त्यांचा मानसिक विरोध संपवणे;
२. विधि, न्याय विभाग आणि भाषा संचालनालय यांच्यात सहकार्य घडवून आणणे;
३. 'महाराष्ट्र राजभाषा अधिनियम, १९६४' यातील कलम ५ अमलात आणणे;

४. महाराष्ट्र शासनाच्या दि. ३० एप्रिल १९६६ रोजीच्या अधिसूचनांमधील वर्जित प्रयोजनांची संख्या किमान करणे.
५. अलिकडेच संविधानातील दुरुस्ती अन्वये (amendment) (५८ वी दुरुस्ती क. ३. अनुच्छेद ३९४ ए) संविधानाचा सरकारी हिंदी अनुवाद 'प्राधिकृत पाठ' म्हणून जाहीर करण्यात आला आहे. विधि विभागातील उपसचिवांकरवी जुन्या कायद्यांचे अनुवाद तपासून घेतल्यास, वरील धर्तीवर हे यथार्थ अनुवादही 'प्राधिकृत पाठ' म्हणून जाहीर करता येतात.

विधानमंडळाने एखादा कायदा केलेला असतानाही, केवळ शासनातील काही मूठभर अधिकाऱ्यांचे हितसंबंध जपण्यासाठी जनतेच्या अज्ञानाचा गैरफायदा घेऊन तो वर्षानुवर्षे अमलात न आणणे म्हणजे 'कायद्याची निव्वळ फसवणूक' (Fraud on law) होय असे मत पंढरपूरसंबंधीच्या एका प्रकरणी न्यायाधीशांनी व्यक्त केल्याचे स्मरते. तसाच प्रकार येथे झाला आहे. हा विधानमंडळाचाही अवमान होय. पण आता बृहन्मुंबईतील कनिष्ठ न्यायालयात मराठीचा सूर्य उगवला आहे. तरीही शासनाच्या म्हातारीने आपलं कोंबडं झाकूनच ठेवलं आहे. झोपी गेलेल्याला एकवेळ जागे करता येईल, पण झोपेचं सोंग घेतलेल्या शासनाच्या विधि-न्याय विभागाच्या बाबतीत ते शक्य नाही. विधिमंडळ आमदारांच्या ही गोष्ट लक्षात येऊन, त्यांनी शासनावर कलम ५ अमलात आणण्याची अधिसूचना काढण्याबद्दल दडपण आणण्याशिवाय गत्यंतर नाही. तेव्हा आता शिवसेना वगळता इतर आमदारांचीही खरोखरची झोप मोडेपर्यंत तरी वाट पाहावी लागणार आहे!

माझी 'शब्दानंद' यात्रा

■ ■ ■

१९९५ सालीं मीं मुंबईहून पुण्याला स्थलांतर केलं. तत्पूर्वीं मीं मुंबईत हातीं घेतलेलीं सर्व कामं पुरीं केलीं व मुंबईला रामराम ठोकला. पुण्याला आलें तेव्हा विरंगुळा म्हणून नवीन रोजगाराच्या शोधात होतें. तेवढ्यात एका हौशी वृद्ध गृहस्थांनी रचलेला एक छोटासा शाळकरी कोश तपासणीसाठीं माझ्या हातीं आला. तो मीं अर्थात् तपासून दिला. पण त्या कोशाची मध्यवर्ती कल्पना माझ्या डोक्यात ठाण मांडून बसली. तो कोश विषयवार आणि इंग्रजी-मराठी असा द्वैभाषिक होता. माझ्या मनाने त्या कल्पनेचा विस्तार केला आणि आपण तो कोश त्रैभाषिक व विस्तृत विषयवार करावा असं मला सुचलं. यापूर्वीं कै. वि. दि. नरवणे यांचा सोळा भाषांचा 'भारतीय व्यवहार कोश' मीं पाहिला होता. मला असं वाटलं कीं, आपण भाषांची संख्या मोजकीच म्हणजे तीन ठेवावी, पण विषयसंख्या वाढवावी. मग सुचतील त्या शब्दांच्या साध्या कागदपत्रिका बनवून मी एका खोक्यात ठेवूं लागलें. इंग्रजी हीच अग्रणी भाषा ठेवण्याचं मुख्य कारण म्हणजे इंग्रजीचा संसार फक्त सव्वीस अक्षरांत आटोपतो, शिवाय तिच्या वर्णक्रमासंबंधीं जगात कुठेंहि मतमतांतरं नाहीत. विषयसंख्या किती असावी असं मीं सुरुवातीला कांहीच ठरवलं नव्हतं, पण एखाद्या विषयातील एखाद्या इंग्रजी शब्दाचा नेमका अर्थ इंग्रजी शब्दकोशात शोधत असताना, अनेकदा त्या शब्दाच्या मागेंपुढें अन्य विषयांतले शब्द माझ्या दृष्टीस पडत व मग मी त्या शब्दांच्या मोहात पडत असें व निव्वळ ते शब्द घेतां यावेत म्हणून मी नवनवीन विषय सुरू करीत असें. असं करतां करतां, माझा कोश दिसामासांनी कसा वाढत गेला तें माझं मलाच समजलं नाही.

प्रारंभी कथा-कादंबऱ्यांचीं भाषांतरं करताना उपयोगीं पडणारे शब्द एवढेच माझ्या डोळ्यांसमोर होते. पण हळूहळू भाषांतरांचीं अन्य व्यावहारिक क्षेत्रंही मला खुणावूं लागलीं.

पण एखाद्या विषयक्षेत्रात किती खोलवर मुसंडी मारायची तें मला ठरवावं लागलं. कोणत्याहि ज्ञानक्षेत्राचं मला सर्वांगीण व परिपूर्ण ज्ञान होणं ही अशक्यप्राय गोष्ट होती. मग माझं मलाच असं जाणवलं कीं आपण विद्वज्जन व सामान्य माणूस यांच्यांतला दुवा होऊं शकतों. एखाद्या विषयातील तज्ज्ञ व्यक्ती जेव्हा वृत्तपत्रादि प्रसारमाध्यमांतून सामान्य माणसापर्यंत पोचूं इच्छिते तेव्हा कित्येकदा तिला समर्पक प्रतिशब्द सुचत नाहीत. अशा वेळीं आपला कोश तिच्या मदतीला आला तर तिचें काम सुकर होईल अश्या कल्पनेने मी व्यावहारिक शब्द दाखल करण्यास सुरुवात केली.

आरंभीचं सर्व म्हणजे सत्तर विषयांचं प्राथमिक काम झाल्यावर, सर्वसाधारणपणें ज्या शब्दपत्रिका मीं पक्क्या केल्या त्यांचीं कार्डं करून घ्यायला सुरुवात केली. कार्डांचं काम संपल्यानंतर १५ ऑगस्ट १९९९ पासून एच्. एम्. टाईपसेटर्स (श्री. हेमंत जोशी) यांच्याकडे अक्षरजुळणीचं काम सोपवलं. त्याच सुमारास कांही योगायोगाने 'शुभदा सारस्वत प्रकाशन'चे प्रकाशक श्री. शरद गोगटे यांची भेट झाली. ह्या प्रकल्पाविषयीं चर्चा करीत असतां, कोशाची प्रारंभिक रचना इंग्रजी-हिंदी-मराठी असल्याने, त्याच्या जोडीला हिंदी व मराठी प्रतिशब्दांच्याहि सूचना जोडाव्यात अशी त्यांनी सूचना केली. पहिल्या फटक्याला मीं ती सूचना फेटाळून लावली. हा प्रारंभिक कोश पुरा करण्याचं प्रचंड आव्हान पुढें उभं असताना, मला आणखी हें ज्यादा काम कसं झेपणार ह्या नुसत्या कल्पनेनेच मी गांगरून गेलें. पण हळूहळू अधिक विचारांतीं श्री. गोगट्यांची सूचना मला मनोमन पटली. इंग्रजीपासून सुरुवात असेल तर फक्त इंग्रजीतून हिंदीत वा मराठीत भाषांतर करण्याची सोय होईल. मात्र प्रतिशब्दांच्याहि अकारविल्हे सूच्या जोडल्या तर, इंग्रजी, हिंदी व मराठी ह्या तीनहि भाषांतून उलटसुलट भाषांतराची सोय होईल व आपल्या कोशाची उपयुक्तता वाढेल, ह्या विचाराने प्रेरित होऊन मी कोशाला दुसरा भाग जोडण्याचा निर्धार केला.

पण १९९९ सालीं कोशाचा दुसरा भाग सहज सिद्ध करता येईल एवढी संगणकीय प्रगति झालेली नव्हती. किंबहुना तशी व्यवस्था करणारी व्यक्ती मला तेव्हा तरी भेटली नाही. साहजिकच, हाहि प्रवास आपल्याला हातींपायींच करावा लागणार हें नक्की होतं. तेव्हा प्रख्यात 'समाजविज्ञान कोश' कार कै. स. मा. गर्गे यांची सुकन्या कविता भालेराव माझ्या मदतीला धावून आली. मग जसजशीं पहिल्या भागाचीं मुद्रितं पक्कीं होत गेलीं तसतशीं त्यांच्या आधारें तिने हिंदी व मराठी प्रतिशब्दांचीं कार्डं (मूळ इंग्रजी शब्द व तो कोठें आला तो विभाग या तपशिलासह) तयार करण्याचं काम सुरू केलं. उद्देश हा कीं, पहिल्या भागाचं काम पुरं होईस्तोंवर दुसऱ्या भागाची पूर्वसिद्धता झालेली असेल व मग दुसऱ्या भागाची अक्षरजुळणी करण्यास सुरुवात करतां येईल. अशीं सुमारें ६०,००० हून अधिक कार्डं तिने तयार केलीं. २००४ सालीं जेव्हा १ ल्या भागाचं काम पूर्ण झालं तेव्हा

मात्र नव्याने अशी अक्षरजुळणी करावी न लागतां, केवळ संगणकीय तंत्रज्ञानाच्या आधारें पहिल्या भागावरून दुसरा भाग तयार करण्याची सोय उपलब्ध झाली. हा संगणक-तंत्रज्ञानातील प्रगतीचा फायदा मला मिळाला. पण मग दुसऱ्या भागाच्या कार्डांचं काम फुकट गेलं असं म्हणायचं का? माझं उत्तर 'नाही' असं आहे. कारण मधल्या काळात कितीतरी अनुवादक जेव्हा माझ्याकडे उलट-सुलट प्रतिशब्दांची विचारणा करीत तेव्हा चटकन् कार्डं पाहून मी त्यांना प्रतिशब्द पुरवूं शकत होतें. तसंच, अनेकदा एकच प्रतिशब्द वेगवेगळ्या ठिकाणीं तत्सम पण वेगवेगळ्या संकल्पनांना दिला गेला आहे. असंहि कधींकधीं माझ्या निदर्शनाला येई व मग मी ती चूक दुरुस्त करीत असें. २००४ सालीं १ ल्या भागाचं काम पुरं झालं आणि मी संगणक-तंत्रज्ञानाचा शोध घेऊं लागलें. कांही योगायोगाने 'मॉड्यूलर इन्फोटेक्' ह्या कंपनीचा शोध लागला व त्या कंपनीच्या संचालिका श्रीमती मीना जोशी व त्यांचे एक वरिष्ठ अधिकारी श्री. अनंत देवकर यांनी मला दुसऱ्या भागासाठीं आवश्यक तें तंत्रज्ञान उपलब्ध करून दिलं. नंतर श्री. अनंत ऊर्फ रमण चितळे यांच्या 'लिपिरूपदा' संस्थेत यथावकाश माझ्या कोशाच्या २ ऱ्या भागाचं काम सिद्धीस गेलं. तेव्हा २००६ सालची अखेर झाली होती आणि माझं १९९५ ते २००६ पर्यंत १२ वर्षांचं काम तडीस गेलं आणि दि. २३ मार्च २००७ रोजीं डायमंड पब्लिकेशन्स, पुणें यांच्या तर्फे कोश प्रकाशित झाला.

कोशाचं नामकरण 'शब्दानंद' असं करावं असं प्रथमपासूनच मनात होतं. कारण शब्द हें माझ्या शाश्वत आनंदाचं निधान होतं आणि हा कोश तयार करीत असताना, मला खरोखरीं केव्हाहीं ह्या कामाचा कंटाळा आला नाही. हें काम कधींच संपूं नये असंच मला वाटे. उलट, जसजसं हें काम संपत आलं तसतसं मला वाईट वाटूं लागलं. ही 'शब्दानंद' यात्रा करीत असताना मला विविध मनोहर क्षेत्रांतून वाटचाल करण्याची अपूर्व संधी मिळाली, कित्येकदा रूढ समजुतींना धक्के बसले व अनेक शब्दांच्या खऱ्या अर्थाचा नव्याने साक्षात्कार झाला आणि नवसर्जनाचाहि आनंद लुटतां आला.

कोशरचनेच्या ओघात भाषेत आधींच रूढ असलेले प्रतिशब्द प्रथम शोधावे लागले. ते प्रतिशब्द कांही वेळां चुकीचे असले तरी 'शास्त्राद् रूढिर्बलीयसी' या न्यायाने स्वीकारावे लागले. पण मीं तसं सर्रास केलं नाही. अनेक महत्त्वाच्या पारिभाषिक शब्दांच्या बाबतीत चुकीने रूढ झालेले प्रतिशब्द मीं नाकारले व त्या जागीं कोशगत अर्थानुरूप नवीन प्रतिशब्द दिले. अलिकडेच vat (Value added tax) या नवीन संकल्पनेला 'मूल्यवर्धित कर' असा शब्द वृत्तपत्रांनी रूढ केला असला तरी, तो तितकासा बरोबर नाही. vat = a tax on the amount by which the value of an article is increased at each stage of its production (The Concise Oxford Dictionery) हा अर्थ लक्षात घेऊन मी त्याला 'मूल्यानुवर्धी कर' (क्रमश: वाढत जाणारा) असा प्रतिशब्द सुचवला आहे.

engineering याचा सर्रास रूढ असलेला प्रतिशब्द म्हणजे 'अभियांत्रिकी'. परंतु bioengineering मध्ये 'अभियांत्रिकी' हा जोड शब्द बरोबर असला तरी, सर्वच ठिकाणीं तो प्रतिशब्द योग्य ठरत नाही; कारण engineering याला calculated manipulation or direction (Webster) असा एक स्वतंत्र अर्थ आहे आणि म्हणून human / social / environmental / genetic engineering अशांसारख्या संज्ञांमध्यें कधीं 'परिवर्तन', तर कधीं 'नवरचना' अशांसारखे प्रतिशब्द घ्यावे लागतात. वृत्तपत्र-जगतात stylebook याला 'शैलीपुस्तक' म्हणतात तें माझ्या मतें चुकींचं आहे. कारण 'शैली' ही बहुश: व्यक्तिगत व व्यक्तिविशिष्ट असते. या ठिकाणीं style = a convention with respect to spelling, punctuation, capitalizatic and typographic arrangement and display followed in writing and printing (Webster) हा अर्थ लक्षात घेऊन मीं त्याला '(लेखन / मुद्रण) सरणिका / प्रणालिका' असा प्रतिशब्द सुचवला आहे. enforcement (of tax) म्हणजे (कराची) 'अंमलबजावणी' नव्हे तर ती 'सक्तवसुली' (forced payment) असते. (म्हणून Directorate of Enforcement म्हणजे 'सक्तवसुली संचालनालय.')

सुरुवातीच्या काळात मला एखादी संज्ञा ही जीवशास्त्रातली आहे अगर वनस्पतिशास्त्रातली कीं प्राणीशास्त्रातली आहे, हें समजत नसे. हळूंहळूं माझ्या असं लक्षांत आलं कीं, 'जीवशास्त्र' ह्या विषयात 'वनस्पतिशास्त्र' व 'प्राणीशास्त्र' ह्या दोहोंचा अंतर्भाव होतो. मग मी त्याप्रमाणें संज्ञांची वर्गवारी करूं लागलें. पुढें पुढें 'मराठी विश्वकोशा' तून मला आणखी एक गोष्ट कळली कीं, वनस्पतींना व पशुपक्षी आदि प्राण्यांनाहि शास्त्रीय नांवें असतात व तीं सामान्य व्यावहारिक इंग्रजी नांवाहून वेगळीं असतात. हीं शास्त्रीय नावें कुल (family), प्रजाति (genus), जाति (species) इ. निकषांवर आधारित असतात, तर व्यावहारिक नांवांना खास शास्त्रीय आधार नसतो, एवढेंच नव्हे तर सामान्य माणसाने केवळ बाह्य सादृश्यावरून तीं नावें दिलेलीं असल्याने तीं कित्येकदा चुकीचीं, फसवीं व दिशाभूलकारक असूं शकतात. म्हणतात ना - 'दिसतं तसं नसतं म्हणून जग फसतं!' अशा चुकीच्या व्यावहारिक नांवांना इंग्रजीत 'misnomers' (अपसंज्ञा) असं म्हणतात. उदा. sea horse म्हणजे 'दरियाई घोड़ा' किंवा 'पाणघोडा' नसतो. तर तो 'घोडमासा' असतो व 'दरियाई किंवा पाणघोडा' म्हणजे hippopotamus असतो. Blue bull किंवा nilgai (नीलगाय) हा एक प्रकारचा antelope आहे. इंग्रजीतला silverfish आणि मराठीतला 'वनगाय' हे शब्द किड्यांचेहि निदर्शक आहेत. म्हणून दरवेळीं मला प्रत्येक संज्ञेचा कोशगत अर्थ काळजीपूर्वक तपासून घ्यावा लागला व अर्थानुसारी भाषांतर करावं लागलं. त्याचप्रमाणें, हा शब्दकोश विषयवर्गवार (classified) असल्यामुळें, आपण करावयाची वर्गवारीहि यथाशक्य शास्त्रीय आधारावर करावी असं मी ठरवलं, उदा.

'Jasminum' ह्या प्रजातीच्या अंतर्गत येणारीं सर्व फुलं 'jasmine' या सदराखालीं दिलीं आहेत -

jasmine
jasmine, Arabian
jasmine, downy .... इ.

परंतु काही फुलांच्या नांवांत jasmine हा शब्द असला तरी, शास्त्रीय दृष्ट्या तीं फुलं Jasminum ह्या प्रजातीत मोडत नसल्याने, त्या अपसंज्ञा ठरतात व म्हणून त्या फुलांचीं नांवं स्वाभाविक वर्णक्रमानुसार दिलीं आहेत. म्हणून cape jasmine व night jasmine या संज्ञा त्या त्या (C वा N) वर्णाखालीं दिल्या आहेत. 'जास्वंद' हें नुसतं hibiscus नसून तें Chinese hibiscus आहे, तर China rose याला 'चिनी गुलाब' आणि 'जास्वंद' असे दोन भिन्न अर्थ आहेत.

कालमानानुरूप आपल्याकडे नवनवीन शास्त्रें व ज्ञानशाखा येतात तेव्हा त्यांसाठीं देशी शब्दावली उपलब्ध नसते. अश्या बाबतींत आपणांस नवशब्द-निर्मितीचा मार्ग चोखाळावा लागतो. 'संगणकशास्त्र' हें त्याचं ठळक उदाहरण आहे. संगणकशास्त्रावर बाजारात दररोज नवीन मराठी पुस्तकं येत असलीं तरी, त्यांचा बहुतांशाने इंग्रजी शब्दांच्या आधारेंच निर्वाह चालतो. प्रारंभींच्या काळात ही गोष्ट अपरिहार्य आहे. पण शक्य तितक्या लवकर भाषाप्रेमी ज्ञानी व्यक्तींनी नवीन देशी परिभाषा आणण्याचा प्रयत्न केला आहे. हें करताना, हे पारिभाषिक शब्द अर्थवाही पण शक्य तितके सुटसुटीत असावेत याकडेहि माझा कटाक्ष होता. मात्र नवीन शास्त्रांची कांटेकोर परिभाषा सामान्य लोकरूढ बोलीभाषेतून येणं शक्य नसल्यानं, अनेकदा संस्कृत भाषेचा आश्रय घ्यावा लागला. परंतु ही परिभाषा केवळ नवीन म्हणून प्रारंभीं अपरिचित वाटली तरी त्यामुळें बावरून जाण्याचं कारण नाही. पुष्कळदा केवळ 'अपरिचयाद् अवज्ञा' होऊनच अश्या नवीन परिभाषेला विरोध होण्याचा धोका असतो. पण शांत, समंजस व स्वीकारशील भावनेनं या परिभाषेला सामोरं गेलं पाहिजे. नवशब्दनिर्मितीच्या बाबतीत मीं दोन प्रक्रियांचा अवलंब केला. कोणत्याहि भाषेतील एखाद्या शब्दात दोन समान वर्णांची द्विरुक्ति झाली तर, उच्चारसौकर्यापोटीं त्यांपैकीं एक सवर्ण गाळला जातो. उदा. anise + seed = anis (s) eed; नककटा = नक (क) टा याला haplology किंवा 'सवर्णतरलोप' असं म्हणतात. या धर्तीवर मीं कृक + कंठ = कृ (क) कंठ; चल + लक्षक = चल (ल)क्षक, असे कांही शब्द तयार केले.

त्याचप्रमाणें कधीं कधीं दोन घटकशब्दांतून एक शब्द तयार करताना, मधलीं कांही अक्षरं गाळलीं जातात व त्यामुळें संक्षिप्त शब्द तयार होतो. त्याला syncope किंवा 'वर्णलोपसंकोच' असं म्हणतात.

उदा. smoke + fog = smog, त्या चालीवर मीं ‘संकेतस्थळ = संस्थळ, कंठ + कर्णनाल = कंकर्णनाल, संहत + मंडली = संमंडली’ असे नवे प्रतिशब्द तयार केले. या प्रकारच्या शब्दसंहतींना इंग्रजीत blend (संसृष्ट शब्द) असं म्हणतात. याचं एक अत्यंत मनोरंजक उदाहरण म्हणजे liger व tigon हे शब्द. नर सिंह व वाघाची मादी यांच्या संकरातून जन्मलेला तो (lion + tiger =) liger आणि नर वाघ व सिंहाची मादी यांच्या संकरातून पैदा झालेला तो (tiger + lion) = tigon असे इंग्रजी शब्द घडलेले आहेत. मीं त्यांसाठीं अनुक्रमें (सिंह + व्याघ्र =) ‘सिंघ्र’ व (व्याघ्र + सिंह =) ‘व्याह’ असे कृत्रिम प्रतिशब्द घडवले.

कांही वेळां व्युत्पत्तीचा आधार घ्यावा लागतो. 'eosin' ह्या शब्दातील मूलघटक eos म्हणजे dawn असा इंग्रजी शब्दकोशातील अर्थ पाहिला तेव्हा मला संस्कृतमधील ‘उषस्’ शब्द आठवला आणि मी ‘उषसिन’ हा प्रतिशब्द घडवला.

१९६२ सालापासून सोपेणाच्या नांवाखालीं महाराष्ट्र शासनानें प्रसृत केलेल्या लेखन-नियमावलीच्या मी विरोधात असून शक्य तेव्हा तेव्हा मी त्या नियमावलीचा प्रतिवाद करीत असतें हें सर्वश्रुतच आहे. सदर कोशातहि मराठी प्रतिशब्दांचं वर्णलेखन करताना मी सर्वसाधारणपणें जुनी लेखनपद्धति अवलंबिली आहे. त्यानुसार ह्रस्व-दीर्घ, सानुस्वार-निरनुस्वार, स्वरान्त-व्यंजनान्त हे भेद कायम ठेवल्यामुळें मला विपुल व सूक्ष्मभेददर्शक शब्दांचा खजिना सांपडला. उदा.

guillemot शरारि :	auk शरारी
tern, black-bellied पाकोळी :	swallow पांकोळी
host परभृत् :	parasite परभृत

त्याशिवाय, (आडि (ouzel) /) आडी (robin), हाक्या (huntsman) / हांक्या (driver of animals), हिवर (poplar) / हिंवर (white valem bark) अश्या कितीतरी शब्दजोड्यांचीं उदाहरणे देता येतील.

संस्कृतमध्यें ‘समजः’ (समूह) व ‘समाज :’ असे दोन सदृश शब्द आहेत. 'social' या संकल्पनेतील सूक्ष्म अर्थभेद दर्शवण्यासाठीं मला ‘सामजिक’ व ‘सामाजिक’ हे दोन्ही साधित शब्द उपयोगीं पडले. ‘पद’ व ‘पाद’ हे सदृश शब्ददेखील अनुक्रमें foot व leg हा अर्थभेद दाखवूं शकले. थोडक्यात, कानामात्रेच्या फरकाने देखील आपल्याला अधिकाधिक शब्द उपलब्ध होऊं शकतात.

कोश कोणत्याहि प्रकारचा असला तरी, प्रत्येक कोशात सर्वसाधारणपणें ‘कोश कसा पाहावा’ यासंबंधीं प्रारंभीं सूचना दिलेल्या असतात व गंभीर वाचकाने त्या वाचून मगच कोशाचा उपयोग करावा हें अपेक्षित असतें. तरीहि शक्य तेवढ्या मर्यादेपर्यंत कोशकाराने वाचकाची गैरसोय किंवा दिशाभूल होऊं नये अशी काळजी घेतली पाहिजे.

माझें कोशकार्य चालू असताना, माझ्या एका मित्राने 'तगर' या फुलासाठीं इंग्रजी शब्द कोणता असा प्रश्न विचारला. तेव्हा मीं शब्दांचीं कार्डं तपासून पाहिली असतां मला 'तगर' या शब्दाचं कार्डं सांपडलं नाही. पण मला पक्कं आठवतं होतं कीं ह्या फुलाचा उल्लेख माझ्या कोशात आहे. मग मी फुलांची संपूर्ण यादी तपासली तेव्हा मला 'अनंततगर' असा शब्द सांपडला. त्यावरून मला असा बोध झाला कीं, 'तगर' हे संक्षिप्त रूप बहुसंख्य लोकांच्या परिचयाचं असल्यामुळें ते साहजिकच 'त' वर्णाखालीं हा शब्द शोधणार व तो शब्द त्यांना तेथें सांपडला नाही तर माझ्या कोशात इतरत्र त्याचा उल्लेख असूनहि माझ्या कोशाचं प्रयोजन फसणार. म्हणून अखेरीस मी '(अनंत) तगर' असं लिहून 'त' वर्णाखालीं देखील त्याची नोंद केली. ह्याप्रमाणें माझ्या जिज्ञासु मित्रपरिवाराकडून आलेल्या पृच्छांच्या अनुषंगाने व वाचकांच्या गरजा लक्षात घेऊन मी कोशात क्रमश: सुधारणा करीत गेलें.

हिंदी व मराठी भाषांना संस्कृत शब्दांची परंपरा असल्याने, बहुतेक वेळां एकच प्रतिशब्द दोन्ही भाषांत चालूं शकतो. असं असलं तरी कांही अपवादात्मक बाबतींत खूप सावधगिरी बाळगावी लागते. 'पेशी' हा एकच शब्द मराठीत cell या अर्थाचा, तर हिंदीत muscle या अर्थाचा द्योतक आहे. 'तंत्र' हा मराठी शब्द technique या इंग्रजी शब्दाशीं निगडित असला तरी, हिंदीत त्याला'अभिचारविद्या' किंवा 'जादूदोणा' असा अर्थ आहे. 'वहम' ह्या फारसी शब्दाचा मूलार्थ 'संशय' असा आहे. पण त्यावरून हिंदीत आलेल्या 'वहमी' या शब्दाला 'संशयखोर' असा, तर मराठीतील 'वहिमी' शब्दाला 'संशयित' असा अर्थ प्राप्त झालेला आहे.

ह्या कोशकार्याच्या ओघात इंग्रजी शब्दांचीं स्पेलिंग्ज् वा अर्थ तपासताना, कित्येक रूढ समजूतींना धक्का बसण्याचे प्रसंग आले. अभयारण्यातून भ्रमंती करत असताना, लहानपणापासून fox म्हणजे 'कोल्हा' हें पाठ केलेलं समीकरण चुकल्याचं लक्षात आलं. fox म्हणजें 'खोकड' व (golden) jackel म्हणजे 'कोल्हा' हें ज्ञान झालं तेव्हा सुरुवातीला धक्का बसला तरी, नवीन ज्ञानप्राप्तीचा आनंद झालाच. फळबागांतून हिंडताना, संत्रीं, मोसंबीं, लिंबें अशीं ओळखीचीं फळं दिसलीं. आजवर मी orange म्हणजे 'संत्रें', आणि lime म्हणजे 'ईडलिंबू' असंच कांहीसं शिकलें होतें. पण कोशलेखनाच्या निमित्तानं सखोल वाचन केलं तेव्हा, संत्र्याला sour orange आणि मोसंब्याला sweet orange किंवा sweet lime म्हणतात असं निदर्शनाला आलं. त्याचप्रमाणें, 'सिताफळ / सीताफळ' म्हणजे custard apple नव्हे, तर तो custard apple चा एक प्रकार असून, त्याचं खरं व योग्य नांव sugar apple आहे असा शोध लागला.

अनेक शब्दांचे इंग्रजी शब्दकोशांतले अर्थ तपासत असतां व्युत्पत्तीच्या अंगाने मला कित्येक रंजक गोष्टी अनुभवायला मिळाल्या. इंग्रजीतले कित्येक शब्द हे हिंदी-मराठी वा संस्कृत शब्दांचेच दूरचे आप्त असल्याचं आढळलं. एक लक्षणीय बाब म्हणजे इंग्रजी

शब्दांची खरी व्युत्पत्ति वा त्यांचा मूलस्रोत कुठलाहि असला तरी इंग्रजी कोशकारांनी तो मोकळेपणाने कबूल केला आहे. उदा. jungle हा मूळचा संस्कृत शब्द आहे, तर nocturnal व 'नक्तंचर' हे तर सरळसरळ एकमेकांचे भाईबंदच आहेत हें उघड दिसतं.)

विश्वामित्राने आपल्या तपोबलाने प्रतिसृष्टि निर्मिली अशी पुराणकथा सांगतात. मानवनिर्मित शब्दसृष्टि हीदेखील एक प्रतिसृष्टीच आहे.

'आतां वंदूं कवेश्वर / शब्दसृष्टीचे ईश्वर' असं रामदासस्वामी म्हणतात. पण ह्या कवीश्वरांनी निर्मिलेली शब्दसृष्टि भावी पिढ्यांना पुरून उरावी म्हणून शब्दकोशाचं प्रयोजन असतं -

अपूर्वः कोऽपि कोशोऽयं विद्यते तव भारति।
व्ययतो वृद्धिमायाति क्षयमायाति सञ्चयात्॥

भाषिक कोशाचा लोकांनी वापर केला तर तो वृद्धिंगत होत जातो व तसा वापर केला नाही तर तो क्षय पावतो असा हा विलक्षण कोश (खजिना) आहे. अशाच एका कोशात मीं गेलीं बारा वर्षं स्वतःला गुंतवून घेतलं होतं व प्रदीर्घ काळ मी त्या 'शब्दानंदा'त डुबत होते. पण कोशावस्था संपल्यानंतर मी बाहेर आलें तेव्हा बाह्य जगाचं भान आलं आणि डॉ. सॅम्यूएल जॉन्सन ह्या कोशपितामहाचे शब्द आठवले -

".... I am not yet so lost in lexicography as to forget that words are the daughters of the earth, and things are the sons of heaven...."

(Dictionary - Preface)

‘अनाहत’ च्या निमित्ताने-मराठी अ-संस्कृतांचें संस्कृतप्रेम

■ ■ ■

नुकताच श्री. अमोल पालेकर यांचा ‘अनाहत’ हा मराठी चित्रपट प्रदर्शित झाला. ‘नॉट ओन्ली मिसेस राऊत’ या शीर्षकाने आंग्लाळलेल्या चित्रपटाच्या पार्श्वभूमीवर ‘अनाहत’ या सुविहित शीर्षकाने मंडित झालेल्या चित्रपटाची वार्ता वाचली तेव्हा मी मनोमन सुखावलें. पण लवकरच रोजच्या रोज चित्रकथेचे व दिग्दर्शकाच्या मुलाखतींचे वृत्तांत छापून येऊं लागले तेव्हा, या शीर्षकाचा व कथानकाचा नेमका संबंध काय असावा या विचाराने मी बुचकळ्यात पडलें. दोनच दिवसांनी प्रत्यक्ष जाहिरातीतील मजकूर वाचला तेव्हा, ‘अनाहत’ म्हणजे 'eternity' असा चुकीचा अर्थ या मंडळींच्या डोक्यांत ठसलेला आहे हें माझ्या लक्षात आलें आणि माझ्या मनाचा चेंडू एकदम जमिनीवर आपटला.

मुळात ‘अनाहत’ हें विशेषण आहे, तर eternity म्हणजे ‘शाश्वतता’ हें नाम आहे. त्याचप्रमाणें, ‘अनाहत’ हा शब्द बहुश: ‘नाद’ या शब्दाशीं निगडित असून, योगविद्येत त्याला एक विशेष अर्थ आहे. परा, पश्यन्ती, मध्यमा व वैखरी हे वाणीचे चार प्रकार कल्पिलेले असून, ‘अनाहत नाद’ हा शब्दप्रयोग ‘मध्यमा’ वाणीशीं संबंधित आहे. लौकिक जगतात, नाद हा आघातातून निर्माण होतो, तर अंतर्यामींचा नाद म्हणजे ‘अंतर्नाद’ हा कोणत्याहि आघाताशिवाय निर्माण होतो. म्हणून तो ‘अनाहत नाद’ असा त्याचा ढोबळ अर्थ आहे. वस्त्राच्या बाबतीत ‘अनाहत’ म्हणजे ‘कोरें (वस्त्र)’ असाहि एक अर्थ असून या शब्दाला ‘शाबूत’ हीदेखील अर्थच्छटा आहे. त्याव्यतिरिक्त, त्याला अन्य अर्थ नाहीत.

जुलै २००१ मध्यें पुण्यात ‘निरगुडकर फाउंडेशन’ तर्फे ‘निरगुडकर कुलवृत्तांत’ प्रसिद्ध झाला. त्याचें शीर्षक होतें - ‘अनाहत यात्रा’. लेखकाच्या मनाने बहुधा ‘अनाहत’ व ‘अव्याहत’ म्हणजे ‘अखंड, निरंतर’ या शब्दांची सांगड घातलेली असावी व त्यामुळें

त्यांनी या दोन शब्दांची गल्लत केली. प्रकाशन-समारंभात अध्यक्षस्थानीं असलेल्या विद्यावाचस्पति डॉ. शंकर अभ्यंकर यांनी ही चूक संबंधितांच्या लक्षात आणून देण्याऐवजीं, उलट 'अनाहत यात्रा म्हणजे न संपणारी यात्रा' असें चुकीचें समर्थन करून त्यावर कडीच केली. (लोकसत्ता : पुणे वृत्तान्त - दि. ७-७-२००१). महनीय व्यक्तींनी 'अनाहत' शब्दाला हे अर्थ बहाल केले असल्यामुळे, आता मराठीतील भावी कोशकारांना याहि शब्दार्थांची दखल घ्यावी लागेल की काय अशी मला सार्थ भीति वाटते!

एकीकडे मराठीवर संस्कृतचें वर्चस्व नको अशी हाकाटी पिटून संस्कृतचा दुस्वास करायचा, तर दुसरीकडे ठायीं अनाठायीं संस्कृत शब्द वापरण्याचा अट्टाहास करायचा हा मराठी माणसाचा खाक्याच आहे. बंगाली लोकांच्या अनुकरणाने अलिकडे आपण आपल्या नाटक-सिनेमांचीं आणि मुलाबाळांची नांवें संस्कृतप्रचुर असावींत यासाठीं धडपडतों, पण बंगाली लोक ज्याप्रकारें संस्कृतज्ञांकडून शब्दांचे अर्थ समजावून घेतल्यानंतरच नामकरण करतात त्याप्रकारें कटाक्षाने मराठी माणसें तसे कष्ट घेत नाहीत. एकंदरीत, मराठी माणसांना असलेलें संस्कृतचें प्रेम हें नावापुरते (किंबहुना नांवापुरतेंच) असते. 'अमृता'च्या चालीवर 'अनृता' (खोटारडी), 'वंदना'च्या धर्तीवर 'वंचना' (फसवणूक) अशी मुलींचीं नावें (त्यांचा अर्थ समजावून न घेतां) ठेवल्याचें माझ्या आढळांत आहे. 'हृषीकेश' (हृषीक+ईश - इंद्रियांचा स्वामी) याचें तर मराठी लोकांनी 'ऋषिकेश' ('ऋषीचे केस?') असे हास्यास्पद नामांतरच करून टाकलें आहे. सुप्रसिद्ध दाक्षिणात्य अभिनेता 'कमलहासन्' किंवा 'कमल हासन्' (कमलाचें वा कमलेचें म्हणजे सुंदर स्त्रीचें हास्य) याच्या सुंदर नांवाची तर सर्वांनी इतकी मोडतोड करून टाकली आहे कीं, अमेरिकेत असताना, हा 'कमाल हसन' नांवाचा कोणीतरी मुस्लिमधर्मीय असावा अशा संशयाने त्याची झाडाझडती घेण्यात आली. संस्कृत भाषेतील एखाद्या अक्षराचा पाय मोडणें व न मोडणें या दोन्ही क्रियांमुळें कमालीचें अर्थांतर होऊं शकतें. उदा. 'परभृत्' म्हणजे 'परपोषक' (कावळा), 'परभृत' म्हणजे 'परपुष्ट' (कोकिळा) असा अर्थ आहे. याच धर्तीवर 'रणजित्' म्हणजे 'रण जिंकणारा' व 'रणजित' म्हणजे रण हरणारा (जित) इतका सूक्ष्म अर्थभेद आहे. पण अक्षरांचे पाय मोडण्याचे कष्ट न घेतल्यामुळें मराठीतील सर्व 'रणजित' हे कायमच पराजित असतात. गौरवार्थी नांवें ठेवण्याच्या नादात शब्दार्थ समजून न घेतल्यामुळें अपेक्षित अर्थाच्या नेमका उलट व हास्यास्पद अर्थ निष्पन्न होतो याचें मराठी माणसाला भान राहत नाही, म्हणतात ना - विनायकं प्रकुर्वाण: रचयामास वानरम्।

नांवें सार्थ ठेवलीं तरी अनेकदा तीं चुकीच्या पद्धतीने लिहिलीं जातात. 'गिरीश' ऐवजी 'गिरीष', 'शीला' ऐवजीं 'शिला', 'भीमराव' ऐवजीं 'भिमराव' हा प्रकार तर सर्रास चालतो. संस्कृतमधील मूळ शब्दाचें लिंग समजावून न घेतल्यामुळें, मूळचीं पुल्लिंगी

नावे मुलींना ठेवण्याचा प्रकार तर फार जुना आणि मनोरंजक आहे. सविता, महिमा, गरिमा, पूर्णिमा, इ. नांवांची यादी कितीतरी लांबवता येईल.

बहुतेक सर्व दाक्षिणात्य राज्यांत आणि जैनधर्मीयांमध्येंहि भव्य वास्तू उभारताना त्यांमध्यें संस्कृत वा इतर धर्मग्रंथांतील वचनें कोरावयाची झाल्यास, त्यांचा मजकूर जाणकारांकडून तपासून घेतल्यानंतरच कोरला जातो. कारण, दगडांत कोरलेला मजकूर हा वज्रलेप होणार असल्यामुळें तो अचूकच असला पाहिजे यावर त्यांचा कटाक्ष असतो. याउलट, मराठी माणूस सर्वसाधारणपणें एवढा खटाटोप करण्याच्या भानगडीत पडत नाही. अश्या महत्त्वाच्या बाबतीत त्याला जाणकारांच्या सल्ल्याची गरजच वाटत नाही. त्यामुळें कोरीव मजकुरात अजाणतेपणीं जे कायमस्वरूपी प्रमाद घडतात त्याची त्याला जाणीवही होत नाही व मागाहून ती कोणी करून दिली तरी त्याला त्याबद्दल खंतहि वाटत नाही. (कित्येक देवळांमध्यें 'ॐ शिवाय नमः' या चालीवर 'ॐ गणपताय नमः' असेंहि लिहिलेलें आढळतें तें यामुळेंच.)

२००१ सालच्या प्रारंभाला केव्हातरी पुण्यात कोथरूड येथे 'यशवंतराव चव्हाण नाट्यगृह' उभारण्यात आलें. वस्तुतः दृष्ट लागण्यासारखी ही वास्तु आहे. पण त्या वास्तूला दृष्ट लागू नये म्हणूनच कीं काय, दर्शनी भागावर 'यशवंतराव चव्हाण नाट्यगृह' असें कोरलेलें आहे. 'नाट्य' असें जोडाक्षर तर राहोच, पण 'नाट्‌य' असें पायमोडकें अक्षरहि तेथें नाही. सुरुवातीला नाट्यगृहाच्या आवारात एक संस्कृत वचन कोरलेली पाटी एका चौथऱ्यावर बसवलेली होती. ते वचन पुढीलप्रमाणें :

"यथा परमात्मनः अनंत आकाराः।
तथा कलास्य अन्योन्यः प्रकाराः।।

(जसे परमात्म्याचे अनंत आकार असतात तसे कलेचे विविध प्रकार.)"

मुळात शुद्ध वा अशुद्ध कसेंहि असो - हें वचन एखाद्या कला-अकादमीला साजेसें आहे, नाट्यगृहाला शोभेसें नाही. त्यात पुन्हा वरील संपूर्ण वचन हें कमालीचें अशुद्ध आहे हें कोणाहि संस्कृतज्ञाला कळेल. म्हणजे - आधींच उल्हास आणि त्यात फाल्गुन मास! हा मजकूर वाचताच माझ्या मनातला जागल्या मला स्वस्थ बसूं देईना आणि मी तत्काळ पुण्याचे तत्कालीन महापालिका आयुक्त कॅप्टन अशोक देशपांडे यांच्याकडे धाव घेतली व हा अशुद्ध मजकूर त्यांच्या निदर्शनाला आणला. सुदैवाने त्यांनी माझ्या तक्रारीची सत्वर दखल घेतली व त्यांनी त्या कामीं नियुक्त झालेले संकल्पक (ललित कला शिल्प), श्री. योगेश्वर गंधे यांच्याकडून खुलासा मागवला. त्यावर श्री. योगेश्वर गंधे यांनी मला दि. ५-४-२००१ रोजीं एक पाठवून, सारवासारवीचा खुलासा केला व उलट मलाच असा उपदेश केला कीं, - "...भाषेच्या शुद्ध-अशुद्ध वा व्याकरणाचा काथ्याकुट यात पत्रकबाजी

व वाद-आंदोलने करू नयेत एवढं वाटतं. अशामुळेच लोक भाषेपासून वा त्यातील आशयसूत्रापासून नाक मुरडून दूर पळतात. समजण्याची सहजता, सोपेपणा व सोय महत्त्वाची नाही कां? ...'' इ. (यथामूल). त्या पत्रात सदर वचन हें भरताच्या नाट्यशास्त्रातलें (२/१४) आहे अशी लोणकढी थाप त्यांनी मारली होती व सोपेपणाच्या आग्रहाच्या पुष्ट्यर्थ मा. अटलबिहारी वाजपेयींचाहि हवाला दिला होता.

त्यावर मी आयुक्तांना एक पत्र पाठवून त्याची प्रत श्री. योगेश्वर गंधे यांना पाठवून दिली. श्री. गंधे यांचे सर्व मुद्दे मी खोडून काढले आणि सदर वचन भरताच्या नाट्यशास्त्रात नाही हें साधार दाखवून दिलें. पत्रात मीं असाहि शेरा मारला कीं, - ''भरतमुनींच्या नाट्यशास्त्रातील सर्व श्लोक अनुष्टुभ् छंदात रचलेले आहेत, तर योगेश्वर गंधे यांनी उद्धृत केलेला श्लोक अनुष्टुभ छंदात नव्हे तर, संस्कृत भाषेचा नुसता गंध असलेल्या कोणातरी व्यक्तीने 'स्व' छंदात रचलेला दिसतो!'' अधिक 'काथ्याकूट' न करतां, मी आयुक्तांना इतर कांही सुंदर व समर्पक संस्कृत वचनें सुचवलीं आणि जाणकार व्यक्ती व संस्था यांचींहि नांवें कळवलीं. माझ्या आणि संस्कृत भाषेच्या सुदैवाने मा. आयुक्तांनी आठ दिवसांत ती पाटी (चौथऱ्यासकट) काढून टाकण्याची व्यवस्था केली.

तज्ज्ञांचा सल्ला न घेतां, आपण प्रसार-माध्यमात कांही चुकीचे शब्द वापरले तर आपल्या या कृतीमुळें चुकीच्या शब्दांचा सर्वदूर प्रसार होतो याची मराठी माणसाला लवकरात लवकर जाणीव होईल तो सुदिन!

संकीर्ण

असावें घरकुल अपुलें छान!

■ ■ ■

मानवी संस्कृतीतील ‘घर’ या संकल्पनेने देशोदेशींच्या साहित्यिकांना भुरळ घातली आहेच, पण निव्वळ मराठीपुरतं बोलायचं तर, महाराष्ट्र सारस्वतावर मात्र तिची जबरदस्त मोहिनी दिसते. अगदीं ‘गोष्टी घराकडिल मी वदतां गड्या रे’ म्हणणाऱ्या केशवसुतांपासून ते आधुनिक काळातील ‘घर असावें घरासारखें’ अशी कविता गाणाऱ्या विमलताई लिमयांपर्यंत अनेक मराठी कवींनीं ‘घरा’ची महती गायिलेली आहे. निवाऱ्यासाठीं लागणाऱ्या भिंतीं हें घराचं बाह्य शरीर आणि त्यातील प्रेम, जिव्हाळा हा घराचा आत्मा होय. पण अस्सल मराठीत हीं दोन लक्षणं व्यक्त करण्यासाठीं ‘घर’ हा एकच शब्द आहे. याउलट, मराठीने जिचा ‘सांस्कृतिक’ वारसा उचलला आहे त्या संस्कृत भाषेत मात्र ही संकल्पना व्यक्त करण्यासाठीं, ‘गृह, गेह, वेश्म, सद्म, सदन, निकेत वा निकेतन, वस्त्य, भवन, अगार वा आगार, मंदिर, निलय व आलय’ यांसारखे अनेक पर्यायी शब्द उपलब्ध आहेत. हे सर्व एकमेकांचे पर्याय असले तरी, त्यांच्याभोवतीं असलेलीं अर्थवलयं मात्र वेगवेगळीं आहेत. तें वेगळेपण नेमकं कशामुळें येतं तें नेहमींच स्पष्ट होत नसलं तरी, संदर्भपरत्वें शब्दप्रयोग व त्यांच्या अर्थच्छटा बदलतात हें लक्षात येतं. वरीलपैकीं, ‘वेश्म’, ‘सद्म’ व ‘वस्त्य’ हे शब्द मराठीत रूढ नाहीत. पण इतर पर्यायी शब्द मात्र मराठीत वेगवेगळ्या प्रकारें रूढ झालेले आहेत. त्याचप्रमाणें, प्रत्येक पर्यायशब्द हा संदर्भपरत्वें वेगवेगळे अर्थ व्यक्त करूं शकण्याइतपत आशयघन आहे.

‘गेह’ आणि ‘गृह’ हे शब्द सर्वसाधारणपणें समानार्थी असले तरी, ‘गेह’ या शब्दातून चार भिंतींत बंदिस्त झालेली निवाऱ्याची जागा सूचित होते हें ‘गेहेशूर’ या सामासिक शब्दावरून दिसून येतें. कारण, जो मनुष्य फक्त घरात बसून शौर्याच्या पोकळ बढाया मारतो व घराबाहेरच्या विशाल जगात उघड्यावर येऊन शौर्य गाजवायला कचरतो

त्याला ‘गेहेशूर’ असं म्हणतात. उलट, ‘गृह’ म्हणजे नुसती निवाऱ्याची जागा नव्हे, तर त्यात राहणारं कुटुंब आणि त्या कुटुंबाला आधारभूत ठरणारी गृहिणी यांचाहि त्यात समावेश असतो -

न गृहं गृहमित्याहुः गृहिणी गृहमुच्यते।
गृहं तु गृहिणीहीनं कान्तारादतिरिच्यते।।

मुबलक धनधान्याने समृद्ध, मुलांबाळांनी भरलेलं आणि संस्कारसंपन्न तें खरं जिवंत घर; अशी कल्पना जुन्या काळींहि प्रचलित होती -

यत्र नास्ति दधिमन्थनघोषो।
यत्र नो लघुलघूनि शिशूनि।।
यत्र नास्ति गुरुगौरवपूजा।
तानि किं बत गृहाणि बनानि।।

‘सुतकन्यांनी अंगण भरलें, सुवर्ण चढलें दारा’ असं नांदतं गोकुळ बा. भ. बोरकरांनाहि भावतं.

वरील लक्षणांनी विरहित असं घर म्हणजे साक्षात् अरण्य (कान्तार) होय अशी आमच्या पूर्वजांची भावना होती. ‘गृह’ या शब्दाला ‘निवासस्थान’ याव्यतिरिक्त ‘कुटुंब’ असाहि अर्थ आहे ही गोष्ट ‘गृहदाह’, ‘गृहच्छिद्र’, ‘गृहकलह’ यांसारख्या शब्दांतून व्यक्त होते. ‘गृह’ वरून आलेला ‘गृहस्थ’ हा शब्द संसारी, प्रापंचिक माणसाचा द्योतक आणि भारतीय संस्कृतीतील ‘गृहस्थाश्रम’ हा तर आश्रमव्यवस्थेचा आधारभूत पायाच. मार्गक्रमण करणाऱ्या पांथस्थाला वाटेत मुक्काम करण्याची वेळ आली कीं, अतिथि म्हणून केव्हाहि व कोणत्याहि घराच्या दारीं उभं राहतां येत होतं व त्याचं आनंदानं स्वागत करून आदरातिथ्य करण्याची परंपरा या संस्कृतीत होती. ‘गृहिणी येथ मी’ या कवितेत संजीवनी मराठे म्हणतात -

गृहिणी येथ मी, हें माझें घर
ये घडिभरी अंतरीं, मुशाफिर!
आणि म्हणूनच -
हृन्मंदिरीं संसृतिशरस्वागत
....
गृहस्थ जे हरि उरांत रिझवित
सदनीं फुलबागा रचिती .....
......

ज्या प्रबला निज भावबलाने
करिती सदनें हरिहरभुवनें

असे 'गृहस्थ' व अश्या 'गृहिणी' यांच्यासमोर बा. भ. बोरकर नतमस्तक होतात. ('तेथें कर माझे जुळती')

गंमतीचा भाग असा कीं, 'गृह'पासून प्राकृत मराठीत 'घर' हा तद्भव शब्द निर्माण झाला, तरी 'गृह' आणि 'घर' या दोहोंची अर्थव्याप्ति दरवेळीं सारखीच असल्याचं दिसत नाही. कधीं अर्थसंकोच, कधीं अर्थविस्तार, तर कधीं अर्थांतर अशा नानाविध प्रकारांनी त्या शब्दांचा प्रवास झालेला दिसतो. 'गृहभेद' या संस्कृत शब्दाचे मूलतः family dissension व burglary असे दोन अर्थ आहेत. पण त्यापासून व्युत्पन्न झालेला 'घरभेद (भेदी / भेद्या)' या शब्दाला मात्र 'कुटुंबकलह' हा एकच अर्थ चिकटला व burglary या अर्थानें 'घरफोडी' हा स्वतंत्र शब्द प्रचारात आला. त्याचबरोबर, केवळ 'घर' हा शब्ददेखील प्रसंगपरत्वें 'कुटुंब' व 'निवासस्थान' असे दोन्ही अर्थ देतो असंहि दिसून येतं. 'घरदार' याला कांहींच्या मतें 'घर व घराचीं दारं, खिडक्या इ.' असा अर्थ असला तरी 'घरदार' म्हणजे 'घर व दारा (बायको)' अशीहि कांही जणांनी व्युत्पत्ति लावली आहे.

सर्वसामान्यपणें, 'घर' म्हणजे अनेक माणसांनी बनलेल्या कुटुंबाचं, अनेक खोल्या मिळून बनलेलं निवासस्थान अशी मध्यवर्ती कल्पना आहे. पण मग 'माजघर', 'शेजघर', देवघर, स्वयंपाकघर, तळघर, न्हाणीघर' यांतील 'घर' म्हणजे काय ? हीं घरांतलीं घरं आहेत काय ? येथें अर्थसंकोच होऊन, 'घरातली खोली' असा अर्थ प्राप्त झालेला दिसतो.

'गृह' आणि 'घर' या दोहोंचा अर्थविस्तारही झाला असून कारागृह, सभागृह, चित्रगृह, नाट्यगृह अथवा तिकिटघर, जकातघर इ. सारख्या कार्यस्थानांचे ते निदर्शक आहेत.

'सदन' या शब्दातील मूळ धातू 'सद् (सीदति)' असा असून, 'बसणे, थकणे, विश्रांति घेणे' असे त्यांचे अर्थ असल्याने, 'जेथें थकल्यावर विश्रांतीसाठीं बसायला मिळतें तें घर' हा त्याचा आशय दिसतो. पण 'नाश पावणे' असाही त्याचा एक अर्थ असून, 'सदन' म्हणजे 'यमाचें घर' abode of Yama असा एक अर्थ कै. वा. शि. आपटे यांच्या संस्कृत - इंग्रजी कोशात दिलेला आहे. त्यावरूनच, 'यमसदनाला जाणें' म्हणजे 'मृत्यु पावणें' हा शब्दप्रयोग रूढ झालेला दिसतो.

'धाम' म्हणजे देखील घरच. वस्तुतः, 'निजधाम' याचा शब्दशः अर्थ 'स्वतःचें घर' असा असतां, 'निजधामास जाणे' म्हणजे 'मृत्यु पावणे' हा अर्थ कसा आला ?

भारतीय तत्त्वज्ञानात, पंचतत्त्वांचा अवकाश हें आत्म्याचं मूळ स्थान असून, आत्मा शरीर धारण करून मर्त्यलोकात अवतरला तरी, तेथें तो तात्पुरतं वास्तव्य करतो, एका अर्थाने तो संक्रमण-शिबिरात वसती करतो, मर्त्यलोक हें त्याचं खरं घर नव्हे, तर अमर्त्यलोक हें त्याचं मूळ घर होय असं मानलं जातं. म्हणून, माणूस मरण पावला कीं तो 'आपल्या मूळ घरीं' म्हणजे 'निजधामास' गेला असं म्हणण्याचा प्रघात पडला. ज्ञानेश्वरीच्या १६ व्या अध्यायात एके ठिकाणीं 'देवताधाम' असा शब्द वापरला आहे. अशा देवतास्थानांवरून 'चारी धाम यात्रा' हा शब्दप्रयोग रूढ झाला आहे.

लौकिक प्रतिमांतून अलौकिकार्थ सूचित करणारे सौंदर्योपासक अध्यात्मवादी कै. भा. रा. तांबे 'चरण कधीं का पाहिन आई!' या आपल्या अप्रसिद्ध कवितेत त्रिभुवनजननीला उद्देशून 'डोळे सदनाकडे लागले' असं म्हणतात तेव्हा, अथवा 'नववधू प्रिया, मी' या सुप्रसिद्ध कवितेत 'मला येथला लागला लळा, सासरिं निघतां दाटतो गळा' असं म्हणत असले तरी अखेरीस, 'कळ पळभर मात्र! खरें घर तें' असं म्हणतात तेव्हा, ते मानवाच्या या अ-लौकिक घराकडेच अंगुलिनिर्देश करीत असतात. तांब्यांचीच परंपरा सांगणाऱ्या बा. भ. बोरकरांच्या 'हरिच्या स्मरभुवनीं' या कवितेतली नायिका ही लौकिकातल्या बोहल्यावर चढण्यास अनुत्सुक असून, तेथून सखीबरोबर पळ काढण्याच्या विचारात आहे व म्हणून अंतिम घर दुरावेल या भीतीपोटीं ती आपल्या अंगावरचे दागदागिने उतरवण्याची सखीला विनंती करते -

नगांचें काढ झणीं ओझें
या भारानें दुरावेल मज अंतिम घर माझें
चल, पळ जाऊं, सखे! विसावूं हरिच्या स्मरभुवनीं।

संस्कृतमध्ये 'निशान्त' याचा शब्दश: अर्थ 'निशेचा अन्त' म्हणजे प्रभात असा आहे. पण 'निशान्त' याचा आणखी एक अर्थ 'घर' असाहि आहे. त्या शब्दाला हा अर्थ कसा प्राप्त झाला त्याचा मला नीट उलगडा झाला नाही. वास्तविक, सर्वसाधारणपणें दिवसभराचा काळ हा कामाच्या निमित्ताने बाहेर वावरण्याचा काळ मानला जातो. (आधुनिक यंत्रयुगात रात्रपाळी ही अपरिहार्य असली तरी, ती नैसर्गिक नाही.) दिवस संपून रात्रआरंभ झाला कीं, सजीव सृष्टीतले सर्व जीव विश्रांतीसाठीं घरीं परतूं लागतात. (गाई वळल्या घरीं, पांखरें बघ गेलीं कोटरीं!) कै. वा. गो. मायदेवांच्या 'गाई घरा आल्या' कवितेत यशोदामाई, चिंतातुर होऊन म्हणते -

गाई घरा आल्या। झाली बाई कातरवेळ
अजूनि कां घननीळ। ये ना घरा?
गाई घरा आल्या। लावियेली सांजवात

बाळा दामोदरा रात। झाली न का ?
इंदिरा संतांनी 'घर' या कवितेत -
उभ्या दिवसभराचे
उपसून व्यापताप
येतां येतां घरापाशी
लागावीही मना धाप

असं थकल्याभागल्या जीवाचं सुरेख वर्णन केलंय. मग 'घरा'त प्रवेश केल्यावर तिथली प्रत्येक निर्जीव वस्तूदेखील जिवंत होऊन मालकिणीचं कसं स्वागत करते तें सांगून इंदिराबाई म्हणतात -

सुख घराचें हें येतें
असें लाटालाटांनी

जुन्या काळीं कवि अनिलांनीहि 'घराकडे जातां' या कवितेत नेमकी हीच भावना व्यक्त केली होती -

अंधार पडतां
घरांत रंगतां - ज - ग वि - स - र - तां!

म्हणून 'निशान्त' म्हणजे 'घर' असा अर्थ असला तरी, इथें 'निशेचा अंत' (पहाट) असा अर्थ संभवत नाही. 'अंत' हा शब्द बहुश: नामार्थक असला तरी, संस्कृतमध्यें तो विशेषण म्हणूनहि ('जवळचा') वापरला जातो. (गीर्वाणलघुकोश - ज. वि.ओक) 'निशा' आणि 'घर' यांचं साहचर्य असल्यामुळें 'निशेला संनिध' असाहि अर्थ असूं शकेल. कदाचित्, 'नि (अतिशय, नितांत) + शांत' म्हणजे 'निवांत' अशी त्याची उपपत्ति नसेल ना? हा अर्थ ग्राह्य धरला कीं, 'घरा' च्या निवांतपणाची प्रतीति येते.

'घरा' ची सुखद ऊब अनुभवण्यासाठीं, 'घर' या संकल्पनेचा संकोच करून मानवाने 'घरकुल' मांडलं व त्यातून त्याला पक्ष्यांच्या 'घरट्या' ची उपमा सुचली. संस्कृतमध्यें 'घरट्या' ला नीड म्हणतात. गुरुदेव रवीन्द्रनाथ ठाकुरांचा हा आवडता शब्द. एका उद्ध्वस्त कुटुंबाची कहाणी सांगण्यासाठीं त्यांनी 'नष्टनीड' ही दीर्घकथा लिहिली. 'यत्र विश्वं भवति एकनीडम्' हें त्यांच्या 'शांतिनिकेतन' चं ध्येयवाक्य असून, 'वसुधैव कुटुंबकम्' हा तर भारतीय संस्कृतीचा आदर्शच आहे. (अलिकडची global village ही संकल्पनाहि त्याच्याशीं मिळतीजुळतीच आहे.) एकीकडे 'घरा' चं हें अधिकाधिक सूक्ष्मतेकडे जाणारं लघुचित्र (miniature) रेखाटलं जात असतां, दुसरीकडे

ज्ञानेश्वर माऊलींनी 'हे विश्वचि माझें घर' असं म्हणून 'घरा' चा विश्वव्यापी विस्तार केलेला दिसतो. 'गृहलक्ष्मीस' उद्देशून लिहिलेल्या कवितेत बोरकर म्हणतात 'आजवरी घरीं जगत पाहिलें, यापुढतीं घर जगतीं.'

इंग्रजीत मात्र 'निवासस्थान' व 'कुटुंब' या दोन संकल्पनांसाठीं 'house' आणि 'home' असे दोन तत्सम पण तरीहि स्वतंत्र शब्द आहेत. सर एडवर्ड कोक या नामवंत इंग्रज विधिज्ञाने सीमेन्स् केस (semayne's Case, 1605) या खटल्यात house शब्दातली मध्यवर्ती कल्पना स्पष्ट करताना असं म्हटलं होतं -

The house of every one is to him his castle and fortress, as well for his defence against injury and violence, as for his repose. म्हणजे 'बाह्य धोक्यांपासून संरक्षण' व 'विश्राम' या दोन उद्देशांनी house ची योजना झालेली असते. तर 'होम स्वीट होम' या ग्रंथात जॉन हॉवर्ड पेन (payne) हा लेखक home ची महती सांगताना म्हणतो -

"Mid pleasures and palaces though we roam,
Be it ever so humble, there's no place like home."

एखाद्या झोपडपट्टीला आग लागली कीं शेंकडों माणसं वरा कुटुंब houseless अर्थात् बेघर होतात, मात्र तीं homeless होत नाहीत. कारण, त्या माणसामाणसांमधलं कौटुंबिक नातं टिकून असतं. निराधार वा अनाथ मुलं (street Children) मात्र homeless (घराला मुकलेलीं म्हणजे कुटुंबवंचित) असतात. शिरवाडकरांचे 'नटसम्राट' गणपतराव बेलवलकर हे देखील आपल्या 'सरकारां' सकट मुलीच्या घराबाहेर पडले तेव्हा ते houseless झाले. पण 'सरकारांच्या' मृत्यूनंतर ते homeless झाले. दोन्ही अर्थांनी 'बेघर' झालेले गणपतराव 'या तुफानाला घर हवंय' असा आक्रोश करत फिरतात आणि 'कुणि घर देतां का घर' अशी याचना करीत अखेरीस पदपथावरच प्राण सोडतात' पण संस्कृतमधील 'अनिकेत' या शब्दाचा वाच्यार्थ 'गृहहीन' असा असला तरी, त्याचा भावार्थ मात्र वेगळाच आहे. जो एके ठिकाणीं स्वतःचं घर करीत नाही अगर स्वतःचा संसार वा घरप्रपंच थाटत नाही अशा फकीर वा संन्यासी माणसालाच 'अनिकेत' असं म्हणतात. भगवद्गीतेच्या १२ व्या अध्यायात 'अनिकेतः स्थिरमतिर्भक्तिमान् मे प्रियो नरः' असं भगवान् श्रीकृष्ण म्हणतात, तर 'आणि वायुसि एके ठायीं। बिंढार जैसें नाही' अशा शब्दांत ज्ञानेश्वर त्याचं वर्णन करतात.

'गृह' व 'घर' या शब्दांप्रमाणेंच house या शब्दाचाहि अर्थविस्तार होऊन 'एखादी भव्य वास्तु' या अर्थानेहि तो रूढ झालेला दिसतो. उदा. Government House, Parliament House, Court House. अशा संदर्भांत मूलतः गृहवाचक असलेले 'भवन', 'मंदिर' 'आगार' या प्रतिशब्दांचा प्रयोग होतो. (राजभवन, संसदभवन,

न्यायमंदिर, रंगमंदिर, चित्रमंदिर, क्रीडागार इ.) एक मजेशीर गोष्ट अशी कीं Legislative House म्हणजे 'विधानभवन' (विधानमंडळाची वास्तु) असा अर्थ असला तरी, House (S) of Legislature म्हणजे मात्र 'विधानमंडळाचें सदन' होय. कारण 'आमदार, खासदार मंडळी कामकाजासाठीं जेथें <u>बसतात</u> तें सभागृह' म्हणजे 'सदन' होय. 'आलय' हा शब्ददेखील 'देवालय', 'विद्यालय', 'संग्रहालय' इ. सारख्या शब्दांमध्यें 'संग्रहवास्तु' म्हणून वापरला जातो. 'निलय' याला मात्र सर्वसाधारणपणें पशु, आदिकांची सुरक्षित निवाऱ्याची जागा असा अर्थ आहे.

home या शब्दाभोंवती माणूस आणि त्याचं निवासस्थान या दोहोंमधील मानसिक भावबंधाचं वलय आहे. homebody म्हणजे 'घरवेडा', तर stay - at - home म्हणजे 'घरबश्या' वा 'घरकोंबडा'. घर व कुटुंब यांपासून बराच काळ दुरावल्यानंतर माणूस जेव्हा घराच्या आठवणीने व्याकूळ होतो तेव्हा त्याला homesick म्हणतात.

आठवणींच्या आधीं जातें
तिथें मनाचें निळें पांखरूं
खेड्यामधलें घर कौलारूं!

असं म्हणणारे ग. दि. मा. 'राहिलें दूर घर माझें' असं म्हणताना हळवे झालेले दिसतात. भा. रा. तांब्यांच्या 'घर राहिलें दूर' या कवितेतूनहि हाच 'घरव्याकूळपणा' प्रत्ययाला येतो. परक्या जागेतहि 'घरच्यासारखं वाटणं' याला इंग्रजीत 'Feel at home' असा वाक्प्रचार रूढ आहे.

home किंवा 'घर' याचं आणखी एक विलक्षण लक्षण आहे. 'गाणं घरच्या राजाचं' या कवितेत मंगेश पाडगांवकरांनी तें लक्षण उत्कृष्टपणें रंगवलंय -

बाहेर आपण नसलो कोणी जरी,
पाठीवरती असली गोणी जरी,
राजा असतो, राजा असतो आपण आपल्या घरी!

भारतीय संस्कृतीत 'कन्या हें परक्याचं धन' मानलं जात असे. त्यामुळे लग्न झाल्यावर ती माहेर सोडून सासरघरीं नांदायला गेली व पतिपत्नींचीं मनं जुळलीं तर,

उंबरठ्यावरि माप उलटुनी तुझ्या मागुनी आलें
.... तुझे घर माझे आता झाले....

(तुझे घर माझे झाले - मंगेश पाडगांवकर)

असं म्हणून ती नवविवाहिता परक्याचं घर आपलंसं करते.

पण दुर्दैवाने मनं जुळलीं नाहीत तर -

'सर्वस्व तुजला वाहुनी, माझ्या घरीं मी पाहुणी' (विंदा करंदीकर) असे उद्गार काढण्याचा प्रसंग तिच्यावर येतो.

माधव जूलियन 'आमचें घर' कसें छान होतें याबाबत स्मृतिरंजन करून अखेरीस म्हणतात -

आमुचें घर सान
आतां तें कोठें गेलें
बाल्याचें हें भुकेलें
मन पुसे॥१३॥

याउलट, गोवा पारतंत्र्यात असताना केव्हातरी बा. भ. बोरकर या 'घरवेड्या' भूमिपुत्राने 'स्वतंत्र गोव्यातील भावी घरा'चं स्वप्न पाहिलं होतं.

तृप्त स्वतंत्र गोव्यांत केव्हांतरी केव्हांतरी
.....
बांधीन मी छोटेंसेंच लाल चिरेबंदी घर
....
असें माझें गोड घर, केव्हांतरी केव्हांतरी
अक्षरांच्या वाटेनेच उतरेल भुईवरी. ('माझें घर')

राजकवि यशवंतांच्या 'घर' या कवितेत आपली पोर 'भरल्या' घरीं पडावी असा मानस बाळगणाऱ्या वधूपित्याच्या मनातली शंका फेडण्यासाठीं वरपिता म्हणतो -

"ठेवतां न पोटीं किंतु — पुसलेंत-लई आवडलें।
धन दौलत घ्या देखून — कांहींच नाहिं लपलेलें
पडवीला कणगीं पोतीं — मोती त्यांमधिं बिनमोल
दावणीस गायी बैल — त्ये अम्हां हिरे अन् लाल
दरसाल पिकें येतात — खाण शेतांत तीच सोन्याची"

धनधान्याने व मुलांबाळांनी भरलेल्या नांदत्या गोकुळघराचं आकर्षण सर्वांनाच असतं. पण एकेकाळी नांदतं असलेलं व आतां ओकंबोक झालेलं सुनसान घरदेखील कांही कवींना खुणावतं. त्या घराशीं जुन्या काळात जुळलेले वा जोडलेले आपुलकीचे व जिव्हाळ्याचे रेशीमबंध तुटतां तुटत नाहीत.

जुन्या घरात पाऊल टाकल्यावर, 'पूर्वस्मृति' जागी होऊन इंदिरा संत म्हणतात.

हातीं घेऊनियां भिकार चिमणी मी हिंडुनी एकली
एकामागून एक तीं स्मृतिस्थलें वेड्यागती पाहिलीं

गेलें अंतर गुद्मरोनि अणखी काहूरही माजलें
'माझें तें घर हेंच काय ?' म्हणतां मातें रडें कोसळे.

जुन्या रिकाम्या ओसाड घराच्या वाटेने जाताना,

वाट घेणार वळण घराचें तोंच
गातें वाहातें पांखरू मिटतें चोंच

असं म्हणून गत स्मृतींनी उदास व कातर होणारे आरती प्रभु अखेरीस म्हणतात -

ओकेपणाच घराचा दाटून आहे
तोही जीवाशीं जपत जागत आहें ('घर')

बहिणाबाईंच्या कवितेला 'सुगरनीचा (सुगृहिणीचा) खोपा' म्हणजे
हें घर! निर्जीव भिंतींतून साकारणारं जिवंत घर! ऊन पावसांत डोक्यावर छप्पर देणारं घर! संकटकाळात मायेची ऊब आणि धीराचा हात देणारं घर! कुटुंबाला पोटात सामावून घेणारं व त्याचबरोबर, त्या कुटुंबाचा एक घटक बनून जाणारं घर! म्हणूनच विमलताई म्हणतात त्याप्रमाणें -

घर असावें घरासारखें, नकोत नुसत्या भिंती,
तिथें असावा प्रेमजिव्हाळा, नकोत नुसतीं नातीं!

एक सुभाषितकार म्हणतो -

A house is built by hands
A home is built by hearts !

विविधतेतून एकता, की एकतेतून विविधता?

■ ■ ■

'भाषा आणि जीवन' च्या दिवाळी १९८९ च्या अंकातील डॉ. श्रीमती विजया देव यांचा 'साहित्येवर अनुवाद-प्रक्रिया' हा उद्‌बोधक लेख वाचला. त्यातील अखेरच्या भागात 'पारिभाषिक संज्ञा या सर्व भारतीय भाषांसाठी एकच असाव्यात व संस्कृत हा पाया असल्यामुळे हे शक्यही आहे,' असे विधान आहे. सध्या समान परिभाषा अस्तित्वात नाही, हे दर्शवण्यासाठी त्यांनी एक उदाहरणही दिले आहे.

केंद्र सरकारच्या विधी मंत्रालयात 'राजभाषा खंड' नावाचे एक कार्यालय असून त्यांच्या देखरेखीखाली केंद्रीय कायद्यांची सर्व भारतीय भाषांतर भाषांतरे केली जातात. त्यांनी देखील 'समान परिभाषा' हें मार्गदर्शक तत्त्व स्वीकारले आहे. पण ते अमलात आणतांना बऱ्याच व्यावहारिक अडचणी उद्‌भवतात. संस्कृत हा सर्व भारतीय भाषांचा मूलाधार आहे. हे गृहीतक मुळात चुकीचे आहे. कारण द्राविड कुलातील भाषा याला अपवाद आहेत. मात्र द्राविड भाषांमध्ये संस्कृतचा बराच मोठा शब्दसंग्रह अंतर्भूत झाला आहे, हे खरे. त्यामुळे अनेक संस्कृत शब्द सर्व भाषांमध्ये आढळून येतात. परंतु दुसरी अडचण अशी की, कित्येकदा एक समान संस्कृत शब्द वेगवेगळ्या भाषांमध्ये वेगवेगळ्या कधीकधी तर परस्परविरुद्ध अर्थांनी देखील प्रचलित झालेला दिसतो.

उदाहरणार्थ,

	संस्कृत शब्द		**अर्थ**
१)	साक्षर	(गुज.)	learned person
		(मरा.)	literate person
२)	जन्तु	(तेलु.)	big animal
		(मराठी)	small insect

३)	प्रबंध	(हिन्दी)	management, arragement
		(मराठी)	Thesis
		(तेलु.)	Poetic Composition
४)	शिक्षा	(हिन्दी)	education
		(मराठी)	Punishment
५)	नियोजन	(हिन्दी)	employment
		(मराठी)	planning
६)	विधी	(हिन्दी)	Law
		(मराठी)	rite
		(मल्यालम्)	decree
७)	नियम	(मराठी-हिन्दी)	rule
		(मल्यालम्)	law, legislation
८)	यातायात	(हिन्दी)	communication
		(मराठी)	Strain, trouble
९)	जातीय	(हिन्दी)	Communal, caste - based
		(तेलुगु / बंगली)	national
		(गुजराती)	sexual
१०)	आंतरजातीय	(मराठी)	intercaste
		(तेलुगु)	international
११)	राष्ट्र	(मराठी)	nation
		(तेलुगु)	State (as Andhra)
१२)	देश	(मराठी)	Country
		(तेलुगु)	State (as in तेलुगुदेशम्)
१३)	प्रवाह	(मराठी)	Stream
		(मराठी)	flood
१४)	प्रमाद	(मराठी)	error, lapse
		(तेलुगु)	accident
१५)	प्रपंच	(मराठी)	worldly affairs
		(तेलुगु)	world
१६)	साक्षात्कार	(मराठी)	revelation
		(हिन्दी)	interview

तसेच एकाच संकल्पनेसाठी वेगवेगळ्या भाषांत वेगवेगळे प्रतिशब्द प्रचलित आहेत.

उदाहरणार्थ :

इंग्रजी	**मराठी**	**तेलुगु**	**मल्यालम्**	**उर्दू**	**हिन्दी**
Govt.	सरकार, शासन;	प्रभुत्वम्:	.....;	हुकुमत;	सरकार
Religion	धर्म;	मतमु;	....;	मजहब;	धर्म
Interview	मुलाखत;	...;	...;	...;	साक्षात्कार
Legislature	विधिमंडळ;	...;	नियमसभा,	मजलिस;	धारासभा

विस्तारभयास्तव ही यादी लांबवणे इष्ट नाही. आता या सर्व भाषांमध्ये समन्वय घडवून आणायचे ठरवले, तर कोणत्या भाषेचे लोक तडजोडीसाठी आपली मूळ रूढी सोडून देण्यास तयार होतील ? हे मतैक्य घडवून आणणे ही फार कठीण गोष्ट आहे. कारण मूठभर विद्वानांनी एखाद्या सभागृहात (हस्तिदंती मनोऱ्यात ?) बसून केलेले पारिभाषिक मतैक्य सामान्य स्थानिक जनतेवर लादता येत नाही. 'राजभाषा खंड' कार्यालयाने इतर भाषांवर कित्येक शब्दांची सक्ती करून 'अखिल भारतीय एकरूप शब्दावली' पाडण्याचा प्रयत्न केला. मराठीभाषक अधिकाऱ्यांनी हिंदीशी मिळते घेण्याची भूमिका घेतली, पण दाक्षिणात्य भाषांच्या अधिकाऱ्यांनी हे तत्त्व साफ धुडकावून लावले. परिणामी, 'सर्वसमान परिभाषे' चे तत्त्व तर अमलात आले नाहीच; उलट, काही अवघड व बेंगरूळ शब्द मराठीच्या माथी बसले. उदा. provision (of law) 'तरतूद' ऐवजी 'उपबंध' हा प्रतिशब्द आला. कायद्याची ही कृत्रिम परिभाषा महाराष्ट्रातील वकीलवर्ग व न्यायाधीश वर्ग यांच्या पचनी पडण्यासारखी नाही; आणि त्यामुळे मराठीला विरोध करण्यास आणखीच बळ चढणार आहे. हिंदीच्या दडपणाखाली स्वीकारलेली ही मराठी परिभाषा मराठीचा न्यायालयात प्रवेश होण्याच्या मार्गात कायमचा अडसर होऊन बसली आहे.

म्हणून सर्वसमान परिभाषा हे आदर्श ध्येय असले, तरी ते वास्तवापासून फार दूर आहे व व्यवहारात उतरवणे फार अवघड आहे, असे खेदाने म्हणावे लागते. सर्व भारतीय भाषांना अपरिचित असलेल्या नवीन संकल्पनांच्या बाबतीत मात्र कदाचित हे तत्त्व अवलंबिता येईल.

मला उत्तर हवंय्

■ ■ ■

अलिकडे मराठी वाङ्मय क्षेत्रात बऱ्याच उलथापालथी चालू आहेत. मध्यंतरी दलित साहित्याची लाट आली, ग्रामीण वाङ्मय बहराला आलं, नवकवितांचा महापूर आला, साहित्य संमेलनांना ऊत आला - अखिल भारतीय पातळीपासून स्थानिक पातळीपर्यंत गल्लोगल्ली साहित्य संमेलने भरू लागली. कोकण साहित्य परिषद, कामगार साहित्य संमेलने, मराठी विज्ञान संमेलने, कुमार साहित्य संमेलने, इ. नवीन प्रवाह मराठी साहित्य क्षेत्रात आले. पुरस्कारांचा जमाना सुरू झाला आणि साहित्यनिष्ठांची एकच मांदियाळी झाली. एकंदरीत मराठी साहित्याची क्षितिजे विस्तारली ही गोष्ट खरी. पण त्यामुळे मराठी भाषेचा शास्त्रशुद्ध विकास झाला का, हा खरा प्रश्न आहे. उत्सवी साहित्य-संमेलनांच्या भाऊगर्दीत आणि पुरस्करांच्या कैफात साहित्य-दिग्गजांना मराठी भाषेच्या मूलभूत प्रश्नांचे भान उरलेले नाही, असे खेदाने म्हणावेसे वाटते. कित्येक प्रश्न अनुत्तरित राहिले आहेत. या निमित्ताने असे काही प्रश्न मी 'भाषा आणि जीवन' च्या चिकित्सक वाचकवर्गापुढे मांडू इच्छिते. जाणकारांनी या प्रश्नांची गंभीर दखल घ्यावी व हे प्रश्न सोडवण्याचा प्रयत्न करावा, अशी माझी विनंती आहे.

१) १९६२ साली नवे शुद्धलेखन नियम अस्तित्वात आले. त्यांचे एक ठळक वैशिष्ट्य म्हणजे टंकलेखन यंत्रांची सोय पाहण्यासाठी मोठ्या प्रमाणावर अनुस्वारांना फाटा देण्यात आला. या निमित्ताने काही अनुस्वारांची अनावश्यक अडगळ दूर झाली हे बरे झाले. पण त्याबरोबर अर्थभेददर्शक आवश्यक अनुस्वारांचीही गच्छन्ती झाली. भाषेच्या वा लिपीच्या सोयीनुसार टंकलेखन यंत्रे घडवण्याऐवजी टंकलेखन-यंत्रांची सोय पाहण्यासाठी लेखन-पद्धतीत गैरवाजवी बदल करण्यात आले, म्हणजे साध्य आणि साधन यांची अदलाबदल केली गेली. मराठीचा अभिमान बाळगून साहित्यिक विद्वानांनी

संस्कृतची नावनिशाणी पुसून टाकण्याचा प्रयत्न केला. पण त्यांनी ते पुरतेपणी केले नाही अथवा त्यांना ते जमले नाही. त्यामुळे शुद्धलेखन नियमांत विसंगती निर्माण झाल्या. काही नियमांत संस्कृतशी फारकत घेतली आहे, तर काही नियमांत संस्कृतचे अनुसंधान राखले आहे. त्या कारणाने शिक्षकांच्या व मुलांच्या मनात संभ्रम निर्माण होतो आणि संस्कृतच्या संदर्भाशिवाय मराठी शिकणे व शिकवणेही अवघड बनते.

उदाहरणार्थ, 'कवि', 'शिशु' इ. सारखे संस्कृतमधून आलेले तत्सम ऱ्हस्वान्त शब्द मराठीत प्रथमा विभक्तीपासून सर्रास दीर्घान्तच ('कवी', 'शिशू' असे) लिहावेत, पण समासात पूर्वपदी आल्यास ते मूळ संस्कृतप्रमाणे ऱ्हस्वच लिहावेत ('कविसंमेलन', 'शिशुशाळा') असे परस्पर विरोधी नियम करण्यात आले. याचे एक कारण असे संभवते की, १९६२ सालच्या शुद्धलेखन समितीत संस्कृतवादी व मराठीवादी - दोन्ही विद्वानांचा समावेश होता. त्या दोन्ही पक्षांच्या परस्परविरुद्ध आग्रहांबाबत तडजोडवादी भूमिका घेऊन, 'त्वया अर्धं, मया अर्धम्' या न्यायाने नियमांचे वाटप झाले असावे. पण याचा परिणाम असा झाला की, एकदा व्यवहारात 'कवी', 'शिशू', 'नदी' असे सर्रास दीर्घान्त शब्द बघण्याची सवय लागल्यानंतर, पुढे मोठेपणी समास-प्रक्रिया शिकताना त्यावेळी मात्र 'कविसंमेलन', 'शिशुशाळा' असे का व 'नदीकिनारा' तसाच का लिहायचा हा मुलांना संभ्रम पडू लागला आणि ते शिकणे व शिकवणे अवघड होऊन बसले. म्हणजे मराठीचे शुद्धलेखन शिकण्यासाठी संस्कृतच्या ज्ञानाची पूर्वअट आवश्यक झाली. कोशात ही रूपे ऱ्हस्वान्त असली तरी भाषा शिकण्याची सुरुवात कोशापासून होत नाही. इतकेच नव्हे तर शिक्षकसुद्धा कोशाचा वापर क्वचितच करतात. याउलट, पूर्वी 'कवि', 'रवि' हे शब्द ऱ्हस्वान्त व 'नदी' सारखे शब्द दीर्घान्तच पाहण्याची सवय लहानपणापासूनच म्हणजे जेव्हा संस्कृतच्या ज्ञानाचा गंधही नव्हता तेव्हापासून अंगवळणी पडल्याने, पुढे समासात 'कविसंमेलन', 'रविकिरण' व 'नदीतट' असेच का लिहायचे असा संभ्रम पडत नसे व ते शिकवावेही लागत नसे. ही सर्व प्रक्रिया अगदी नैसर्गिक होती.

२) परंतु १९६२ साली शुद्धलेखन महामंडळाने नियम बदलल्यापासून व ते रुळल्यापासून फार काळ लोटला आहे. आता पुन्हा चक्रे मागे फिरवता येणार नाहीत. तथापि, एकदा डोंगरमाथ्यावरून थोडेसे ढकलून दिलेले हे चक्र दिवसेंदिवस घसरणीला लागले. त्याची पुरती घसरण होऊ नये म्हणून महामंडळाने १९६२ साली केलेल्या नियमांतच काही रोधक लावलेले होते. १९८७ साली भाषा संचालनालयाने महामंडळ पुरस्कृत 'शुद्धलेखन - नियमावली' प्रसिद्ध केली. तीमध्ये पृ. ३ वर पुढीलप्रमाणे विधान आहे. 'मराठी शब्दकोशात मात्र तत्सम (ऱ्हस्व) इकारान्त व उकारान्त शब्द ऱ्हस्वान्त लिहिणे इष्ट ठरेल. जसे - पद्धति, अनुमति, ... अणु, वायु ... वगैरे. परंतु असे शब्द कोशाबाहेर

वापरताना दीर्घान्त लिहिले पाहिजेत.' याच नियमावलीतील नियम ५ (ऱ्हस्व-दीर्घ) अनुसार तत्सम शब्द मूळ संस्कृतात ऱ्हस्वान्त असेल तर, तो समासात पूर्वपदीं आला असताना तसाच ऱ्हस्वान्त लिहावयाचा आहे. याचा सारांश असा की, **तत्सम (म्हणजे संस्कृतमधून जसाच्या तसा मराठीत आलेल्या ऱ्हस्वान्त शब्दाचे कोशगत प्रातिपदिक (मूळ) रूप ऱ्हस्वान्त असेल, तो शब्द समासात पूर्वपदी आल्यास अविकृत राहील व विभक्ति-प्रत्यय लागून वाक्यात किंवा शब्दसमूहात चालू लागला (Decline) की, प्रथमेपासूनच त्याला विकार होऊन तो दीर्घान्त लिहिला जाईल.)** हा नियम पुरेसा (म्हणजे मागील परिच्छेदात म्हटल्याप्रमाणे) व्यवहार्य नसला तरी, तर्कसंगत होता वा आहे. कारण तत्सम ऱ्हस्वान्त शब्दांचे सामान्यरूप दीर्घान्त होते असे मानले आहे.

सध्या प्रचलित असलेल्या सर्व मराठी - मराठी शब्दकोशात व महाराष्ट्र सरकारच्या 'शासन व्यवहार कोशा' तही ऱ्हस्वान्त तत्सम शब्द मूळ (प्रातिपदिक) रूपात ऱ्हस्वान्तच दाखवले आहेत. १९७३ साली 'शासन व्यवहार कोश' (इंग्रजी - मराठी) प्रसिद्ध झाल्यानंतर महत्त्वाचा असा कोणताही कोश प्रसिद्ध झाला नाही. मध्यंतरीच्या काळात 'साहित्य-संस्कृति मंडळा' च्या अखत्यारीखाली व 'केसरी ट्रस्ट' च्या विद्यमाने पुण्यात मराठी - मराठी शब्दकोशाचे काम सुरू झाले. त्याचे काही खंड तयार झाले असले तरी अनेक प्रशासकीय कारणांनी ते अद्याप प्रकाशित होऊ शकलेले नाहीत. तथापि, प्रकाशित झाल्यानंतर त्यांस शासनमान्यता मिळणारच, अशा या कोशात मात्र संस्कृतमधून आलेल्या तत्सम ऱ्हस्वान्त शब्दांचे मूळ मराठी रूप दीर्घान्त दाखवले असून, शेजारी कंसात 'मूळ संस्कृत रूप ऱ्हस्वान्त' असा निर्देश केला आहे. उदा. 'कवी (वि) हा शब्द समासात पूर्वपदीं आल्यास तो ऱ्हस्वान्त लिहावा अशी सूचना आहे (अशी माहिती मला त्या कोशाच्या संपादकांकडून कळली आहे.) ही अपेक्षा वाजवी आहे का ? एकीकडे मराठीतील **मूळ रूप** दीर्घान्त आहे असे म्हणायचे व त्यापासून होणारे परिणामी सामासिक रूप **संस्कृत अनुसार** घ्यावे असे म्हणायचे हा 'वदतो व्याघात' नव्हे काय ? ही भूमिका तर्कदुष्ट आहे असे मला वाटते. एकदा संस्कृतचा संदर्भ सोडला की पुन्हा संस्कृत रूपाकडे वळण्याचा प्रश्नच कोठे येतो ? म्हणून सुधारित शुद्धलेखन - नियमांचे अनुसरण करावयाचे असेल व संस्कृतचाही अनुबंध राखावयाचा असेल तर, 'शुद्धलेखन नियमावलीत' उल्लेखिलेली भूमिका कायम ठेवावी व नव्याने येऊ घातलेल्या मराठी - मराठी शब्दकोशाच्या लेखकांनाही तीच भूमिका घेण्यास भाग पाडावे.

३) तत्सम ऱ्हस्वान्त शब्द समासात पूर्वपदी आल्यास तो तसाच ऱ्हस्वान्त लिहावा या नियमाबाबत सर्वसाधारणपणे एकवाक्यता असली तरी, 'समास' ही संज्ञा कोणत्या शब्दसमूहास लावावी वा लावू नये याबाबत भल्याभल्यांच्या मनात गोंधळ आहे.

‘कविसंमेलन’ हा शब्द सामासिक आहे यासंबंधी कोणाचेच दुमत नाही. पण ‘महाराष्ट्र राज्य साहित्य आणि संस्कृति मंडळ’, ‘पाठ्यपुस्तक निर्मिति व अभ्यासक्रम संशोधन मंडळ’ हे शब्दसमूह सामासिक आहेत की नाहीत ? केवळ त्यातील शब्द सुटे सुटे लिहिले जातात, म्हणून ते सामासिक नाहीत अशा समजुतीने त्यातील ‘संस्कृति’ व ‘निर्मिति’ हे शब्द दीर्घान्त लिहिले जातात. माझ्या मते ही गैरसमजूत आहे. वस्तुत: इंग्रजी मजकुराच्या धर्तीवर सिद्ध झालेला हा एक प्रकारचा समासच आहे. फक्त त्यातील सर्व शब्द जोडून लिहिले तर लांबलचक आगगाडी तयार होईल, या कारणास्तव असे शब्द सुटे सुटे लिहिले जातात. पण हाही एक समासच असल्याने त्यातील ‘संस्कृति’ / ‘निर्मिति’ ही पदे अविकृत स्वरूपात ऱ्हस्वान्तच लिहावयास हवीत. पण सर्रास दीर्घीकरणाची सवय लागल्याने जेथे विद्वानांना विवेक राहिला नाही तेथे सामान्यांची काय कथा? तसेच तत्सम ऱ्हस्वान्त शब्द एखाद्या शीर्षकात सुटा व एकक स्वरूपात आल्यास तो प्रातिपदिक स्वरूपात लिहिणे योग्य होईल. उदा. विजया राजाध्यक्ष यांचे ‘कवितारती’ या पुस्तकाचे शीर्षक. गैरसमजुतीने हा शब्द शीर्षकात दीर्घान्त लिहिला गेल्याने एका ग्रंथालय. सेवकाला ही कसली तरी ‘आरती’ असावी असे वाटले, ही घडलेली सत्यकथा आहे. खरे पाहता तो शब्द ‘कविता - रति’ अशा तऱ्हेने लिहिला गेला असता तर, कदाचित त्या सेवकाला त्याचा अर्थ कळला नसता, पण निदान त्याचा गैरसमज तरी झाला नसता.

४) नव्या शुद्धलेखन पद्धतीतील दुसऱ्या एका नियमानुसार, संस्कृत व्यंजनान्त (हलन्त) शब्द मराठीत पूर्णाक्षरी म्हणजे स्वरान्त लिहावेत असा फतवा काढला आहे. उदा. ‘साक्षात्’, ‘तृथक्’, ‘विद्युत्’, हे शब्द ‘साक्षात’, ‘पृथक’ व ‘विद्युत्’ असे लिहावेत असा नियम केला. याप्रमाणे संस्कृतच्या खुणा पुसल्या तरी, संस्कृतमधून ‘साक्षात्कार’, ‘पृथक्करण’ व ‘विद्युल्लता’ हे सामासिक शब्द जसेच्या तसे उचलले. वस्तुत: नवीन नियमांनुसार हे शब्द ‘साक्षातकार’, ‘पृथककरण’, ‘विद्युतलता’ असे लिहिणे हे तर्काला धरून होईल. पण जिथे तर्क गुंडाळूनच मनमानी फेरबदल करण्यात आले तिथे तर्काची अपेक्षा काय करणार? वरील शब्द तेवढे समासात पूर्वपदी आले असता अर्धाक्षरी का होतात व ‘शिक्षण’ हा शब्द समासात (‘शिक्षणक्षेत्र’) आला असता तो अर्धाक्षरी का होत नाही याचा खुलासा संस्कृतचा संदर्भ दिल्याशिवाय होणार नाही. म्हणजे संस्कृतकडून उसनवारी तर करायची, पण तिचे ऋण मानावयाचे नाही, ताक मागायला जायचे, पण भांडे लपवायचे असा हा सगळा दुतोंडी कारभार चालला आहे.

संस्कृतवादी व मराठीवादी विद्वानाच्या मतामतांच्या गलबल्यात शाळांतील शिक्षकांची मात्र कुचंबणा होत आहे. त्यांनी वर्गात शिकवावे कसे ? ७ व्या इयत्तेच्या **मराठी व्याकरणाच्या** पुस्तकात ‘विद्युल्लता’ हा संधी ‘विद्युत् + लता’ अशाप्रकारे

फोड करून दाखवला आहे व ते योग्यच आहे. पण इथे 'विद्युत्' हा शब्द व्यंजनान्त का व इतरत्र मात्र तो स्वरान्त का याचा खुलासा कसा करणार? परीक्षेत 'संधी करा' असा प्रश्न टाकायचा झाल्यास तो 'विद्युत् + लता' अशा स्वरूपात द्यावा की 'विद्युत + लता' असा द्यावा? 'महान', 'विद्वान' व 'समान' हे तीनही शब्द सारख्याच तऱ्हेने लिहावयाचे तर, त्यापासून सिद्ध होणाऱ्या भाववाचक नामांमध्ये फरक का? म्हणजे 'महत्ता', 'विद्वत्ता' हे एकीकडे, तर दुसरीकडे 'समानता' का? 'महानता', 'विद्वानता' का नको? (अलीकडे 'महानता' हा शब्दही लिखाणात डोकावू लागला आहे.) म्हणजे 'श्वा', 'युवा' आणि 'मघवा' यांची एका सूत्रात गठडी वळण्याचाच हा प्रकार झाला. संस्कृतमधून आलेल्या 'रणजित्', 'इन्द्रजित्' या शब्दांचा अर्थ 'रण जिंकणारा', 'इंद्राला जिंकणारा' असा आहे. मराठीत तो 'रणजित', 'इंद्रजित' असा लिहिल्याने त्याचा अर्थ नेमका उलटा होतो. ('रणात हरलेला', 'इंद्राने जिंकलेला / हरवलेला') ('रणं जितं येन' असा अर्थ काढायचा तर 'जितेन्द्र' किंवा 'जितेन्द्रिय' या शब्दांच्या चालीवर 'जित' हा शब्द पूर्वपदी आला असता उदा. - 'जितरण') 'पृथक्' शब्द 'पृथक' असा स्वरान्त लिहायचा तर त्यापासून 'पृथगात्मता' याऐवजी 'पृथकात्मता हा शब्द सिद्ध होणार, 'जगत' वरून 'जगदीश' ऐवजी 'जगतीश' सिद्ध होणार. साहित्य धुरिणांनी शिक्षकांच्या या शंकांना समर्पक उत्तरे द्यावीत. प्रश्न अनुत्तरित ठेवून त्यांना आपली जबाबदारी झटकता येणार नाही अन्यथा हा नियम रद्द करावा.

५) अलीकडे उच्चाराप्रमाणे लेखन करायचे या नियमाचा अतिरेक होऊ पाहात आहे. त्यानुसार, 'साक्षात्' व 'गवाक्षात' यांच्या उच्चारात फरक नाही व म्हणून ते दोन्ही सारखेच स्वरान्त लिहावेत हा आणखी एक गैरसमज. वस्तुत: 'ती **साक्षात्** समोर उभी होती' व 'ती **गवाक्षात** उभी होती'. या दोन वाक्यातील शब्दांचा अर्थ तर सारखा नाहीच, पण उच्चारही सारखा आहे हे म्हणणे हा एक प्रकारचा भ्रम आहे. 'साक्षात्' हा शब्द व्यंजनान्त स्वरूपात पाहिल्याबरोबर वाचकाचा उच्चार अधिक ठाशीव होतो. व्यक्ती जेव्हा एकमेकांसमक्ष संवाद करतात तेव्हा, त्यांचा आवाज, स्वरातील चढउतार, हावभाव इ. च्या योगे त्यांच्या मनातला अभिप्राय समजू शकतो. पण दूर अंतरावरून एकमेकांशी संवाद साधण्याचे साधन लेखनस्वरूपात असते तेव्हा, ते नेमके अर्थबोधक असावे लागते. कारण अक्षरचिन्हांवरून वाचकाच्या मनात प्रतिमा जाग्या होतात व त्यानुसार अर्थाचे आकलन होते. अर्थभेद दर्शवणारी सुविधा काढून टाकली तर अर्थप्रतीतीही धूसर होण्याची शक्यता असते.

उच्चारानुसार लेखन करावे या आग्रहापोटी अलीकडे 'ब्रह्म' हा शब्द 'म्हैस' या शब्दाच्या पंगतीला बसवून तो 'ब्रम्ह' अशा रूपात रूढ करण्याचा खटाटोप 'महाराष्ट्र टाइम्स' ने चालवला आहे. यामागे मराठी भाषेबद्दलची तळमळ असण्यापेक्षा मराठीवरील

संस्कृतचे व पर्यायाने तथाकथित ब्राह्मणी वर्चस्व मोडून काढण्याचा एका अर्थी प्रच्छन्न जातीयवादच आहे. ('महाराष्ट्र टाइम्स' ने आणखी एक 'ब्रह्मघोटाळा' करून ठेवला आहे. अजूनही म. टा. मध्ये हा शब्द कधी 'ब्रम्ह' तर कधी 'ब्रह्म' असा दोन प्रकारे लिहिला जातो. याचा अर्थ 'ब्रह्म' हा शब्द संस्कृतप्रमाणे दाखविण्यास छपाईची अडचण दिसत नाही.) वास्तविक संस्कृतमधून आलेले 'चिह्न', 'ह्रस्व', 'आह्वान', 'आह्लाद' असे कितीतरी शब्द मराठीत लिहिणे अवघड असल्याने उच्चारानुसार वर्णविपर्यय करून, 'चिन्ह', 'ऱ्हस्व', 'आव्हान', 'आल्हाद' अशा रूपांत रूढ झाले आहेत व ते आता आधुनिक व्यवहारातही वापरावे लागत असल्याने ही तडजोड करण्यास हरकत नाही. पण 'ब्रह्म' या शब्दातील 'ह्म' हे अक्षर लिहिणे फारसे अवघड नाही व या शब्दाचा आधुनिक व्यवहाराशी संबंध येणार नसून त्याचा सातत्याने प्राचीन वाङ्मयाशी अनुबंध राखावा लागणारा आहे, म्हणून तो 'ब्रह्म' अशा रूपातच कायम ठेवणे इष्ट होईल. (मुंबई विद्यापीठाने अलीकडे प्रकाशित केलेल्या 'ज्ञानदेवी' च्या आवृत्तीत सर्वत्र 'ब्रह्म' असाच शब्द वापरला आहे व 'अर्थात्' सारखे व्यंजनान्त शब्द मूळ संस्कृतप्रमाणेच छापले आहेत ही समाधानाची बाब होय.) परंतु अलीकडे प्राचीन काळचा 'देवर्षि' व आधुनिक काळातला खेड्यातला 'देवरुशी' या दोघांना एकाच मापाने तोलण्याचा प्रयत्न चालू आहे. उच्चारानुसारी लेखन हे तत्त्व फार ताणले तर, 'भाषा' हा शब्द मराठी उच्चारानुसार 'भाशा' अशा रूपात लिहिण्याचा दुर्धर प्रसंग ओढवेल. त्याला विद्वानांची तयारी आहे काय ? म्हणून याबाबत तारतम्य बाळगावयास हवे. उच्चारानुसारी लेखनाचा अतिरेक केला तर, कोणाचे उच्चार प्रमाण मानावयाचे हा प्रश्न उद्भवतो. उच्चार व्यक्तीगणिक, प्रदेशागणिक व समाजाच्या स्तरागणिक बदलतात. उच्चार वारंवार बदलू शकतात. पण याप्रमाणे लेखनपद्धती वारंवार बदलल्या तर भाषेचा जुन्या वाङ्मयाशी संबंध पुरता तुटेल. भाषेच्या बाबतीत प्रवाहसातत्याचे तत्त्व लागू होते. भाषा ही नदीप्रमाणे सतत वाहत राहते व त्याचवेळी 'नदी' म्हणून एकात्म राहते तसे भाषेचे व्हावयास हवे. मराठीव्यतिरिक्त इतर कोणत्याही प्रादेशिक भाषेत लेखनपद्धती वारंवार बदलण्याची चळवळ झाल्याचे ऐकिवात नाही. ज्या इंग्रजीचा आदर्श आपण डोळ्यांसमोर ठेवतो तीमध्ये तर, ज्यांचे उच्चार समान पण वर्णलेखन भिन्न अशा शब्दांच्या कितीतरी जोड्या प्रचलित आहेत. उदा. Right / write: तरी उच्चारनुसारी लेखनाचा अतिरेक घातक ठरेल असे मला वाटते.

६) याउलट, मराठी भाषक समाजात तालव्य 'च', 'छ', 'ज', 'झ' आणि दंत - तालव्य 'च़' (चांगला), 'छ़' (उत्सव / उच़्छ़व), 'ज़' ('ज़रीकाम'), 'झ़' ('झाडू') यांमध्ये भाषेत उच्चारभेद असूनही यासाठी स्वतंत्र चिन्हे नाहीत, ती असण्याची जरुरी आहे. पण हा प्रश्न उपेक्षित राहिलेला आहे.

७) मराठी शुद्धलेखन-नियमांमध्ये व इतर व्याकरण-पुस्तकांत ‘तत्सम’ शब्दांची चर्चा आढळते. आतापर्यंत ‘तत्सम’ याचा अर्थ ‘संस्कृत’ मधून मराठीत जसाच्या तसा आलेला शब्द असा मानला गेला आहे. परंतु आधुनिक काळात इतर भाषांशी संपर्क आल्याने त्या भाषांतूनही काही शब्द मराठीत अविकृत स्वरूपात आले आहेत. उदा. ‘टीप’ (मूळ हिंदी) किंवा ‘अपील’ (मूळ इंग्रजी), अशा शब्दांची सामान्यरूपे करताना, शुद्धलेखन - नियमावलीतील ८ वा नियम लावावा की नाही? म्हणजे ‘टिपा’ की ‘टीपा’? ‘अपिलात’ की ‘अपीलात’? याचा खुलासा व्हावयास हवा आणि जर तो लावावा असे ठरले तर, ‘तत्सम’ शब्दाची व्याख्या व्यापक करावी लागेल व तीत इंग्रजी - हिंदीसुद्धा कोणत्याही परकीय भाषेतून आलेल्या शब्दांचा अंतर्भाव करावा लागेल.

८) मराठीत काही ठिकाणी दोन महाप्राण व्यंजने एकत्र येऊन जोडाक्षरे बनली आहेत. पण त्यांचे लेखन वेगवेगळ्या प्रकारे केले जाते, त्यांमध्ये एकरूपता नाही. उदा. ‘बृध् + धि = बुद् + धि = बुद्धि’, ‘उत्थान’ हा शब्दही त्याच प्रकारे लिहितात. पण ‘कथ्थक’, ‘विठ्ठल’, ‘सख्खा’, ‘चिठ्ठी’ या शब्दांमध्ये हे तत्त्व पाळले जात नाही. वस्तुत: भाषाशास्त्रानुसार दोन महाप्राण उच्चार एकत्र नांदू शकत नाहीत, पहिले महाप्राण व्यंजन अल्पप्राण होते. हिंदी भाषेत या तत्त्वानुसार ‘चिट्ठी’ असे लिहितात. मराठी भाषाकांनीही हे शास्त्रीय तत्त्व सर्वत्र स्वीकारावे म्हणजे वरील शब्द ‘कत्थक’, ‘विट्ठल’, ‘सक्खा’, ‘चिट्ठी’ याप्रमाणे लिहिता येतील.

९) पाठ्यपुस्तकातील जोडाक्षर-लेखनासंबंधी अलीकडेच ‘भाषा आणि जीवन’ मध्ये मी एक लेख लिहिलेला आहे. (वर्ष १२ : अंक १ : हिवाळा १९९४) त्यामुळे या विषयासंबंधी अधिक विस्ताराने लिहिण्याची जरुरी नाही. परंतु त्यामध्ये मी रूढ जोडाक्षर-लेखनाचे जे फायदे नमूद केले होते त्यांव्यतिरिक्त ‘अर्थभेदा’ चा आणखी एक मुद्दा संभवतो.

‘शुद्ध’ हा शब्द ‘शुद्ध’ असा लिहिला काय नि ‘शुद्‌ध’ असा लिहिला काय, त्याच्या उच्चारात वा अर्थात फरक पडत नाही. पण काही जोडाक्षरांच्या बाबतीत - विशेषत: अन्ती ‘य्’ असलेल्या जोडाक्षरांच्या बाबतीत मात्र एक अडचण येते. ‘उद्यान’ हा शब्द ‘उद्‌यान’ अशाप्रकारे लिहिल्यास, उच्चार करताना शब्दाचे ‘उद्’ व ‘यान’ असे दोन भाग पडतात व त्याचा अर्थ ‘वर जाणारे वाहन / यान’ असा होऊ शकतो. परंतु तोच शब्द ‘उद्यान’ अशा रूपात लिहिल्यास, ‘द्’ व ‘य’ यांचा उच्चार एकात्म होऊन ‘बाग’ असा अर्थबोध होतो. ‘सद्विवेक’ व ‘अद्वितीय’ या शब्दांमध्ये ‘द्वि’ हे जोडाक्षर समान दिसत असले तरी, त्यांतील ‘द्’ आणि ‘व’ या व्यंजनांची भूमिका अर्थदृष्ट्या वेगवेगळी आहे. ‘सद्विवेक’ शब्दात ‘सद् + विवेक’ हे घटक असून ‘द्’ हे व्यंजन पाहिल्या घटकाशी संबंधित आहे. त्यामुळे हा शब्द नवीन पद्धतीप्रमाणे ‘सद्‌विवेक’

अशाप्रकारे लिहिला तरी अर्थात फरक पडत नाही. पण 'अद्वितीय' शब्दात 'अ + द्वितीय' हे दोन घटक असून, 'द्' हे व्यंजन दुसऱ्या घटकाशी संबंधित आहे. त्यामुळे त्याची फोड करताना 'अद् + वितीय' असे लिहिणे योग्य होणार नाही. म्हणून मराठी भाषेने हा जोडाक्षरांचा वारसा गमावू नये. शक्य तेथवर जोड-पद्धतीची रूढ जोडाक्षरे लिहावीत व अर्थभेद दर्शवण्यासाठी आवश्यक असेल किंवा यंत्राच्या दृष्टीने गैरसोयीचे असेल तेथेच ती तुटक पद्धतीने लिहावीत. तज्ज्ञ मंडळींनी या विषयावर सांगोपांग चर्चा करून पाठ्यपुस्तक मंडळाला हे धोरण सोडून देण्यास भाग पाडावे. कारण नवीन पद्धतीमुळे आपण भावी पिढीचे खूप नुकसान करीत आहोत.

'भाषा आणि जीवन' च्या व्यासपीठासमोर मी हे प्रश्न मांडले आहेत. या अनुषंगाने वाचकांपैकी इतर कोणाला अन्य मुद्दे सुचल्यास त्यांनीही ते मुद्दे मांडावेत, त्यांची 'भाषा आणि जीवन' मधून चर्चा व्हावी. माझी अशीही सूचना आहे की, साहित्य-संमेलनाच्या अध्यक्षांच्या संमतीने एक तज्ज्ञ - समिती नेमून, अशा प्रश्नांचा सुजाणपणे निकाल लावावा व या क्षेत्रातील अराजक गोंधळ दूर करावे. जर साहित्यिक विद्वानांनी हे मनावर घेतले नाही तर, जाणत्या, सुबुद्ध मंडळींनी आपल्या विवेकबुद्धीला स्मरून लेखन करावे. गो. नी. दांडेकर यांच्यासारख्या ख्यातनाम साहित्यिकाने जुने शुद्धलेखन सोडलेले नाही. डॉ. अशोक केळकर यांच्यासारख्या नामवंत भाषशास्त्रज्ञाने 'वैखरी' हे पुस्तक पूर्णपणे जुन्या शुद्धलेखन पद्धतीनुसार लिहिले आहे. ही उदाहरणे लक्षात घेऊन, आपणही जेथे जेथे अन्याय्य, तर्कदुष्ट नियम असेल तेथे, गांधीजींच्या शिकवणीनुसार 'सविनय कायदेभंग करावा' असे माझे आवाहन आहे.

मुलाखत

मराठी भाषाविषयक प्रश्न
मुलाखतकार : प्रसन्नकुमार अकलूजकर

■ ■ ■

प्रश्न. सध्या मराठी भाषेची दुरवस्था झाली आहे असें आपणांस वाटतें काय?

उत्तर : सध्या मराठीची दुरवस्था झाली आहे हें विधान विशिष्ट मर्यादेपर्यंतच खरें आहे व तें फक्त मराठीच्या औपचारिक प्रमाण रूपालाच लागू आहे. कोणत्याहि भाषेची प्रगति ही भावनिक व वैचारिक अशा दोन्ही अंगांनी होत असते. भाषेतील ललित साहित्याद्वारें भाषेची भावनिक समृद्धि होते आणि ललितेतर शास्त्रीय साहित्यातून तिचा वैचारिक उत्कर्ष साधतो. साधारणपणें ललित साहित्य हें बहुश: बोलीभाषेला अधिक जवळचें असतें व १९६० सालानंतर मराठीत दलित, ग्रामीण, आदि सर्व प्रवाहांना मुक्तद्वार मिळाल्यामुळें मराठीचें ललित साहित्य बहरलें असून, कथा, कादंबरी, कविता व नाटक या सर्व अंगांनीं ती समृद्ध झालेली दिसते. परंतु विज्ञान, तंत्रज्ञान, तत्त्वज्ञान व इतर शास्त्रें यांसारख्या विचारप्रधान साहित्यात भाषेचें औपचारिक प्रमाण रूप उपयोजिलें जातें व विचारांच्या स्पष्टतेसाठीं व्याकरणशुद्ध भाषेची गरज असते. मराठीचें हें रूप चिंताजनक वाटावें इतकें विद्रूप झालें आहे.

प्रश्न. ही दुरवस्था दूर करावयाची असेल तर, आपणांस कोणते इलाज योजावे लागतील?

उत्तर : ही दुरवस्था सुधारण्यासाठीं मन:पूर्वक प्रयत्न करावयाचे झाल्यास, प्रथम आपणांस या रोगाचें अचूक निदान करून, रोगाचें मूळ कशात आहे तें शोधून काढावें लागेल. परंतु सध्या औपचारिक मराठीची दुरवस्था झाली आहे याबाबत सर्वांचें एकमत असलें तरी, मराठी साहित्यक्षेत्रातील जवळजवळ सर्वच विद्वज्जन याची कारणमीमांसा

टाळूं पाहात आहेत. कारण, रोग बराच जुनाट असल्याने त्याचें मूळ शोधून काढलें तरी, जालीम व दीर्घकालीन उपाय योजल्याखेरीज सद्य:स्थितीत सुधारणा होणार नाही व हें जिकिरीचें काम करण्यासाठीं लागणारें बळ व इच्छाशक्ति मावळतीला आलेल्या विद्वानांकडे नाही आणि म्हणून अधूनमधून तेही जुजबी मलमपट्टी करण्याचा प्रयत्न करतात, पण मोडकळीस आलेला हा डोलारा आतां वरवरची डागडुजी करून सांवरतां येणार नाही.

प्रश्न. तुमच्या मतें, या रोगाचें मूळ कशात आहे?

उत्तर : माझ्या मतें, १९६२ सालची तथाकथित लेखन नियम-सुधारणा हें या रोगाचें मूळ कारण होय.

प्रश्न. पण आतां हे नवे लेखन-नियम अंमलात येऊन जवळजवळ ४५ वर्षें झालीं व १९६२ सालापासून मराठीची लेखनपद्धति कितीतरी बदलली आहे. भाषा ही परिवर्तनशील असते हा सिद्धान्त तुम्हांला मान्य नाही काय?

उत्तर : कोणतीहि भाषा ही स्वभावत:च परिवर्तनशील असते हें खरेंच आहे. तुमची-आमची इच्छा असो वा नसो - ती बदलतच राहते.

भाषा ही नदीप्रमाणें सतत वाहत व बदलत असते. आणि तरीहि त्यामध्यें एक वेगळ्या प्रकारचें सातत्य असल्यामुळें तिची ओळख (identity) कायम राहते. यालाच (doctrine of flux) किंवा 'प्रवाहसातत्याचें तत्त्व' असें म्हणतात. परंतु जोंवर तिचा परिवर्तनक्रम स्वाभाविक असतो, तोंवर तिला धोका नसतो आणि परंपरा व नवता या दोन्ही अंगांनी तिची प्रगति होते. १९६२ सालीं मात्र मराठी भाषेच्या इतिहासात प्रथमच तिच्या लेखनपद्धतीत प्रचंड उलथापालथ करणारें आमूलाग्र परिवर्तन सरकारी हस्तक्षेपाने व दंडसत्तेच्या जोरावर कृत्रिमपणें घडवून आणलें गेलें व तें स्वाभाविक नव्हतें. तो नुसता अपघात नव्हता तर एका परीने तो घातपातच होता. या नव्या लेखननियमांमुळें मराठीच्या स्वाभाविक परिवर्तनक्रमाला खीळ बसली.

प्रश्न. परंतु १९६० सालापर्यंत अल्पसंख्य अभिजनांची मिरासदारी असलेलें मराठी साहित्य हें बहुजनांना सुलभ व्हावें म्हणून हे नियम बदलण्यात आले. त्यात तुमच्या मतें नेमकें गैर काय घडलें?

उत्तर : ह्या स्थित्यंतरामागील हेतु स्तुत्य असला तरी, तें घडवून आणण्याच्या प्रक्रियेमध्यें अजाणतां कांही प्रमाद घडून आले. घिसाडघाईने स्थित्यंतर घडवून आणताना, त्याचे तात्कालिक परिणाम जरी सुखावह वाटले तरी, त्याचे भविष्यातील दूरगामी परिणाम काय होतील याचें तत्कालीन विद्वानांना आकलन झालें नाही व ४०/५० वर्षांनंतर आज दिसून येणाऱ्या दुष्परिणामांचा त्यांना अंदाज आला नाही. भाषाविकासाच्या बाबतींत

मला डार्विनचा उत्क्रांतिवाद **बहुश:** मान्य आहे. निसर्गक्रमाने वानराचें शेपूट गळून पडलें तर त्यापासून नर उत्क्रांत होतो. पण कृत्रिमपणें त्याचें शेपूट कापून काढलें तर, त्यापासून लांडें माकड तयार होतें. मराठीच्या बाबतीत नेमकें विपरीत तेंच घडलें आहे.

प्रश्न. ह्या स्थित्यंतरामध्यें तुमच्या मतें नेमके कोणते प्रमाद घडले?

उत्तर : शिक्षण, वृत्तपत्रादि प्रसारमाध्यमें व साहित्य या क्षेत्रांत तोंवर शिष्टमान्य असलेले मानदंड राज्यकारभाराच्या सोयीसाठीं शिथिल करण्यात आले व 'बहुजनहिताय बहुजनसुखाय' अश्या भावनेने मराठी लेखन-पद्धतीचे नियम सोपे करण्यात आले. येथवर सर्व ठीक होतें. राज्यकारभाराच्या सोयीसाठीं लेखन-पद्धति सोपी करण्याची प्रथा पूर्वापार चालत आलेली आहे. महाराष्ट्रात ऐतिहासिक काळात सरकारदरबारीं व खाजगी पत्र व्यवहारांत मोडी लिपीचा वापर केला जात असे. कारण मोडी लिपीत फक्त दीर्घ अक्षरांचीच सोय असल्याने, दैनंदिन व्यवहार जलद व सुकर होत असत. परंतु त्या काळींहि साहित्य ग्रंथांत मात्र ह्रस्व-दीर्घ-भेदयुक्त अश्या बाळबोध लिपीचाच वापर केला जाई व महाराष्ट्र सारस्वतात तिलाच प्रतिष्ठा होती. कारण, बाळबोध देवनागरी लिपीत सूक्ष्म अर्थभेद व अर्थच्छटा व्यक्त करण्याची क्षमता होती व आहे. पण महाराष्ट्र राज्याची स्थापना झाल्यानंतर, राज्यकारभार सुकर व जलद करण्यासाठीं हे शास्त्रीय व आदर्श मानदंड शिथिल केले गेले, एवढेंच नव्हे तर राज्यव्यवहाराव्यतिरिक्त शिक्षण, साहित्य व वृत्तपत्रादि प्रसारमाध्यमें इ. इतर सर्व क्षेत्रांतहि त्यांची घुसखोरी होऊन ते सर्वत्र प्रस्थापित झाले.

त्याचप्रमाणें, दुसरा भयंकर प्रमाद म्हणजे जुन्या शास्त्रीय आदर्श मानदंडांची प्रतिष्ठा काढून ती शिथिल मानदंडांना बहाल करण्यात आली व शास्त्रीय व्याकरणशुद्ध लेखन करणाऱ्यांना बहिष्कृत ठरवण्यात आलें. याउलट, जुन्या आदर्शांची प्रतिष्ठा अबाधित राखून, केवळ राज्यकारभाराच्या क्षेत्रापुरती सूट देण्यांत आली असती तर, जुनें शास्त्रीय लेखन सार्वजनिक जीवनातून हद्दपार झालें नसतें.

प्रश्न. ह्या नव्या लेखन-नियमांसंबंधी तुमचे नेमके आक्षेप कोणते?

उत्तर : हे नवे नियम बनवणाऱ्या महामंडळात व भाषा सल्लागार मंडळात संस्कृतवादी व मराठीवादी असे दोन पक्ष होते व त्या दोन आग्रही पक्षांच्या रस्सीखेचींत जे नियम तयार केले गेले. त्यांमध्यें कसलीहि तर्कसंगति न राहिल्यामुळें त्यांत बऱ्याच विसंगती निर्माण झाल्या आणि म्हणूनच हे सोपे नियम अमलात आल्यापासून आज ४५ वर्षे झाल्यानंतरहि तरुण पिढ्यांना ते अनाकलनीय वाटतात.

१) अतिरेकी दीर्घीकरणामुळें आपला संस्कृत व हिंदी भाषांशीं संपर्क तुटला. आज २१ व्या शतकात आपण मराठीला ज्ञानभाषा म्हणून विकसित करण्याच्या गप्पा मारतों. पण शास्त्रीय मराठी परिभाषा विकसित करावयाची झाली तर, आपणांस संस्कृत भाषेची

कास धरण्याशिवाय गत्यंतर नाही. बालवयापासूनच आपण कोणीहि संस्कृत शिकत नाही. पण जुन्या शुद्धलेखनाच्या माध्यमातून आम्हांला आपोआप संस्कृतची ओळख होत असे. याउलट, सध्याचे प्रचलित लेखन-नियम चांगल्या प्रकारें आत्मसात् करण्यासाठीं संस्कृतचें ज्ञान असणें ही पूर्वअट होऊन बसली आहे. हिंदी भाषेने आपल्या शुद्धलेखन पद्धतीत संस्कृतचा वारसा जपला आहे. पण आपणांस सर्रास दीर्घीकरणाची संवय लागल्याने, आपण हिंदी भाषण व लेखन यांतहि मागें पडतों. (उदा. आजचे पत्रकार सर्रास. कौन बनेगा करोडपती?' असे लिहितात.) त्यामुळें दिल्लीसारख्या परमुलुखात आपली पीछेहाट होते.

२) दुसरी आक्षेपार्ह गोष्ट म्हणजे तथाकथित अनुच्चारित व माझ्या मतें अस्पष्टोच्चारित अनुस्वारांवर घातलेली बंदी. जें जें अनुच्चारित असेल तें तें लेखनातून काढून टाकलें पाहिजे असा आग्रह धरला तर आपल्याला लेखनातलीं विरामचिन्हें देखील काढून टाकावीं लागतील. वस्तुत:, व्यावहारिक लेखन व उच्चारण या दोहोंचीं प्रयोजनें वेगवेगळीं असल्याने त्या दोहोंचे निकषहि वेगवेगळी असतात. परभाषा शिकताना त्या व्यक्तीला उच्चारांचें नेमकें आकलन व्हावें यासाठीं ध्वनिलिपीची योजना केली जाते. परंतु लेखकाचे उच्चार नव्हेत, तर त्याचे विचार कालांतराने वा स्थलांतराने दुरावलेल्या वाचकापर्यंत पोचवण्यासाठीं सामान्य व्यावहारिक लेखनपद्धतीचा अवलंब केला जातो. म्हणूनच इंग्रजीमध्येंहि उच्चारात नसलेले निभृत वर्ण (silent letters) व्युत्पत्तिदर्शक म्हणून व्यावहारिक स्पेलिंगमध्यें टिकवले जातात. मराठीच्या बाबतीत मात्र व्युत्पत्तिदर्शक अनुस्वार हटवल्यामुळें मराठीचा इतिहास पुसला गेला आहे.

३) तिसरी अनुचित गोष्ट म्हणजे जुन्या शुद्धलेखनातील व्याकरणशुद्ध म्हणजे लिंग-वचन-अर्थभेददर्शक अनुस्वारांची हकालपट्टी केल्यामुळें, नव्या पिढीचे पत्रकार लिखाणात लिंग वचनांचे घोटाळे करतात. (उदा. त्यांचे धाबे दणाणले आहेत. 'लेणी', 'लेण्या' हे शब्दप्रयोग तर नित्याचेच आहेत.)

४) १९६२ सालानंतर अनुस्वारबंदी लागू झाल्यामुळें, नव्या कवींच्या कवितेतून अर्थसूचक अनुस्वार हरवले व त्यांच्या कवितेला अधिकाधिक शब्दांची गरज भासूं लागल्यामुळें ती गद्यप्राय व शब्दबंबाळ झाली. सौकर्याच्या हव्यासापायीं सौंदर्याचा बळी गेला. तसेंच, जुनें काव्य त्यातील सूचक अनुस्वारांसकट आकलन करून त्याचा आस्वाद घेणें नव्या पिढीला दुर्घट होऊन बसलें.

प्रश्न. परंतु नवे नियम स्वीकारूनहि आजहि कित्येक नामवंत लेखक - उदा. समीक्षक कै. व. दि. कुलकर्णी, रा. चिं. ढेरे किंवा नारळीकर, फोंडके, घाटे यांसारखे विज्ञानलेखक - ह्या सर्वांनी चांगल्या व्याकरणशुद्ध मराठीत लेखन केलें आहे. याचें कारण काय असूं शकेल?

उत्तर : हे सर्व लेखक १९६२ सालापूर्वीं जन्मलेले असल्यामुळें त्यांचें बालपण जुन्या शुद्धलेखन संस्कारात गेलेलें आहे. त्या कारणाने १९६२ सालानंतर त्यांनी नवीन पठडी स्वीकारली तरी त्यांच्या मन:पटलावरचे जुने संस्कार पुसले गेले नाहीत. जुन्या संस्कारांवर आधारलेली त्यांची व्याकरणाची बैठक पक्की असल्यामुळेंच आजहि ते व्याकरणशुद्ध लिखाण करूं शकतात. परंतु त्यांच्यानंतरच्या पिढ्यांना तें जमणार नाही.

प्रश्न. मग सद्य:स्थिती सुधारायची झाली तर तुमच्या मतें त्यावर इलाज काय?

उत्तर : वर्तमान लेखनपद्धतीची मुळापासून फेरबांधणी करणें व जुन्या शुद्धलेखनाची पुन:स्थापना करणें हा एकच उपाय मला सुचतो.

प्रश्न. पण १९६२ सालापासून आजतागायत आपण इतक्या दूरवर आल्यानंतर आतां इतकें मागें फिरणें शक्य आहे काय व तें कितपत व्यवहार्य ठरेल?

उत्तर : जुन्या शुद्धलेखनाची पुन:स्थापना करण्याचा उपाय योजणें ही अत्यंत कठीण गोष्ट आहे हें मला मान्य आहे.

तथापि, आपण मार्गक्रमण करीत असताना, जर चुकून आडमार्गाला लागलों व एखाद्या कड्याच्या टोकाशीं येऊन ठेपलों तर आपण काय करणार? त्यापुढें प्रगति तर नाहीच, पण अधोगतीच नशिबीं येणार. अश्या वेळीं आपण हळूहळू मागें जाऊन पुन्हा योग्य मार्गाला लागण्याचा प्रयत्न करणार. त्याप्रमाणें, आपणांस या बाबतीत कांहीतरी टप्पेबंद धोरण ठरवून क्रमश: मागें जावें लागेल. दोष नाहीसे करण्याची पहिली पायरी म्हणजे डोळे उघडे ठेवून आपल्या दोषांकडे पाहणें ही होय. गेलीं कित्येक वर्षें आपण तेंच नेमकें टाळत आलों आहोंत. १९८० च्या आसपास डॉ. अशोक केळकर यांच्यासारख्या भाषातज्ज्ञांनी मराठी सामाजाला जागें करण्याचा प्रयत्न केला असता तरी, फार उशीर झाला नसता.

(डॉ. अशोक केळकर हे खाजगीत जुनें शुद्धलेखनच वापरतात.) तेव्हा डॉ. वसंत दावतर हे एकांडे शिलेदार लढत होते, पण त्यांना अन्य कोणाचीहि साथ न मिळाल्याने अखेरीस ते पराभूत झाले व बहिष्कृतहि झाले. बाकी सर्व विद्वान् परिस्थितीशरण होऊन प्रवाहपतित झाले. माझ्या मतें, या दिशेने पहिलें पाऊल उचलायचें झाल्यास, वृत्तपत्रांनी मोजक्या व्यक्तींच्या शास्त्रशुद्ध लिखाणावरील बहिष्कार उठवावयास हवा. म्हणजे त्यांचें लिखाण जनतेच्या नजरेसमोर तरी येईल.

प्रश्न. पण गेल्या दोन-तीन वर्षांत शालान्त परीक्षेत मोठ्या प्रमाणावर मुलें मराठीत नापास झाल्याबद्दल चर्चा सध्या चालू आहे. त्या संदर्भात पुणे विद्यापीठाने एक चर्चासत्रहि आयोजित केलं होतें व त्याच सुमारास केंद्रीय परीक्षा मंडळाच्या पावलावर पाऊल टाकून, महाराष्ट्र राज्याच्या पाठ्यपुस्तक

मंडळानेंहि एक नवें धोरण जाहीर केलें. त्यानुसार, मराठी विषयाच्या उत्तरपत्रिकांमध्यें उत्तरांचा आशय सर्वसाधारणपणें बरोबर असेल तर, शुद्धलेखनांतील चुकांकडे दुर्लक्ष करावें असा तो निर्णय होता. हें कितपत योग्य आहे?

उत्तर : या प्रश्नाला अनेक बाजू आहेत. वाटतो तितका हा सरळसाधा प्रश्न नाही. शालान्त परीक्षेला समाजाच्या निरनिराळ्या स्तरांतील लाखों मुलें बसतात. शहरी-ग्रामीण, अतिमागास, मध्यमवर्गीय, कनिष्ठ मध्यमवर्गीय अशा अनेक थरांतील मुलांची कौटुंबिक पार्श्वभूमीहि वेगवेगळी असते. त्या सर्वांचे प्रश्न हाताळताना वेगवेगळें धोरण आखावें लागेल. पुणें विद्यापीठातील चर्चासत्रात वर्षा सहस्रबुद्धे यांनी अतिदुर्गम आदिवासी भागांतील मुलांच्या प्रश्नांची चर्चा केली होती. तेथील मुलांना त्यांच्या मायबोलीकडून प्रमाण मराठीच्या प्रवाहापर्यंत आणण्यासाठीं त्यांच्या समाजातील शिक्षक नेमावेत, म्हणजे ते शिक्षक मुलांशीं प्रथम मायबोलीत संवाद साधून हळूहळू त्यांना प्रमाण मराठीकडे वळवतील असें त्याचें म्हणणें होतें. तसेंच, श्री. हेरंब कुलकर्णी यांनीं एका लेखात म्हटल्याप्रमाणें शालान्त परीक्षेतील अपयश हें एका वर्षातील फलित नसून, तो अगदीं बालवर्गापासून हेळसांड झालेल्या भाषाशिक्षण संचिताचा परिपाक आहे. म्हणून मराठी शिकवण्याबाबत माझी एक वेगळी सूचना आहे. सध्या मराठी माध्यमाच्या व इंग्रजी माध्यमाच्या शाळांमध्यें मराठी विषयाचे वरिष्ठ व कनिष्ठ असे दोन स्तर आहेत. त्या धर्तीवर, मराठी माध्यमांच्या शाळांमध्यें मराठी विषयाचेहि वरिष्ठ व कनिष्ठ असे दोन स्तर असावेत. पोटापुरतें जुजबी मराठी शिक्षण घेऊं इच्छिणाऱ्यांना कनिष्ठ स्तरातील मराठी शिकवावें व अशांच्या उत्तरपत्रिकांमधील आशय बरोबर असेल तर अशुद्धलेखन माफ करावें. पण ज्यांना सकस मराठी शिक्षण घ्यावयाचें आहे त्यांना वरिष्ठस्तरीय मराठी शिकवावें व त्यांच्या उत्तरपत्रिकांमधील शुद्धलेखन कांटेकोरपणें तपासावें, आणि अशा वरिष्ठ स्तरीय मराठीचें शिक्षण घेतलेल्या व्यक्तींचीच मराठी अध्यापनक्षेत्रात नेमणूक करावी.

प्रश्न. शुद्धलेखन, व्याकरणशुद्धता व भाषाशुद्धि या तिहींमध्यें नेहमीं गल्लत केली जाते. तुमच्या मतें त्या तिहींमध्यें नेमका फरक काय?

उत्तर : 'शुद्धलेखन' हें शब्दांच्या वर्णलेखनाशीं (spelling) संबंधित असून, ह्रस्व-दीर्घ, सानुस्वार-निरनुस्वार या भेदांच्या अंगाने तें शब्दांची चिकित्सा करतें, तर व्याकरणात सर्वसाधारणपणें वाक्यरचनेचें विश्लेषण व विवेचन केलें जातें. 'भाषाशुद्धि' हा विषय अगदीं वेगळा असून, कोणत्याही भाषेमध्यें देशी शब्दांचें व परकीय शब्दांचें एकमेकांशी प्रमाण किती असावें याचा त्यात विवेक केला जातो. १९३७-४० च्या सुमारास स्वा. सावरकर, माधव जूलियन व श्री. के. क्षीरसागर यांच्यांत बरेंच वादंग झालें होतें.

भाषेंत सोंवळा व बाटगा असे दोन्ही अतिरेक नसावेत असें खुद्द सावरकरांचें तत्त्वत: म्हणणें होतें हें खरें असलें तरी, प्रत्यक्ष व्यवहारांत त्यांनीं सोंवळा अतिरेक केला अशी श्री. के. क्षीं. ची तक्रार होती. माधव जूलियन यांनी तर पूर्वायुष्यात फारसीप्रचुर मराठीचा बाटगा अतिरेक केला व उत्तरायुष्यात ते सोंवळेपणाकडे झुकले. पण एकंदरीत या वादाची फलश्रुति अशी झाली कीं त्यामुळें मराठीचा लंबक मध्यावर स्थिरावला.

प्रश्न. पण आतां अनेक वर्षांनंतर अलिकडे पुन्हा प्रसारमाध्यमांच्या अनुषंगाने मराठीवर हिंदी व इंग्रजी भाषांचें आक्रमण होत आहे. अशी चर्चा चालू आहे. त्यासंबंधीं तुमचें मत काय?

उत्तर : कोणतीहि भाषा ही स्वत: होऊन दुसऱ्या भाषेवर आक्रमण करीत नाही. मात्र परवशतेच्या काळात परकीय सत्ताधीश स्थानिक जनतेच्या भाषेवर आक्रमण करतात असा आपला जुना अनुभव आहे.

आतां स्वातंत्र्योत्तर काळात महाराष्ट्राच्या फक्त सीमाभागांतच कन्नडच्या आक्रमणाचा प्रश्न आपणास भेडसावत आहे. त्याव्यतिरिक्त इतर महाराष्ट्रात मराठी हीच राजभाषा असतानाहि, हिंदी-इंग्रजी मिश्रित मराठीच्या प्रदूषणाची चर्चा चालते हें मराठी समाजाचा स्वभाषाभिमान लोप पावत चालला असल्याचें अवलक्षण आहे. वस्तुत: 'भाषा बहता नीर' या उक्तीप्रमाणें जेव्हां भाषा नदीप्रमाणें वाहते तेव्हां ती किनाऱ्यावरचा आसपासचा गाळसाळ, काडीकचरा सहजगत्या पोटात सामावून घेते व पुढें वाहत जाते, एवढेंच नव्हे तर त्यामुळें तिच्या पात्रांतली व कांठावरची जमीन गाळाने अधिकच सुपीक बनते. पण तिच्या प्रवाहात मानवी हस्तक्षेप होऊन कांठावरचीं माणसें जेव्हां तिच्या प्रवाहात प्रमाणाबाहेर अशुद्ध द्रव्यें सोडून तें पाणी दूषित करतात, तेव्हा मात्र अतिसंचयामुळें तो प्रवाह कुंठित होतो. गंगा नदीचें प्रदूषण यांचे ज्वलन्त उदाहरण आहे. वेळींच खबरदारी घेतली नाही तर मराठी भाषेच्या बाबतींतहि तोच धोका संभवतो.

प्रश्न. आगामी मराठी साहित्य-संमेलनाकडून आपल्या कांही खास अपेक्षा आहेत काय?

उत्तर : कोणत्याहि उत्सवी साहित्य-संमेलनामुळें मराठीला ऊर्जितावस्था येईल वा येऊं शकेल अशी माझी मुळींच अपेक्षा नाहीं. साहित्य-संमेलनें जरूर साजरीं व्हावींत, त्यांना माझा आक्षेप नाही. पण मुळात मराठीची सद्य:स्थिति चिंताजनक असताना, त्याविषयीं सखोल चिंतन करण्याचें सोडून आमचे साहित्य महामंडळाचे विद्वान् नीरो **दरवर्षी** कोट्यवधि रुपये उधळून साहित्य-जल्लोष करीत आहेत हें मला आक्षेपार्ह वाटतें. अलिकडेच श्री. मधु मंगेश कर्णिक यांनी दरवर्षी संमलनें साजरीं करण्याविरुद्ध मतप्रदर्शन केलें होतें. त्याची आपण सर्वांनी दखल घ्यावयास हवी. साहित्य-महामंडळ नांवाची

चीज अस्तित्वात तरी आहे कीं नाही याची शंका यावी इतकी महामंडळाची वर्षभर शीतनिद्रा चालते व फक्त संमेलनाच्या वेळीं त्याला जाग येते! म्हणून दर दोन-तीन वर्षांनी महाराष्ट्र पातळीवरचीं संमेलनें व्हावींत व मधल्या काळात महामंडळाने मराठीचे महत्त्वाचे प्रश्न सोडवण्याच्या दिशेनें कांहीं कार्य करावें अशी माझ्यासारख्यांची अपेक्षा आहे. एरव्हीं लहानसहान स्थानिक संमेलनें होतच असतात व तीं व्हावींतहि.

संमेलनाच्या खर्चाबाबत स्वावलंबी होण्यासाठीं 'महा(द्रव्य)कोश' उभारण्याच्या वार्ता चालू आहेत. पण गेलीं कित्येक वर्षें साहित्य-संस्कृति-मंडळा'च्या दप्तरीं अर्धवट अवस्थेत बासनात गुंडाळून ठेवलेल्या 'महा (शब्द) कोशा' चा जीर्णोद्धार करण्याची भाषा कोणीहि करीत नाही. प्रमाण शब्दकोशांची निर्मिति झाल्याशिवाय मराठीचा उत्कर्ष साधणार नाही. खरं म्हणजे मराठीच्या प्रचलित लेखननियमांचे शुद्धीकरण न झाल्यामुळें मराठी व्याकरणाचा पाया भक्कम होत नाही, मराठी व्याकरणाची तर्कसंगत फेररचना न झाल्यामुळें मराठी प्रमाण शब्दकोशांची निर्मिति होऊं शकत नाही व निरनिराळ्या मराठी कोशांमध्ये एकवाक्यतहि येऊं शकत नाही. असें हें दुष्टचक्र आहे. तें कसें भेदायचें हें आपल्यापुढील प्रश्नचिह्न आहे. या बाबतींत, मावळतीला आलेले साहित्यिक विद्वज्जन पुढाकार घेतील अशी अपेक्षा कोणी करूं नये. खरंच कांहीं करायचं असेल तर, मराठी प्रेमी तरुणांनीच पुढाकार घ्यायला हवा.

अलिकडेच श्री. अरुण साधु यांनी 'लोकसत्ता' मध्यें 'मराठी आणि महाराष्ट्र - अजून उशीर झालेला नाही.' या मथळ्याचा लेख लिहिला होता. त्याची मराठी समाजाने गंभीर दखल घेतली पाहिजे. खरोखरच अजूनहि वेळ निघून गेलेली नाही. महाराष्ट्रात जोंवर लक्षावधि जनता निरक्षर आहे. तोंवर ती त्यांच्या गळ्यात जिवंत राहणार आहे, तिला मरणाचें भय नाही; पण तिनें कसं जगायचं - हसत खेळत कीं कण्हतकुंथत, तें आपणच ठरवायचं आहे. डॉ. अशोक केळकर म्हणतात त्याप्रमाणें 'मराठीला सलाइनची नव्हे; तर टॉनिकची आवश्यकता आहे.'

www.ingramcontent.com/pod-product-compliance
Ingram Content Group UK Ltd.
Pitfield, Milton Keynes, MK11 3LW, UK
UKHW021242031026
15588UKWH00001B/217

9 788184 835601